卞尺丹几乙し丹卞と
Translated Language Learning

Siddhartha
พระสิทธัตถะ

An Indian Poem
บทกวีอินเดีย

Hermann Hesse
แฮร์มันน์ เฮสเส

English / ไทย

Copyright © 2024 Tranzlaty
All rights reserved
Published by Tranzlaty
Siddhartha – Eine Indische Dichtung
ISBN: 978-1-83566-700-2
Original text by Hermann Hesse
First published in German in 1922
www.tranzlaty.com

The Son of the Brahman
บุตรแห่งพราหมณ์

In the shade of the house
ใต้ร่มเงาของบ้าน
in the sunshine of the riverbank
ท่ามกลางแสงแดดริมฝั่งแม่น้ำ
near the boats
ใกล้เรือ
in the shade of the Sal-wood forest
ใต้ร่มเงาของป่าไม้เสลา
in the shade of the fig tree
ใต้ร่มเงาต้นมะเดื่อ
this is where Siddhartha grew up
ที่นี่เป็นที่ที่พระสิทธัตถะเติบโตมา
he was the handsome son of a Brahman, the young falcon
เขาเป็นลูกชายรูปงามของพราหมณ์เหยี่ยวหนุ่ม
he grew up with his friend Govinda
เขาเติบโตมาพร้อมกับเพื่อนของเขา Govinda
Govinda was also the son of a Brahman
โควินดาเป็นบุตรของพราหมณ์ด้วย
by the banks of the river the sun tanned his light shoulders
ริมฝั่งแม่น้ำมีแสงแดดส่องกระทบไหล่สีอ่อนของเขา
bathing, performing the sacred ablutions, making sacred offerings
การอาบน้ำ การประกอบพิธีชำระล้างร่างกาย
การถวายเครื่องบูชาอันศักดิ์สิทธิ์
In the mango garden, shade poured into his black eyes

ในสวนมะม่วง เงาสาดส่องเข้าดวงตาสีดำของเขา
when playing as a boy, when his mother sang
ตอนเล่นเป็นเด็กตอนแม่ร้องเพลง
when the sacred offerings were made
เมื่อได้ถวายเครื่องบูชาอันศักดิ์สิทธิ์แล้ว
when his father, the scholar, taught him
เมื่อบิดาของเขาซึ่งเป็นนักปราชญ์ได้สอนเขา
when the wise men talked
เมื่อนักปราชญ์พูดคุยกัน
For a long time, Siddhartha had been partaking in the discussions of the wise men
เป็นเวลานานแล้วที่พระสิทธัตถะได้ร่วมสนทนากับบรรดานักปราชญ์
he practiced debating with Govinda
เขาฝึกโต้วาทีกับโควินดา
he practiced the art of reflection with Govinda
เขาได้ฝึกฝนศิลปะแห่งการไตร่ตรองกับโควินดา
and he practiced meditation
และเขาได้ปฏิบัติธรรม
He already knew how to speak the Om silently
เขารู้จักวิธีพูดโอมอย่างเงียบๆ อยู่แล้ว
he knew the word of words
เขารู้จักคำศัพท์
he spoke it silently into himself while inhaling
เขาพูดมันในใจเงียบๆ ในขณะที่สูดหายใจเข้า
he spoke it silently out of himself while exhaling
เขาพูดมันออกมาเงียบๆ ในขณะที่หายใจออก
he did this with all the concentration of his soul

เขาทำสิ่งนี้ด้วยความมุ่งมั่นของจิตวิญญาณของเขา

his forehead was surrounded by the glow of the clear-thinking spirit

หน้าผากของเขาถูกล้อมรอบด้วยแสงแห่งจิตวิญญาณที่แจ่มใส

He already knew how to feel Atman in the depths of his being

เขารู้ดีอยู่แล้วว่าจะรู้สึกถึงอัตมันในส่วนลึกของตัวตนของเขาอย่างไร

he could feel the indestructible

เขาสัมผัสได้ถึงสิ่งที่ไม่สามารถทำลายได้

he knew what it was to be at one with the universe

เขารู้ว่าการเป็นหนึ่งเดียวกับจักรวาลเป็นอย่างไร

Joy leapt in his father's heart

ความยินดีผุดขึ้นในใจของพ่อ

because his son was quick to learn

เพราะลูกชายของเขาเรียนรู้ได้เร็ว

he was thirsty for knowledge

เขาหิวกระหายความรู้

his father could see him growing up to become a great wise man

พ่อของเขาเห็นว่าเขาเติบโตขึ้นเป็นปราชญ์ผู้ยิ่งใหญ่

he could see him becoming a priest

เขาเห็นเขากลายเป็นนักบวช

he could see him becoming a prince among the Brahmans

เขาเห็นเขากลายเป็นเจ้าชายในพวกพราหมณ์

Bliss leapt in his mother's breast when she saw him walking

บลิสกระโดดโลดเต้นในอกของแม่เมื่อเห็นเขาเดิน

Bliss leapt in her heart when she saw him sit down and get up

ความสุขกระโดดโลดเต้นในใจของเธอเมื่อเธอเห็นเขานั่งลงและลุกขึ้น

Siddhartha was strong and handsome
พระสิทธัตถะทรงมีพระวรกายแข็งแรงและงดงาม

he, who was walking on slender legs
เขาผู้เดินด้วยขาเรียวยาว

he greeted her with perfect respect
เขาต้อนรับเธอด้วยความเคารพอย่างยิ่ง

Love touched the hearts of the Brahmans' young daughters
ความรักได้สัมผัสหัวใจของลูกสาวตัวน้อยของตระกูลพราหมณ์

they were charmed when Siddhartha walked through the lanes of the town
พวกเขาหลงใหลเมื่อเจ้าชายสิทธัตถะเสด็จผ่านตรอกซอกซอยของเมือง

his luminous forehead, his eyes of a king, his slim hips
หน้าผากที่เปล่งประกายของเขา ดวงตาของราชา
สะโพกที่เพรียวบางของเขา

But most of all he was loved by Govinda
แต่เหนือสิ่งอื่นใด เขาเป็นที่รักของโควินดา

Govinda, his friend, the son of a Brahman
โควินดา เพื่อนของเขาซึ่งเป็นบุตรของพราหมณ์

He loved Siddhartha's eye and sweet voice
เขาชื่นชอบดวงตาและเสียงอันไพเราะของพระสิทธัตถะ

he loved the way he walked
เขาชอบวิธีที่เขาเดิน

and he loved the perfect decency of his movements
และเขาชอบความเรียบร้อยของการเคลื่อนไหวของเขา

he loved everything Siddhartha did and said

พระองค์ทรงรักทุกสิ่งที่พระพุทธเจ้าทรงทำและทรงกล่าว

but what he loved most was his spirit

แต่สิ่งที่เขารักมากที่สุดคือจิตวิญญาณของเขา

he loved his transcendent, fiery thoughts

เขารักความคิดอันเร่าร้อนและเหนือโลกของเขา

he loved his ardent will and high calling

เขารักความตั้งใจอันแรงกล้าและการเรียกร้องอันสูงส่งของเขา

Govinda knew he would not become a common Brahman

โควินดาตระหนักดีว่าเขาจะไม่กลายเป็นพราหมณ์ธรรมดา

no, he would not become a lazy official

ไม่หรอก เขาจะไม่กลายเป็นข้าราชการที่ขี้เกียจ

no, he would not become a greedy merchant

ไม่หรอก เขาจะไม่กลายเป็นพ่อค้าโลภ

not a vain, vacuous speaker

ไม่ใช่คนพูดจาโอ้อวดไร้สาระ

nor a mean, deceitful priest

ไม่ใช่พระสงฆ์ที่เลวทรามและหลอกลวง

and he also would not become a decent, stupid sheep

และเขาจะไม่กลายเป็นแกะที่ดีโง่เขลาอีกต่อไป

a sheep in the herd of the many

แกะในฝูงมากมาย

and he did not want to become one of those things

และเขาไม่อยากเป็นหนึ่งในสิ่งเหล่านั้น

he did not want to be one of those tens of thousands of Brahmans

เขาไม่อยากเป็นหนึ่งในพราหมณ์นับหมื่นเหล่านั้น

He wanted to follow Siddhartha; the beloved, the splendid

พระองค์ปรารถนาจะติดตามพระสิทธัตถะผู้เป็นที่รักยิ่ง

พระผู้ทรงงดงาม

in days to come, when Siddhartha would become a god, he would be there

ในวันข้างหน้า เมื่อพระสิทธัตถะจะทรงเป็นพระเจ้า

พระองค์จะทรงอยู่ที่นั่น

when he would join the glorious, he would be there

เมื่อพระองค์จะทรงร่วมกับผู้รุ่งโรจน์ พระองค์จะทรงอยู่ที่นั่น

Govinda wanted to follow him as his friend

โควินดาต้องการติดตามเขาเป็นเพื่อน

he was his companion and his servant

เขาเป็นเพื่อนและคนรับใช้ของเขา

he was his spear-carrier and his shadow

เขาเป็นผู้ถือหอกและเป็นเงาของเขา

Siddhartha was loved by everyone

พระสิทธัตถะทรงเป็นที่รักของทุกคน

He was a source of joy for everybody

เขาเป็นแหล่งที่มาของความสุขแก่ทุกคน

he was a delight for them all

เขาเป็นความสุขของพวกเขาทุกคน

But he, Siddhartha, was not a source of joy for himself

แต่พระองค์สิทธัตถะมิได้เป็นที่มาแห่งความยินดีสำหรับพระองค์เ

อง

he found no delight in himself

เขาไม่พบความยินดีในตัวเอง

he walked the rosy paths of the fig tree garden

เขาเดินไปตามเส้นทางสีชมพูของสวนต้นมะกอก

he sat in the bluish shade in the garden of contemplation
เขานั่งอยู่ท่ามกลางร่มเงาสีน้ำเงินในสวนแห่งการไตร่ตรอง
he washed his limbs daily in the bath of repentance
พระองค์ทรงชำระล้างร่างกายของพระองค์ในอ่างแห่งการสำนึกผิดทุกวัน
he made sacrifices in the dim shade of the mango forest
เขาทำการบูชายัญใต้ร่มเงาของป่ามะม่วง
his gestures were of perfect decency
ท่าทางของเขาแสดงออกถึงความสุภาพเรียบร้อยอย่างยิ่ง
he was everyone's love and joy
เขาคือความรักและความสุขของทุกคน
but he still lacked all joy in his heart
แต่เขายังขาดความชื่นยินดีในหัวใจ
Dreams and restless thoughts came into his mind
ความฝันและความคิดที่ไม่สงบก็เข้ามาในใจของเขา
his dreams flowed from the water of the river
ความฝันของเขาไหลมาจากน้ำของแม่น้ำ
his dreams sparked from the stars of the night
ความฝันของเขาเกิดจากแสงดาวแห่งราตรี
his dreams melted from the beams of the sun
ความฝันของเขาละลายหายไปจากแสงแดด
dreams came to him, and a restlessness of the soul came to him
ความฝันก็มาหาเขา และความกระสับกระส่ายของจิตใจก็มาหาเขา
his soul was fuming from the sacrifices
วิญญาณของเขากำลังเดือดพล่านจากการเสียสละ
he breathed forth from the verses of the Rig-Veda
ท่านทรงหายใจออกมาจากบทกลอนฤคเวท

the verses were infused into him, drop by drop
บทกวีเหล่านั้นถูกถ่ายทอดเข้าไปในตัวเขาทีละหยด
the verses from the teachings of the old Brahmans
บทกลอนจากคำสอนของพราหมณ์โบราณ
Siddhartha had started to nurse discontent in himself
พระสิทธัตถะเริ่มมีความไม่พอใจในตนเอง
he had started to feel doubt about the love of his father
เขาเริ่มรู้สึกสงสัยเกี่ยวกับความรักของพ่อของเขา
he doubted the love of his mother
เขาสงสัยในความรักของแม่ของเขา
and he doubted the love of his friend, Govinda
และเขาก็เกิดความสงสัยในความรักของเพื่อนของเขา โควินดา
he doubted if their love could bring him joy forever and ever
เขาสงสัยว่าความรักของพวกเขาจะนำความสุขมาให้เขาตลอดไปหรือไม่
their love could not nurse him
ความรักของพวกเขาไม่อาจเลี้ยงดูเขาได้
their love could not feed him
ความรักของพวกเขาไม่สามารถเลี้ยงดูเขาได้
their love could not satisfy him
ความรักของพวกเขาไม่อาจทำให้เขาพอใจได้
he had started to suspect his father's teachings
เขาเริ่มสงสัยคำสอนของพ่อ
perhaps he had shown him everything he knew
บางทีเขาอาจแสดงทุกอย่างที่เขารู้ให้เขาเห็น
there were his other teachers, the wise Brahmans
ยังมีครูบาอาจารย์ของท่านอีก คือ พราหมณ์ผู้ฉลาด

perhaps they had already revealed to him the best of their wisdom
บางทีพวกเขาอาจได้เปิดเผยภูมิปัญญาที่ดีที่สุดของพวกเขาแก่เขาแล้ว

he feared that they had already filled his expecting vessel
เขาเกรงว่าภาชนะที่เขารอคอยจะเต็มเสียแล้ว

despite the richness of their teachings, the vessel was not full
แม้ว่าคำสอนของพวกเขาจะเข้มข้น แต่เรือก็ไม่เต็ม

the spirit was not content
จิตวิญญาณก็ไม่พอใจ

the soul was not calm
จิตใจก็ไม่สงบ

the heart was not satisfied
หัวใจก็ไม่พอใจ

the ablutions were good, but they were water
การชำระล้างร่างกายก็ดีแต่เป็นน้ำ

the ablutions did not wash off the sin
การชำระล้างบาปไม่ได้ล้างบาปออกไป

they did not heal the spirit's thirst
พวกเขาไม่ได้รักษาความกระหายของจิตวิญญาณ

they did not relieve the fear in his heart
พวกเขามิได้คลายความกลัวในใจของเขา

The sacrifices and the invocation of the gods were excellent
การบูชายัญและการอัญเชิญเทพเจ้านั้นยอดเยี่ยมมาก

but was that all there was?
แต่แค่นั้นหรือ?

did the sacrifices give a happy fortune?

การเสียสละดังกล่าวนำมาซึ่งโชคลาภหรือไม่?

and what about the gods?

แล้วเหล่าเทพเจ้าล่ะ?

Was it really Prajapati who had created the world?

พระประชาบดีเป็นผู้สร้างโลกจริงหรือ?

Was it not the Atman who had created the world?

ไม่ใช่พระอาตมันเป็นผู้สร้างโลกหรอกหรือ?

Atman, the only one, the singular one

อาตมันผู้เดียว ผู้เดียวดาย

Were the gods not creations?

เทพเจ้าไม่ใช่สิ่งที่ถูกสร้างหรอกเหรอ?

were they not created like me and you?

พวกเขามิได้ถูกสร้างมาเหมือนกับฉันและคุณหรือ?

were the Gods not subject to time?

เทพเจ้าไม่ขึ้นอยู่กับกาลเวลาหรือ?

were the Gods mortal? Was it good?

เทพเจ้าเป็นมนุษย์หรือ? มันดีหรือเปล่า?

was it right? was it meaningful?

มันถูกต้องมั้ย? มันมีความหมายมั้ย?

was it the highest occupation to make offerings to the gods?

อาชีพอันศักดิ์สิทธิ์ที่สุดคือการถวายเครื่องบูชาแด่เทพเจ้าใช่หรือไม่?

For whom else were offerings to be made?

จะมีการถวายเครื่องบูชาเพื่อใครอีก?

who else was to be worshipped?

ใครอีกบ้างที่ต้องบูชา?

who else was there, but Him?

ใครอีกที่อยู่ที่นั่นนอกจากพระองค์?
The only one, the Atman
หนึ่งเดียวคืออาตมัน
And where was Atman to be found?
แล้วจะพบอัตมันได้ที่ไหน?
where did He reside?
พระองค์ทรงประทับอยู่ที่ไหน?
where did His eternal heart beat?
หัวใจนิรันดร์ของพระองค์เต้นอยู่ที่ไหน?
where else but in one's own self?
จะมีที่ไหนอีกนอกจากในตัวของตนเอง?
in its innermost indestructible part
ในส่วนลึกสุดที่ไม่อาจทำลายได้
could he be that which everyone had in himself?
เขาจะเป็นอย่างที่ทุกคนมีอยู่ในตัวเองได้ไหม?
But where was this self?
แต่ตัวตนนี้มันอยู่ที่ไหนล่ะ?
where was this innermost part?
ส่วนในสุดนี้มันอยู่ที่ไหน?
where was this ultimate part?
ส่วนสุดท้ายนี้มันอยู่ที่ไหน?
It was not flesh and bone
มันไม่ใช่เนื้อและกระดูก
it was neither thought nor consciousness
มันไม่ใช่ความคิดหรือสติ
this is what the wisest ones taught
นี่คือสิ่งที่คนฉลาดที่สุดสอน
So where was it?

แล้วมันอยู่ที่ไหน?
the self, myself, the Atman
ตัวตน, ตัวตน, อาตมัน
To reach this place, there was another way
เพื่อจะไปถึงที่แห่งนี้ได้ต้องมีอีกทางหนึ่ง
was this other way worth looking for?
วิธีอื่นนี้คุ้มค่าที่จะมองหาหรือไม่?
Alas, nobody showed him this way
เสียดายไม่มีใครแสดงให้เขาเห็นแบบนี้
nobody knew this other way
ไม่มีใครรู้อีกทางหนึ่งนี้
his father did not know it
พ่อของเขาไม่รู้เรื่องนี้
and the teachers and wise men did not know it
ส่วนครูบาอาจารย์และนักปราชญ์ก็ไม่รู้เรื่องนี้
They knew everything, the Brahmans
พวกพราหมณ์ก็รู้ทุกสิ่ง
and their holy books knew everything
และหนังสือศักดิ์สิทธิ์ของพวกเขาก็รู้ทุกสิ่ง
they had taken care of everything
พวกเขาได้ดูแลทุกสิ่งทุกอย่าง
they took care of the creation of the world
พวกเขาดูแลการสร้างโลก
they described origin of speech, food, inhaling, exhaling
พวกเขาบรรยายถึงที่มาของคำพูด อาหาร การหายใจเข้า การหายใจออก
they described the arrangement of the senses

พวกเขาบรรยายการจัดเรียงของประสาทสัมผัส

they described the acts of the gods

พวกเขาบรรยายถึงการกระทำของเทพเจ้า

their books knew infinitely much

หนังสือของพวกเขารู้มากมายอย่างไม่สิ้นสุด

but was it valuable to know all of this?

แต่การได้รู้เรื่องทั้งหมดนี้มันมีค่าหรือเปล่า?

was there not only one thing to be known?

มีสิ่งเดียวที่ต้องรู้ไม่ใช่หรือ?

was there still not the most important thing to know?

ยังคงมีสิ่งสำคัญที่สุดที่ต้องรู้อีกหรือ?

many verses of the holy books spoke of this innermost, ultimate thing

คัมภีร์ศักดิ์สิทธิ์หลายบทกล่าวถึงสิ่งที่อยู่ภายในสุดนี้

it was spoken of particularly in the Upanishades of Samaveda

มีการกล่าวถึงโดยเฉพาะในอุปนิษัทสามเวท

they were wonderful verses

มันเป็นบทกวีที่ยอดเยี่ยม

"Your soul is the whole world", this was written there

"จิตวิญญาณของคุณคือทั้งโลก" ข้อความนี้เขียนไว้ที่นั่น

and it was written that man in deep sleep would meet with his innermost part

และมีเขียนไว้ว่ามนุษย์เมื่อหลับสนิทจะพบกับส่วนลึกที่สุดของตน

and he would reside in the Atman

และจะได้ประทับอยู่ในอาตมัน

Marvellous wisdom was in these verses

ปัญญาอันมหัศจรรย์อยู่ในบทกลอนเหล่านี้

all knowledge of the wisest ones had been collected here in magic words

ความรู้ทั้งหมดของผู้ที่ฉลาดที่สุดได้รับการรวบรวมไว้ที่นี่ในคำวิเศษ

it was as pure as honey collected by bees

มันบริสุทธิ์เหมือนน้ำผึ้งที่เก็บมาจากผึ้ง

No, the verses were not to be looked down upon

ไม่ใช่ว่าบทเหล่านั้นไม่ควรถูกดูหมิ่นดูแคลน

they contained tremendous amounts of enlightenment

พวกเขาประกอบด้วยความรู้แจ้งจำนวนมหาศาล

they contained wisdom which lay collected and preserved

พวกเขามีภูมิปัญญาที่รวบรวมและเก็บรักษาไว้

wisdom collected by innumerable generations of wise Brahmans

ปัญญาที่รวบรวมจากพราหมณ์ผู้ฉลาดหลายชั่วรุ่น

But where were the Brahmans?

แต่พวกพราหมณ์อยู่ที่ไหน?

where were the priests?

แล้วพระสงฆ์อยู่ไหน?

where the wise men or penitents?

แล้วพวกนักปราชญ์หรือพวกคนสำนึกผิดอยู่ที่ไหน?

where were those that had succeeded?

แล้วคนที่ประสบความสำเร็จอยู่ที่ไหน?

where were those who knew more than deepest of all knowledge?

บรรดาผู้รู้มากกว่าความรู้ที่ลึกล้ำที่สุดอยู่ที่ไหน?

where were those that also lived out the enlightened wisdom?

ผู้ที่ดำเนินชีวิตด้วยปัญญาอันสว่างไสวก็อยู่ที่ไหน?

Where was the knowledgeable one who brought Atman out of his sleep?

ผู้มีความรู้ที่นำอัตมันออกจากการหลับไหลอยู่ที่ไหน?

who had brought this knowledge into the day?

ใครเป็นผู้นำความรู้นี้มาสู่วันนี้?

who had taken this knowledge into their life?

ใครบ้างที่ได้นำความรู้นี้มาใช้ในชีวิต?

who carried this knowledge with every step they took?

ใครเล่าจะพกพาความรู้นี้ติดตัวไปทุกย่างก้าว?

who had married their words with their deeds?

ที่ได้ผูกโยงคำพูดกับการกระทำของตนไว้ด้วยกัน?

Siddhartha knew many venerable Brahmans

พระสิทธัตถะทรงรู้จักพระพรหมที่มีเกียรติหลายองค์

his father, the pure one

พ่อของเขาผู้บริสุทธิ์

the scholar, the most venerable one

นักปราชญ์ผู้เป็นที่เคารพยิ่งที่สุด

His father was worthy of admiration

พ่อของเขามีคุณธรรมน่าชื่นชม

quiet and noble were his manners

เขามีกิริยามารยาทที่สงบเงียบและสง่างาม

pure was his life, wise were his words

ชีวิตของพระองค์บริสุทธิ์ คำพูดของพระองค์ฉลาด

delicate and noble thoughts lived behind his brow

ความคิดอันละเอียดอ่อนและสูงส่งอยู่เบื้องหลังคิ้วของเขา

but even though he knew so much, did he live in blissfulness?

แต่ถึงแม้เขาจะรู้มากเพียงไรเขาก็ยังคงดำเนินชีวิตอย่างมีความสุขใช่หรือไม่?
despite all his knowledge, did he have peace?
แม้ว่าเขาจะมีความรู้มากมาย แต่เขาจะมีสันติสุขบ้างไหม?
was he not also just a searching man?
เขาไม่เพียงแต่เป็นชายผู้ค้นหาเท่านั้นใช่ไหม?
was he still not a thirsty man?
เขาไม่กระหายน้ำอีกหรือ?
Did he not have to drink from holy sources again and again?
เขาไม่ต้องดื่มน้ำจากแหล่งศักดิ์สิทธิ์ซ้ำแล้วซ้ำเล่าหรือ?
did he not drink from the offerings?
พระองค์มิได้ทรงดื่มน้ำจากเครื่องบูชาหรือ?
did he not drink from the books?
เขาไม่ได้ดื่มน้ำจากหนังสือเหรอ?
did he not drink from the disputes of the Brahmans?
พระองค์มิได้ทรงดื่มน้ำจากการทะเลาะวิวาทของพวกพราหมณ์หรือ?
Why did he have to wash off sins every day?
ทำไมเขาต้องล้างบาปทุกวัน?
must he strive for a cleansing every day?
เขาจะต้องพยายามชำระล้างร่างกายทุกวันใช่หรือไม่?
over and over again, every day
ซ้ำแล้วซ้ำเล่าทุกวัน
Was Atman not in him?
อัตมันไม่อยู่ในตัวเขาหรือ?
did not the pristine source spring from his heart?
แหล่งอันบริสุทธิ์มิได้เกิดจากจิตใจของเขาหรือ?

the pristine source had to be found in one's own self
แหล่งที่มาอันบริสุทธิ์ต้องพบในตนเอง
the pristine source had to be possessed!
แหล่งอันบริสุทธิ์ต้องถูกครอบครอง!
doing anything else else was searching
ทำอย่างอื่นอีกก็คือการค้นหา
taking any other pass is a detour
การผ่านช่องทางอื่นเป็นทางอ้อม
going any other way leads to getting lost
การไปทางอื่นอาจนำไปสู่การหลงทาง
These were Siddhartha's thoughts
เหล่านี้เป็นความคิดของพระสิทธัตถะ
this was his thirst, and this was his suffering
นี่คือความกระหายของเขา และนี่คือความทุกข์ของเขา
Often he spoke to himself from a Chandogya-Upanishad:
พระองค์มักจะตรัสกับตนเองจากพระอุปนิษัทว่า:
"Truly, the name of the Brahman is Satyam"
"แท้จริงชื่อของพราหมณ์นั้นคือสัตยัม"
"he who knows such a thing, will enter the heavenly world every day"
"ผู้ใดรู้เรื่องนี้ก็จะเข้าสวรรค์โลกทุกวัน"
Often the heavenly world seemed near
บ่อยครั้ง โลกสวรรค์ก็ดูเหมือนใกล้เข้ามา
but he had never reached the heavenly world completely
แต่เขาไม่เคยเข้าถึงสวรรค์โลกโดยสมบูรณ์
he had never quenched the ultimate thirst
เขาไม่เคยดับความกระหายสูงสุดได้เลย
And among all the wise and wisest men, none had reached it

และในบรรดาคนฉลาดและคนฉลาดที่สุดไม่มีใครบรรลุถึงมัน
he received instructions from them
เขาได้รับคำสั่งจากพวกเขา
but they hadn't completely reached the heavenly world
แต่ก็ยังไม่สามารถเข้าถึงสวรรค์ชั้นฟ้าได้อย่างสมบูรณ์
they hadn't completely quenched their thirst
พวกเขายังไม่ดับกระหายได้หมดสิ้น
because this thirst is an eternal thirst
เพราะความกระหายนี้เป็นความกระหายที่นิรันดร์

"Govinda" Siddhartha spoke to his friend
"โกวินดา" สิทธัตถะ พูดคุยกับเพื่อนของเขา
"Govinda, my dear, come with me under the Banyan tree"
"โกวินดาที่รัก มาใต้ต้นไทรกับฉันเถอะ"
"let's practise meditation"
"มาฝึกสมาธิกันเถอะ"
They went to the Banyan tree
พวกเขาไปที่ต้นไทร
under the Banyan tree they sat down
พวกเขานั่งลงใต้ต้นไทร
Siddhartha was right here
พระสิทธัตถะทรงอยู่ ณ ที่นี้
Govinda was twenty paces away
โกวินดาอยู่ห่างออกไปประมาณยี่สิบก้าว
Siddhartha seated himself and he repeated murmuring the verse
พระสิทธัตถะทรงนั่งลงแล้วทรงพึมพำพระคาถานี้ซ้ำ
Om is the bow, the arrow is the soul

โอมคือคันธนู ลูกศรคือจิตวิญญาณ
The Brahman is the arrow's target
พราหมณ์คือเป้าหมายของลูกศร
the target that one should incessantly hit
เป้าหมายที่ควรตีให้โดนอย่างต่อเนื่อง
the usual time of the exercise in meditation had passed
เวลาปกติของการปฏิบัติธรรมก็ผ่านไปแล้ว
Govinda got up, the evening had come
โควินดาตื่นแล้ว ตอนเย็นมาถึงแล้ว
it was time to perform the evening's ablution
ก็ถึงเวลาที่จะทำการชำระล้างร่างกายในตอนเย็นแล้ว
He called Siddhartha's name, but Siddhartha did not answer
เขาเรียกพระนามของพระพุทธเจ้า แต่พระพุทธเจ้าไม่ทรงตอบรับ
Siddhartha sat there, lost in thought
พระสิทธัตถะทรงนั่งอยู่ที่นั่น โดยจมอยู่กับความคิด
his eyes were rigidly focused towards a very distant target
ดวงตาของเขาจ้องไปที่เป้าหมายที่อยู่ไกลออกไปอย่างมุ่งมั่น
the tip of his tongue was protruding a little between the teeth
ปลายลิ้นของเขายื่นออกมาเล็กน้อยระหว่างฟัน
he seemed not to breathe
เขาดูเหมือนจะไม่หายใจ
Thus sat he, wrapped up in contemplation
พระองค์ทรงนั่งด้วยสมาธิอยู่เช่นนั้น
he was deep in thought of the Om
เขาคิดลึกซึ้งถึงโอม
his soul sent after the Brahman like an arrow
วิญญาณของเขาถูกส่งไปหาพราหมณ์เหมือนลูกศร

Once, Samanas had travelled through Siddhartha's town
ครั้งหนึ่ง สมณะได้เดินทางผ่านเมืองของเจ้าชายสิทธัตถะ

they were ascetics on a pilgrimage
พวกเขาเป็นนักบวชที่เดินทางมาแสวงบุญ

three skinny, withered men, neither old nor young
ชายผอมแห้งสามคน ไม่แก่และไม่หนุ่ม

dusty and bloody were their shoulders
ไหล่ของพวกเขาเต็มไปด้วยฝุ่นและเลือด

almost naked, scorched by the sun, surrounded by loneliness
เกือบเปลือย ถูกแดดแผดเผา รายล้อมไปด้วยความเหงา

strangers and enemies to the world
คนแปลกหน้าและศัตรูของโลก

strangers and jackals in the realm of humans
คนแปลกหน้าและหมาจิ้งจอกในอาณาจักรของมนุษย์

Behind them blew a hot scent of quiet passion
ด้านหลังพวกเขาได้กลิ่นความรักอันอบอุ่นอันเงียบสงบ

a scent of destructive service
กลิ่นของการบริการที่ทำลายล้าง

a scent of merciless self-denial
กลิ่นของการปฏิเสธตนเองอย่างไม่ปรานี

the evening had come
เมื่อเย็นก็มาถึงแล้ว

after the hour of contemplation, Siddhartha spoke to Govinda
หลังจากได้นั่งสมาธิอยู่หนึ่งชั่วโมงแล้ว
พระสิทธัตถะได้ตรัสกับพระโควินทะ

"Early tomorrow morning, my friend, Siddhartha will go to the Samanas"

"พรุ่งนี้เช้าเพื่อนของฉัน พระสิทธัตถะจะเสด็จไปยังสมณะ"

"He will become a Samana"

"เขาจะกลายเป็นสามเณร"

Govinda turned pale when he heard these words

โควินดาหน้าซีดเมื่อได้ยินคำพูดเหล่านี้

and he read the decision in the motionless face of his friend

และเขาอ่านคำตัดสินจากใบหน้านิ่งๆ ของเพื่อนเขา

the determination was unstoppable, like the arrow shot from the bow

ความมุ่งมั่นไม่หยุดยั้งเหมือนลูกศรที่พุ่งออกจากคันธนู

Govinda realized at first glance; now it is beginning

โควินดาเริ่มตระหนักได้ตั้งแต่แรกเห็น ตอนนี้มันเริ่มแล้ว

now Siddhartha is taking his own way

ขณะนี้พระสิทธัตถะทรงดำเนินตามทางของพระองค์เอง

now his fate is beginning to sprout

ตอนนี้ชะตากรรมของเขาเริ่มจะชัดเจนแล้ว

and because of Siddhartha, Govinda's fate is sprouting too

และเพราะพระสิทธัตถะ

ชะตากรรมของพระ โควินดาจึงเริ่มเบ่งบานเช่นกัน

he turned pale like a dry banana-skin

เขาหน้าซีดเหมือนเปลือกกล้วยแห้ง

"Oh Siddhartha," he exclaimed

"โอ้ พระสิทธัตถะ" พระองค์อุทาน

"will your father permit you to do that?"

"พ่อของคุณจะอนุญาตให้คุณทำแบบนั้นไหม?"

Siddhartha looked over as if he was just waking up

พระสิทธัตถะมองดูราวกับว่าพระองค์เพิ่งตื่นนอน

like an Arrow he read Govinda's soul

เขาอ่านวิญญาณของโควินดาเหมือนลูกศร
he could read the fear and the submission in him
เขาสามารถอ่านความหวาดกลัวและการยอมจำนนในตัวเขาได้
"Oh Govinda," he spoke quietly, "let's not waste words"
"โอ้ โกวินดา" เขาพูดเบาๆ "อย่าเสียคำพูดเลย"
"Tomorrow at daybreak I will begin the life of the Samanas"
"พรุ่งนี้รุ่งสาง เราจะเริ่มต้นชีวิตแห่งสมณะ"
"let us speak no more of it"
"อย่าพูดถึงเรื่องนี้อีกต่อไป"

Siddhartha entered the chamber where his father was sitting
พระสิทธัตถะเสด็จเข้าไปในห้องที่พระราชบิดาประทับอยู่
his father was was on a mat of bast
พ่อของเขาอยู่บนเสื่อกก
Siddhartha stepped behind his father
พระสิทธัตถะเสด็จไปข้างหลังบิดา
and he remained standing behind him
และเขายังคงยืนอยู่ข้างหลังเขา
he stood until his father felt that someone was standing behind him
เขายืนอยู่จนพ่อของเขารู้สึกว่ามีคนยืนอยู่ข้างหลังเขา
Spoke the Brahman: "Is that you, Siddhartha?"
พระพราหมณ์ตรัสว่า "นั่นพระองค์ใช่ไหม พระสิทธัตถะ"
"Then say what you came to say"
"แล้วคุณมาพูดอะไรก็พูดมา"
Spoke Siddhartha: "With your permission, my father"

พระสิทธัตถะตรัสว่า "ด้วยความอนุญาตจากท่านคุณพ่อของข้าพเจ้า"

"I came to tell you that it is my longing to leave your house tomorrow"

"ฉันมาบอกคุณว่าฉันอยากออกจากบ้านคุณพรุ่งนี้"

"I wish to go to the ascetics"

"ข้าพเจ้าปรารถนาจะไปเข้าเฝ้าพระนักพรต"

"My desire is to become a Samana"

"ความปรารถนาของฉันคือการได้เป็นสามเณร"

"May my father not oppose this"

"ขอพ่ออย่าได้ขัดข้องเรื่องนี้"

The Brahman fell silent, and he remained so for long

พราหมณ์ก็เงียบไปและอยู่เช่นนั้นเป็นเวลานาน

the stars in the small window wandered

ดวงดาวในหน้าต่างเล็ก ๆ ล่องลอยไป

and they changed their relative positions

และพวกเขาก็เปลี่ยนตำแหน่งสัมพันธ์กัน

Silent and motionless stood the son with his arms folded

ลูกชายยืนกอดอกนิ่งเงียบ

silent and motionless sat the father on the mat

พ่อนั่งเงียบๆอยู่บนเสื่อ

and the stars traced their paths in the sky

และดวงดาวก็เดินตามเส้นทางของมันไปบนท้องฟ้า

Then spoke the father

แล้วพ่อก็พูดว่า

"it is not proper for a Brahman to speak harsh and angry words"

"การที่พราหมณ์จะพูดจาหยาบและโกรธนั้นไม่สมควร"

"But indignation is in my heart"
"แต่ความขุ่นเคืองนั้นอยู่ในใจฉัน"
"I wish not to hear this request for a second time"
"ฉันไม่อยากได้ยินคำขอร้องนี้เป็นครั้งที่สอง"
Slowly, the Brahman rose
พราหมณ์ก็ค่อยๆ ลุกขึ้น
Siddhartha stood silently, his arms folded
พระสิทธัตถะทรงยืนเงียบ ๆ โดยพับพระหัตถ์
"What are you waiting for?" asked the father
"คุณรออะไรอยู่" พ่อถาม
Spoke Siddhartha, "You know what I'm waiting for"
พระสิทธัตถะตรัสว่า "ท่านรู้ไหมว่าข้าพเจ้ากำลังรออะไรอยู่"
Indignant, the father left the chamber
พ่อโกรธจึงออกจากห้องไป
indignant, he went to his bed and lay down
เขาโกรธจึงไปนอนลงที่เตียง
an hour passed, but no sleep had come over his eyes
หนึ่งชั่วโมงผ่านไป แต่ดวงตาของเขายังคงไม่หลับเลย
the Brahman stood up and he paced to and fro
พราหมณ์ก็ยืนขึ้นเดินไปเดินมา
and he left the house in the night
และเขาออกจากบ้านในตอนกลางคืน
Through the small window of the chamber he looked back inside
ผ่านหน้าต่างบานเล็กของห้องเขามองกลับเข้าไปข้างใน
and there he saw Siddhartha standing
และที่นั่นพระองค์ได้เห็นพระสิทธัตถะทรงยืนอยู่
his arms were folded and he had not moved from his spot

แขนของเขาพับไว้และเขาไม่ได้ขยับออกจากจุดเดิม

Pale shimmered his bright robe

เสื้อคลุมสีซีดของเขามีประกายแวววาว

With anxiety in his heart, the father returned to his bed

พ่อมีความวิตกกังวลในใจจึงกลับไปนอนที่เตียง

another sleepless hour passed

ชั่วโมงแห่งความนอนไม่หลับผ่านไปอีกชั่วโมงหนึ่ง

since no sleep had come over his eyes, the Brahman stood up again

เมื่อตาของเขาไม่หลับแล้ว พราหมณ์ก็ลุกขึ้นยืนอีกครั้ง

he paced to and fro, and he walked out of the house

เขาเดินไปเดินมาและเดินออกจากบ้าน

and he saw that the moon had risen

และเขามองเห็นพระจันทร์ขึ้นแล้ว

Through the window of the chamber he looked back inside

ผ่านหน้าต่างห้องเขามองกลับเข้าไปข้างใน

there stood Siddhartha, unmoved from his spot

พระสิทธัตถะทรงยืนอยู่ไม่ทรงขยับจากที่

his arms were folded, as they had been

แขนของเขาพับไว้เหมือนอย่างเคย

moonlight was reflecting from his bare shins

แสงจันทร์สะท้อนจากแข้งเปล่าของเขา

With worry in his heart, the father went back to bed

พ่อมีความกังวลใจจึงกลับไปนอน

he came back after an hour

เขากลับมาอีกครั้งหลังจากหนึ่งชั่วโมง

and he came back again after two hours

และเขากลับมาอีกครั้งหลังจากสองชั่วโมง

he looked through the small window
เขามองผ่านหน้าต่างเล็ก ๆ
he saw Siddhartha standing in the moon light
เขามองเห็นพระสิทธัตถะยืนอยู่ท่ามกลางแสงจันทร์
he stood by the light of the stars in the darkness
เขายืนอยู่ข้างแสงดาวในความมืด
And he came back hour after hour
และเขาก็กลับมาอีกครั้งชั่วโมงแล้วชั่วโมงเล่า
silently, he looked into the chamber
เขามองเข้าไปในห้องอย่างเงียบ ๆ
he saw him standing in the same place
เขาเห็นเขายืนอยู่ที่เดียวกัน
it filled his heart with anger
มันทำให้หัวใจของเขาเต็มไปด้วยความโกรธ
it filled his heart with unrest
มันทำให้หัวใจของเขาเต็มไปด้วยความไม่สงบ
it filled his heart with anguish
มันทำให้หัวใจของเขาเต็มไปด้วยความทุกข์ทรมาน
it filled his heart with sadness
มันทำให้หัวใจของเขาเต็มไปด้วยความเศร้า
the night's last hour had come
ชั่วโมงสุดท้ายของคืนนี้มาถึงแล้ว
his father returned and stepped into the room
พ่อของเขากลับมาและก้าวเข้ามาในห้อง
he saw the young man standing there
เขาเห็นชายหนุ่มยืนอยู่ตรงนั้น
he seemed tall and like a stranger to him
เขาดูสูงและดูเหมือนคนแปลกหน้าสำหรับเขา

"Siddhartha," he spoke, "what are you waiting for?"

พระองค์ตรัสว่า "สิทธัตถะ พระองค์ยังรออะไรอยู่?"

"You know what I'm waiting for"

"คุณรู้ว่าฉันรออะไรอยู่"

"Will you always stand that way and wait?

"คุณจะยืนรออย่างนั้นตลอดไปหรือเปล่า?

"I will always stand and wait"

"ฉันจะยืนรอเสมอ"

"will you wait until it becomes morning, noon, and evening?"

"จะรอจนเช้า เที่ยง เย็น เลยไหม?"

"I will wait until it become morning, noon, and evening"

"ฉันจะรอจนกว่าจะถึงเช้า เที่ยง เย็น"

"You will become tired, Siddhartha"

"เจ้าจะเหนื่อยนะสิทธัตถะ"

"I will become tired"

"ฉันจะเหนื่อย"

"You will fall asleep, Siddhartha"

"เจ้าจะหลับไปนะสิทธัตถะ"

"I will not fall asleep"

"ฉันจะไม่หลับ"

"You will die, Siddhartha"

"เจ้าจะต้องตายนะ พระสิทธัตถะ"

"I will die," answered Siddhartha

"ฉันจะตาย" พระสิทธัตถะตอบ

"And would you rather die, than obey your father?"

"แล้วคุณอยากตายมากกว่าจะเชื่อฟังพ่อของคุณใช่ไหม"

"Siddhartha has always obeyed his father"

"พระสิทธัตถะทรงเชื่อฟังพระบิดาเสมอมา"
"So will you abandon your plan?"
"แล้วคุณจะละทิ้งแผนของคุณหรือเปล่า?"
"Siddhartha will do what his father will tell him to do"
"สิทธัตถะจะทำตามที่พ่อของเขาบอกให้ทำ"

The first light of day shone into the room
แสงแรกของวันสาดส่องเข้ามาในห้อง

The Brahman saw that Siddhartha knees were softly trembling
พราหมณ์ทรงเห็นว่าเข่าของเจ้าชายสิทธัตถะสั่นเล็กน้อย

In Siddhartha's face he saw no trembling
พระพักตร์ของพระพุทธเจ้าไม่ทรงเห็นความสั่นสะท้าน

his eyes were fixed on a distant spot
ดวงตาของเขาจ้องไปที่จุดไกลๆ

This was when his father realized
นี่คือตอนที่พ่อของเขาตระหนักได้ว่า

even now Siddhartha no longer dwelt with him in his home
แม้ในเวลานี้

พระสิทธัตถะก็ไม่ได้ประทับอยู่ในบ้านของพระองค์อีกต่อไป

he saw that he had already left him
เขาเห็นว่าเขาได้ทิ้งเขาไปแล้ว

The Father touched Siddhartha's shoulder
พระบิดาทรงแตะไหล่ของพระสิทธัตถะ

"You will," he spoke, "go into the forest and be a Samana"
"เจ้าจะเข้าไปในป่าและเป็นสามเณร" พระองค์ตรัส

"When you find blissfulness in the forest, come back"
"เมื่อพบความสุขในป่าก็กลับมา"

"come back and teach me to be blissful"

"กลับมาสอนฉันให้มีความสุขเถอะ"

"If you find disappointment, then return"

"ถ้าผิดหวังก็กลับมา"

"return and let us make offerings to the gods together, again"

"กลับมาเถิด เราจะร่วมกันถวายเครื่องบูชาแด่เทพเจ้าอีกครั้ง"

"Go now and kiss your mother"

"ไปจูบแม่ของคุณเดี๋ยวนี้"

"tell her where you are going"

"บอกเธอว่าคุณกำลังจะไปไหน"

"But for me it is time to go to the river"

"แต่สำหรับฉันมันถึงเวลาที่จะไปที่แม่น้ำแล้ว"

"it is my time to perform the first ablution"

"ถึงเวลาที่ข้าพเจ้าจะทำพิธีชำระล้างร่างกายครั้งแรกแล้ว"

He took his hand from the shoulder of his son, and went outside

เขาเอามือออกจากไหล่ลูกชายแล้วเดินออกไปข้างนอก

Siddhartha wavered to the side as he tried to walk

พระสิทธัตถะทรงลังเลใจขณะพยายามเดิน

He put his limbs back under control and bowed to his father

เขาปรับแขนขาของตนให้กลับมาอยู่ในการควบคุมและโค้งคำนับต่อพ่อของเขา

he went to his mother to do as his father had said

เขาไปหาแม่เพื่อทำตามที่พ่อบอก

As he slowly left on stiff legs a shadow rose near the last hut

ขณะที่เขาก้าวออกไปอย่างช้าๆ ด้วยขาแข็งๆ ก็มีเงาปรากฏขึ้นใกล้กระท่อมสุดท้าย

who had crouched there, and joined the pilgrim?

ที่ได้หมอบอยู่ ณ ที่นั้น และได้ร่วมไปกับผู้แสวงบุญ?

"Govinda, you have come" said Siddhartha and smiled

"โควินดา ท่านมาแล้ว" พระสิทธัตถะกล่าวและยิ้ม

"I have come," said Govinda

"ฉันมาแล้ว" โควินดากล่าว

With the Samanas
กับสมณะ

In the evening of this day they caught up with the ascetics
เย็นวันนี้ได้ไปพบกับนักพรต
the ascetics; the skinny Samanas
พวกนักพรต พวกสามเณรผอมแห้ง
they offered them their companionship and obedience
พวกเขาเสนอความเป็นเพื่อนและการเชื่อฟังให้แก่พวกเขา
Their companionship and obedience were accepted
ความเป็นเพื่อนและการเชื่อฟังของพวกเขาได้รับการยอมรับ
Siddhartha gave his garments to a poor Brahman in the street
พระสิทธัตถะทรงมอบเสื้อผ้าของพระองค์แก่พราหมณ์ผู้ยากจนคนหนึ่งที่อยู่บนถนน
He wore nothing more than a loincloth and earth-coloured, unsown cloak
เขาสวมเพียงผ้าเตี่ยวและเสื้อคลุมสีดินที่ไม่ได้ตัดเย็บ
He ate only once a day, and never anything cooked
เขาทานเพียงวันละครั้งเท่านั้น และไม่เคยทานอาหารปรุงสุกเลย
He fasted for fifteen days, he fasted for twenty-eight days
พระองค์ทรงถือศีลอดสิบห้าวัน
พระองค์ทรงถือศีลอดยี่สิบแปดวัน
The flesh waned from his thighs and cheeks
เนื้อบริเวณต้นขาและแก้มก็ลดลง
Feverish dreams flickered from his enlarged eyes
ความฝันอันร้อนรุ่มผุดขึ้นมาในดวงตาที่โตของเขา
long nails grew slowly on his parched fingers

เล็บยาวขึ้นช้าๆ บนนิ้วมือที่แห้งผากของเขา
and a dry, shaggy beard grew on his chin
และมีเคราแห้งและรุงรังขึ้นที่คางของเขา
His glance turned to ice when he encountered women
แววตาของเขาเปลี่ยนเป็นน้ำแข็งเมื่อเขาพบกับผู้หญิง
he walked through a city of nicely dressed people
เขาเดินผ่านเมืองที่มีผู้คนแต่งตัวดี
his mouth twitched with contempt for them
ปากของเขากระตุกด้วยความดูถูกต่อพวกเขา
He saw merchants trading and princes hunting
เขาเห็นพ่อค้าทำการค้าขายและเจ้าชายล่าสัตว์
he saw mourners wailing for their dead
เขาเห็นคนไว้อาลัยคร่ำครวญถึงผู้ตาย
and he saw whores offering themselves
และเขาเห็นโสเภณีเสนอตัว
physicians trying to help the sick
แพทย์พยายามช่วยเหลือคนป่วย
priests determining the most suitable day for seeding
พระสงฆ์กำหนดวันที่เหมาะสมที่สุดในการหว่านเมล็ดพันธุ์
lovers loving and mothers nursing their children
คนรักที่รักและแม่ที่เลี้ยงลูก
and all of this was not worthy of one look from his eyes
และทั้งหมดนี้ไม่สมควรที่จะถูกมองด้วยตาของเขาเลย
it all lied, it all stank, it all stank of lies
มันเป็นเรื่องโกหกทั้งหมด มันเหม็นทั้งหมด
มันเหม็นเพราะคำโกหกทั้งหมด
it all pretended to be meaningful and joyful and beautiful

ทุกสิ่งทุกอย่างล้วนแสร้งทำเป็นว่ามีความหมายและสนุกสนานและสวยงาม

and it all was just concealed putrefaction
และทั้งหมดนั้นก็เป็นเพียงความเน่าเปื่อยที่ปกปิดไว้เท่านั้น
the world tasted bitter; life was torture
โลกมีรสขม ชีวิตก็ทรมาน

A single goal stood before Siddhartha
ประตูเดียวอยู่ตรงหน้าพระสิทธัตถะ
his goal was to become empty
เป้าหมายของเขาคือการกลายเป็นคนว่างเปล่า
his goal was to be empty of thirst
เป้าหมายของเขาคือการปราศจากความกระหาย
empty of wishing and empty of dreams
ว่างเปล่าจากความปรารถนาและว่างเปล่าจากความฝัน
empty of joy and sorrow
ว่างเปล่าจากความสุขและความเศร้าโศก
his goal was to be dead to himself
เป้าหมายของเขาคือการตายเพื่อตัวเอง
his goal was not to be a self any more
เป้าหมายของเขาไม่ใช่การเป็นตัวของตัวเองอีกต่อไป
his goal was to find tranquillity with an emptied heart
เป้าหมายของเขาคือการค้นหาความสงบด้วยหัวใจที่ว่างเปล่า
his goal was to be open to miracles in unselfish thoughts
เป้าหมายของเขาคือการเปิดรับปาฏิหาริย์ในความคิดที่ไม่เห็นแก่ตัว

to achieve this was his goal

การบรรลุเป้าหมายของเขาคือการบรรลุเป้าหมายนี้
when all of his self was overcome and had died
เมื่อจิตใจของเขาถูกครอบงำจนตายไปแล้ว
when every desire and every urge was silent in the heart
เมื่อความปรารถนาและแรงกระตุ้นทุกอย่างเงียบสงบอยู่ในหัวใจ
then the ultimate part of him had to awake
แล้วส่วนสุดท้ายของเขาก็ต้องตื่นขึ้น
the innermost of his being, which is no longer his self
ส่วนลึกสุดของความเป็นพระองค์ซึ่งมิใช่ตัวตนของพระองค์อีกต่อไป
this was the great secret
นี่เป็นความลับอันยิ่งใหญ่

Silently, Siddhartha exposed himself to the burning rays of the sun
พระสิทธัตถะทรงเปิดเผยพระองค์ต่อแสงอันร้อนแรงของดวงอาทิตย์อย่างเงียบๆ
he was glowing with pain and he was glowing with thirst
เขาเรืองรองไปด้วยความเจ็บปวด
และเขาก็เรืองรองด้วยความกระหาย
and he stood there until he neither felt pain nor thirst
และเขาก็ยืนอยู่ตรงนั้นจนไม่รู้สึกเจ็บและไม่กระหายน้ำอีกต่อไป
Silently, he stood there in the rainy season
เขายืนนิ่งเงียบอยู่ตรงนั้นในฤดูฝน
from his hair the water was dripping over freezing shoulders
น้ำจากผมของเขาหยดลงมาท่วมไหล่ที่หนาวเหน็บ

the water was dripping over his freezing hips and legs
น้ำกำลังหยดลงมาบนสะโพกและขาที่เย็นเฉียบของเขา
and the penitent stood there
และคนสำนึกผิดก็ยืนอยู่ที่นั่น
he stood there until he could not feel the cold any more
เขายืนอยู่ตรงนั้นจนกระทั่งเขาไม่รู้สึกถึงความหนาวเย็นอีกต่อไป
he stood there until his body was silent
เขายืนอยู่ตรงนั้นจนกระทั่งร่างกายของเขาเงียบลง
he stood there until his body was quiet
เขายืนอยู่ตรงนั้นจนกระทั่งร่างกายของเขาสงบลง
Silently, he cowered in the thorny bushes
เขาขดตัวเงียบ ๆ อยู่ในพุ่มไม้หนาม
blood dripped from the burning skin
เลือดหยดลงมาจากผิวหนังที่ไหม้เกรียม
blood dripped from festering wounds
เลือดหยดจากบาดแผลที่เน่าเปื่อย
and Siddhartha stayed rigid and motionless
และพระสิทธัตถะทรงยืนนิ่งไม่เคลื่อนไหว
he stood until no blood flowed any more
เขายืนอยู่จนกระทั่งเลือดไม่ไหลอีกต่อไป
he stood until nothing stung any more
เขายืนอยู่จนกระทั่งไม่มีอะไรเจ็บอีกต่อไป
he stood until nothing burned any more
เขายืนอยู่จนกระทั่งไม่มีอะไรไหม้อีกต่อไป
Siddhartha sat upright and learned to breathe sparingly
พระสิทธัตถะทรงนั่งตัวตรงและทรงเรียนรู้ที่จะหายใจอย่างประหยัด
he learned to get along with few breaths

เขาเรียนรู้ที่จะอยู่ร่วมกันด้วยลมหายใจเพียงไม่กี่ครั้ง

he learned to stop breathing

เขาเรียนรู้ที่จะหยุดหายใจ

He learned, beginning with the breath, to calm the beating of his heart

เขาเรียนรู้โดยเริ่มจากการหายใจเพื่อสงบการเต้นของหัวใจ

he learned to reduce the beats of his heart

เขาเรียนรู้ที่จะลดจังหวะการเต้นของหัวใจ

he meditated until his heartbeats were only a few

เขาทำสมาธิจนหัวใจเต้นเพียงไม่กี่ครั้ง

and then his heartbeats were almost none

แล้วจังหวะการเต้นของหัวใจเขาก็แทบจะไม่มีเลย

Instructed by the oldest of the Samanas, Siddhartha practised self-denial

พระสิทธัตถะทรงฝึกฝนการสละตนตามคำสอนของสามเณรองค์เ

ก่าแก่ที่สุด

he practised meditation, according to the new Samana rules

ท่านได้ปฏิบัติธรรมตามกฎสมณะใหม่

A heron flew over the bamboo forest

นกกระสาบินผ่านป่าไผ่

Siddhartha accepted the heron into his soul

พระสิทธัตถะทรงรับนกกระสาไว้ในวิญญาณของพระองค์

he flew over forest and mountains

เขาบินข้ามป่าและภูเขา

he was a heron, he ate fish

เขาเป็นนกกระสา เขากินปลา

he felt the pangs of a heron's hunger

เขาสัมผัสได้ถึงความหิวโหยของนกกระสา

he spoke the heron's croak
เขาพูดจาเหมือนนกกระสา
he died a heron's death
เขาตายแบบนกกระสา
A dead jackal was lying on the sandy bank
หมาจิ้งจอกตายตัวหนึ่งนอนอยู่บนฝั่งทราย
Siddhartha's soul slipped inside the body of the dead jackal
ดวงวิญญาณของพระพุทธเจ้าหล่นลงไปในร่างของสุนัขจิ้งจอกที่ตายแล้ว
he was the dead jackal laying on the banks and bloated
เขาเป็นหมาจิ้งจอกตายที่นอนอยู่บนฝั่งและบวมเป่ง
he stank and decayed and was dismembered by hyenas
มันเหม็นเน่าและถูกไฮยีน่าชำแหละเป็นชิ้นๆ
he was skinned by vultures and turned into a skeleton
เขาถูกแร้งถลกหนังจนกลายเป็นโครงกระดูก
he was turned to dust and blown across the fields
เขาถูกพัดจนกลายเป็นผงและพัดข้ามทุ่งนา
And Siddhartha's soul returned
และวิญญาณของพระสิทธัตถะก็กลับคืนมา
it had died, decayed, and was scattered as dust
มันได้ตายสลายสลายไปและกระจัดกระจายไปเหมือนฝุ่น
it had tasted the gloomy intoxication of the cycle
มันได้ลิ้มรสความมึนเมาอันมืดมนของวัฏจักร
it awaited with a new thirst, like a hunter in the gap
มันรอคอยด้วยความกระหายใหม่
เหมือนกับพรานล่าสัตว์ในช่องว่าง
in the gap where he could escape from the cycle

ในช่องว่างที่เขาสามารถหลีกหนีจากวัฏจักรได้
in the gap where an eternity without suffering began
ในช่องว่างที่ความเป็นนิรันดร์ที่ปราศจากความทุกข์เริ่มต้น
he killed his senses and his memory
เขาฆ่าประสาทสัมผัสและความทรงจำของเขา
he slipped out of his self into thousands of other forms
เขาหลุดออกจากตัวตนของเขาไปสู่อีกรูปแบบหนึ่งนับพัน
he was an animal, a carrion, a stone
เขาเป็นสัตว์ เป็นซากสัตว์ เป็นหิน
he was wood and water
เขาเป็นไม้และน้ำ
and he awoke every time to find his old self again
และเขาตื่นขึ้นมาทุกครั้งเพื่อพบว่าตัวเองเป็นเหมือนเดิมอีกครั้ง
whether sun or moon, he was his self again
ไม่ว่าดวงอาทิตย์หรือดวงจันทร์ เขาก็ยังเป็นตัวของตัวเองอีกครั้ง
he turned round in the cycle
เขาหันกลับมาในรอบ
he felt thirst, overcame the thirst, felt new thirst
เขารู้สึกกระหายน้ำ เอาชนะความกระหายน้ำได้
และรู้สึกกระหายน้ำใหม่

Siddhartha learned a lot when he was with the Samanas
พระสิทธัตถะได้เรียนรู้มากมายเมื่อพระองค์อยู่กับสามเณร
he learned many ways leading away from the self
เขาเรียนรู้วิธีการมากมายในการหลีกหนีจากตัวตน
he learned how to let go
เขาเรียนรู้ที่จะปล่อยวาง

He went the way of self-denial by means of pain
ท่านได้ดำเนินไปตามทางแห่งการสละตนโดยอาศัยความเจ็บปวด
he learned self-denial through voluntarily suffering and overcoming pain
เขาเรียนรู้การเสียสละตนเองผ่านการทนทุกข์และเอาชนะความเจ็บปวดโดยสมัครใจ
he overcame hunger, thirst, and tiredness
พระองค์ทรงเอาชนะความหิว ความกระหาย และความเหน็ดเหนื่อยได้
He went the way of self-denial by means of meditation
ท่านได้ดำเนินไปตามทางแห่งการสละตนด้วยการทำสมาธิ
he went the way of self-denial through imagining the mind to be void of all conceptions
เขาดำเนินไปตามทางแห่งการสละตนเอง โดยจินตนาการว่าจิตใจว่างเปล่าจากแนวคิดใดๆ
with these and other ways he learned to let go
ด้วยวิธีเหล่านี้และวิธีอื่น ๆ เขาเรียนรู้ที่จะปล่อยวาง
a thousand times he left his self
เขาละทิ้งตนเองเป็นพันครั้ง
for hours and days he remained in the non-self
เขาได้อยู่ในสภาวะไม่มีตัวตนอยู่เป็นชั่วโมงเป็นวัน
all these ways led away from the self
ทางทั้งหลายเหล่านี้พาให้หลงไปจากตัวตน
but their path always led back to the self
แต่เส้นทางของพวกเขาจะกลับนำกลับมาสู่ตัวตนเสมอ
Siddhartha fled from the self a thousand times
พระสิทธัตถะทรงหนีจากตัวตนเป็นพันครั้ง
but the return to the self was inevitable

แต่การกลับคืนสู่ตัวตนเป็นสิ่งที่หลีกเลี่ยงไม่ได้
although he stayed in nothingness, coming back was inevitable
แม้ว่าเขาจะอยู่ในความว่างเปล่า
แต่การกลับมาเป็นสิ่งที่หลีกเลี่ยงไม่ได้
although he stayed in animals and stones, coming back was inevitable
แม้ว่าเขาจะอยู่ในสัตว์และก้อนหิน
แต่การกลับมาเป็นสิ่งที่หลีกเลี่ยงไม่ได้
he found himself in the sunshine or in the moonlight again
เขาพบว่าตัวเองอยู่ท่ามกลางแสงแดดหรือแสงจันทร์อีกครั้ง
he found himself in the shade or in the rain again
เขาพบว่าตัวเองอยู่ในที่ร่มหรืออยู่ในสายฝนอีกครั้ง
and he was once again his self; Siddhartha
และพระองค์ก็ทรงกลับเป็นพระองค์เองอีกครั้งหนึ่ง คือ พระสิทธัตถะ
and again he felt the agony of the cycle which had been forced upon him
และเขากลับรู้สึกถึงความทุกข์ทรมานจากวัฏจักรที่ถูกบังคับให้เกิดขึ้นอีกครั้ง

by his side lived Govinda, his shadow
ข้างกายเขาอาศัยอยู่ที่โควินดาซึ่งเป็นเงาของเขา
Govinda walked the same path and undertook the same efforts
โควินดาเดินตามเส้นทางเดียวกันและดำเนินการตามความพยายามเดียวกัน

they spoke to one another no more than the exercises required
พวกเขาพูดคุยกันเพียงเท่าที่จำเป็นเท่านั้น

occasionally the two of them went through the villages
บางครั้งก็ไปตามหมู่บ้านทั้งสอง

they went to beg for food for themselves and their teachers
พวกเขาไปขออาหารให้ตนเองและครูของตน

"How do you think we have progressed, Govinda" he asked
"คุณคิดว่าเราก้าวหน้าไปอย่างไรบ้าง โกวินดา" เขาถาม

"Did we reach any goals?" Govinda answered
"เราบรรลุเป้าหมายอะไรไหม" โกวินดาตอบ

"We have learned, and we'll continue learning"
"เราได้เรียนรู้แล้ว และเราจะเรียนรู้ต่อไป"

"You'll be a great Samana, Siddhartha"
"เจ้าจะเป็นสมณะผู้ยิ่งใหญ่ สิทธัตถะ"

"Quickly, you've learned every exercise"
"คุณเรียนรู้การออกกำลังกายทุกอย่างได้อย่างรวดเร็ว"

"often, the old Samanas have admired you"
"บ่อยครั้งที่พวกสมณะผู้เฒ่าต่างชื่นชมคุณ"

"One day, you'll be a holy man, oh Siddhartha"
"สักวันหนึ่งเจ้าจะเป็นผู้ศักดิ์สิทธิ์ โอ้ พระสิทธัตถะ"

Spoke Siddhartha, "I can't help but feel that it is not like this, my friend"
พระสิทธัตถะตรัสว่า "ข้าพเจ้ารู้สึกไม่ได้ว่ามัน ไม่ใช่อย่างนี้เลย เพื่อนเอ๋ย"

"What I've learned being among the Samanas could have been learned more quickly"

"สิ่งที่ฉันได้เรียนรู้จากการอยู่ท่ามกลางเหล่าสามเณรนั้นสามารถเรียนรู้ได้รวดเร็วยิ่งขึ้น"
"it could have been learned by simpler means"
"มันสามารถเรียนรู้ได้ด้วยวิธีการที่ง่ายกว่านี้"
"it could have been learned in any tavern"
"มันสามารถเรียนรู้ได้ในโรงเตี๊ยมไหนก็ได้"
"it could have been learned where the whorehouses are"
"มันน่าจะรู้แล้วว่าซ่องอยู่ที่ไหน"
"I could have learned it among carters and gamblers"
"ฉันคงได้เรียนรู้เรื่องนี้จากคนขับรถบรรทุกและนักพนัน"
Spoke Govinda, "Siddhartha is joking with me"
พระโควินดาตรัสว่า "สิทธัตถะกำลังล้อเล่นกับฉัน"
"How could you have learned meditation among wretched people?"
"ท่านไปเรียนรู้การทำสมาธิท่ามกลางผู้คนที่น่าสงสารได้อย่างไร?"
"how could whores have taught you about holding your breath?"
"โสเภณีจะสอนคุณให้กลั้นหายใจได้ยังไง?"
"how could gamblers have taught you insensitivity against pain?"
"นักพนันสอนให้คุณไม่รู้สึกต่อความเจ็บปวดได้อย่างไร?"
Siddhartha spoke quietly, as if he was talking to himself
พระสิทธัตถะทรงตรัสเสียงเบาเหมือนทรงตรัสกับพระองค์เอง
"What is meditation?"
"การทำสมาธิคืออะไร?"
"What is leaving one's body?"
"อะไรกำลังออกจากร่างกาย?"

"What is fasting?"
การถือศีลอดคืออะไร?
"What is holding one's breath?"
การกลั้นหายใจคืออะไร?
"It is fleeing from the self"
"มันคือการหลบหนีจากตัวตน"
"it is a short escape of the agony of being a self"
"มันเป็นการหลีกหนีจากความทุกข์ทรมานของการเป็นตัวตนเพียงชั่วระยะเวลาสั้นๆ"
"it is a short numbing of the senses against the pain"
"เป็นการทำให้ความรู้สึกชาชั่วครู่เพื่อต่อต้านความเจ็บปวด"
"it is avoiding the pointlessness of life"
"มันคือการหลีกเลี่ยงความไร้จุดหมายของชีวิต"
"The same numbing is what the driver of an ox-cart finds in the inn"
"ความชาแบบเดียวกันนี้เป็นสิ่งที่คนขับเกวียนวัวพบในโรงเตี๊ยม"
"drinking a few bowls of rice-wine or fermented coconut-milk"
"ดื่มไวน์ข้าวหรือกะทิหมักสักสองสามถ้วย"
"Then he won't feel his self anymore"
"แล้วเขาจะไม่รู้จักตัวตนของเขาอีกต่อไป"
"then he won't feel the pains of life anymore"
"แล้วเขาจะไม่ต้องรู้สึกเจ็บปวดในชีวิตอีกต่อไป"
"then he finds a short numbing of the senses"
"แล้วเขาก็พบว่าประสาทสัมผัสของเขาเริ่มชาไปชั่วขณะ"
"When he falls asleep over his bowl of rice-wine, he'll find the same what we find"

"เมื่อเขาเผลอหลับไปขณะดื่มไวน์ข้าว
เขาก็พบสิ่งเดียวกับที่เราพบ"
"he finds what we find when we escape our bodies through long exercises"
"เขาพบสิ่งที่เราพบเมื่อเราหลีกหนีจากร่างกายของเราด้วยการออกกำลังกายเป็นเวลานาน"
"all of us are staying in the non-self"
"เราทุกคนต่างอยู่ในสิ่งที่ไม่ใช่ตัวตน"
"This is how it is, oh Govinda"
"มันเป็นอย่างนี้นี่เอง โอ้ โกวินดา"
Spoke Govinda, "You say so, oh friend"
โกวินดาพูดว่า "คุณพูดถูกนะเพื่อน"
"and yet you know that Siddhartha is no driver of an ox-cart"
"แต่ท่านก็รู้ว่าพระสิทธัตถะมิใช่เป็นผู้ขับรถเกวียน"
"and you know a Samana is no drunkard"
"และคุณก็รู้ว่าสมณะไม่ใช่คนขี้เมา"
"it's true that a drinker numbs his senses"
"เป็นเรื่องจริงที่คนดื่มเหล้าจะทำให้ประสาทสัมผัสของเขาชา"
"it's true that he briefly escapes and rests"
"จริงอยู่ที่เขาหนีมาพักได้สักพักหนึ่ง"
"but he'll return from the delusion and finds everything to be unchanged"
"แต่เขาจะกลับจากความหลงผิดนั้นและพบว่าทุกสิ่งไม่เปลี่ยนแปลง"
"he has not become wiser"
"เขาไม่ได้ฉลาดขึ้น"
"he has gathered any enlightenment"

"ท่านได้รวบรวมความรู้แจ้งไว้แล้ว"
"he has not risen several steps"
"เขามิได้ก้าวขึ้นหลายขั้น"
And Siddhartha spoke with a smile
แล้วพระสิทธัตถะก็พูดด้วยรอยยิ้ม
"I do not know, I've never been a drunkard"
"ผมไม่รู้ ผมไม่เคยเป็นคนขี้เมา"
"I know that I find only a short numbing of the senses"
"ฉันรู้ว่าฉันรู้สึกว่าประสาทสัมผัสของฉันชาไปชั่วขณะหนึ่งเท่านั้น"
"I find it in my exercises and meditations"
"ฉันพบมันในแบบฝึกหัดและการทำสมาธิของฉัน"
"and I find I am just as far removed from wisdom as a child in the mother's womb"
"และฉันพบว่าฉันห่างไกลจากภูมิปัญญาเหมือนกับเด็กที่อยู่ในครรภ์มารดา"
"this I know, oh Govinda"
"ฉันรู้แล้ว โอ้ โกวินดา"

And once again, another time, Siddhartha began to speak
และอีกครั้งหนึ่ง พระสิทธัตถะก็เริ่มตรัสอีกครั้ง
Siddhartha had left the forest, together with Govinda
พระสิทธัตถะเสด็จออกจากป่าพร้อมกับพระโควินทะ
they left to beg for some food in the village
พวกเขาออกไปขออาหารในหมู่บ้าน
he said, "What now, oh Govinda?"
เขากล่าวว่า "แล้วตอนนี้จะเป็นอย่างไรต่อไป โอ พระโควินดา?"

"are we on the right path?"
"เราอยู่บนเส้นทางที่ถูกต้องหรือเปล่า?"
"are we getting closer to enlightenment?"
"เราใกล้บรรลุธรรมมากขึ้นหรือยัง?"
"are we getting closer to salvation?"
"เราใกล้ความรอดมากขึ้นหรือเปล่า?"
"Or do we perhaps live in a circle?"
"หรือบางทีเราอาจจะใช้ชีวิตอยู่ในวงกลม?"
"we, who have thought we were escaping the cycle"
"พวกเราที่คิดว่าตัวเองกำลังหนีจากวัฏจักรนี้"
Spoke Govinda, "We have learned a lot"
โกวินดา กล่าวว่า "เราได้เรียนรู้มากมาย"
"Siddhartha, there is still much to learn"
"พระพุทธเจ้ายังต้องเรียนรู้อีกมาก"
"We are not going around in circles"
"เราไม่ได้วนเวียนกันไปมา"
"we are moving up; the circle is a spiral"
"เรากำลังก้าวขึ้นไป วงกลมเป็นเกลียว"
"we have already ascended many levels"
"เราได้ก้าวขึ้นไปหลายระดับแล้ว"
Siddhartha answered, "How old would you think our oldest Samana is?"
พระสิทธัตถะตรัสตอบว่า
"พระองค์คิดว่าพระสมณะผู้เฒ่าของเราอายุเท่าไร?"
"how old is our venerable teacher?"
"ท่านอาจารย์ของเรามีอายุเท่าไรแล้ว?"
Spoke Govinda, "Our oldest one might be about sixty years of age"

โกวินดาพูดว่า "ลูกคนโตของเราน่าจะอายุประมาณหกสิบปี"
Spoke Siddhartha, "He has lived for sixty years"
พระสิทธัตถะตรัสว่า "พระองค์มีชีวิตอยู่มา ๖๐ ปีแล้ว"
"and yet he has not reached the nirvana"
"แต่ก็ยังไม่บรรลุพระนิพพาน"
"He'll turn seventy and eighty"
"เขาจะอายุเจ็ดสิบแปดสิบแล้ว"
"you and me, we will grow just as old as him"
"คุณและฉันจะแก่เท่ากับเขา"
"and we will do our exercises"
"แล้วเราจะทำแบบฝึกหัดของเรา"
"and we will fast, and we will meditate"
"แล้วเราจะถือศีลอด และจะนั่งสมาธิ"
"But we will not reach the nirvana"
"แต่เราจะไปไม่ถึงพระนิพพาน"
"he won't reach nirvana and we won't"
"เขาจะไม่บรรลุนิพพาน และเราก็จะไม่บรรลุ"
"there are uncountable Samanas out there"
"มีสมณะมากมายนับไม่ถ้วนอยู่ที่นั่น"
"perhaps not a single one will reach the nirvana"
"บางทีอาจไม่มีใครเข้าถึงพระนิพพานได้"
"We find comfort, we find numbness, we learn feats"
"เราพบความสบายใจ เราพบความเฉยเมย เราเรียนรู้ความสำเร็จ"
"we learn these things to deceive others"
"เราเรียนรู้สิ่งเหล่านี้เพื่อหลอกลวงผู้อื่น"
"But the most important thing, the path of paths, we will not find"
"แต่สิ่งที่สำคัญที่สุดคือเส้นทางแห่งเส้นทาง เราจะไม่พบมัน"

Spoke Govinda "If you only wouldn't speak such terrible words, Siddhartha!"

พระโควินดาตรัสว่า "หากท่านไม่พูดคำเลวร้ายเช่นนั้น

พระพุทธเจ้า!"

"there are so many learned men"

"มีผู้มีการศึกษาจำนวนมากมาย"

"how could not one of them not find the path of paths?"

"เหตุใดจึงไม่มีใครในหมู่พวกเขาที่ไม่พบเส้นทางแห่งเส้นทางเหล่

านั้นได้?"

"how can so many Brahmans not find it?"

"ทำไมพราหมณ์มากมายจึงไม่พบมัน?"

"how can so many austere and venerable Samanas not find it?"

"ทำไมพระสมณะผู้เคร่งครัดในธรรมะและมีธรรมะมากมากมายจึ

งไม่พบสิ่งนี้?"

"how can all those who are searching not find it?"

"ทำไมผู้ที่กำลังค้นหาจึงไม่พบ?"

"how can the holy men not find it?"

"แล้วพวกผู้ศักดิ์สิทธิ์จะไม่พบได้อย่างไร?"

But Siddhartha spoke with as much sadness as mockery

แต่พระสิทธัตถะทรงตรัสด้วยความเศร้าโศกและเยาะเย้ย

he spoke with a quiet, a slightly sad, a slightly mocking voice

เขาพูดด้วยน้ำเสียงที่เงียบ เศร้าเล็กน้อย และเยาะเย้ยเล็กน้อย

"Soon, Govinda, your friend will leave the path of the Samanas"

"อีกไม่นาน โควินดา

เพื่อนของเจ้าจะออกจากเส้นทางแห่งสมณะแล้ว"

"he has walked along your side for so long"
"เขาเดินเคียงข้างคุณมายาวนานมาก"
"I'm suffering of thirst"
"ฉันกำลังหิวน้ำ"
"on this long path of a Samana, my thirst has remained as strong as ever"
"บนเส้นทางอันยาวไกลแห่งสมณะนี้ ความกระหายของฉันยังคงแรงกล้าเช่นเคย"
"I always thirsted for knowledge"
"ฉันกระหายความรู้เสมอ"
"I have always been full of questions"
"ผมมีคำถามมากมายตลอดเวลา"
"I have asked the Brahmans, year after year"
"ข้าพเจ้าได้ถามพราหมณ์มาแล้วเป็นปีแล้วปีเล่า"
"and I have asked the holy Vedas, year after year"
"และข้าพเจ้าได้ทูลถามพระเวทปีแล้วปีเล่า"
"and I have asked the devoted Samanas, year after year"
"และข้าพเจ้าได้ถามสมณะผู้ศรัทธาเป็นปีแล้วปีเล่า"
"perhaps I could have learned it from the hornbill bird"
"บางทีฉันอาจเรียนรู้เรื่องนี้จากนกเงือกก็ได้"
"perhaps I should have asked the chimpanzee"
"บางทีฉันน่าจะถามชิมแปนซี"
"It took me a long time"
"ฉันใช้เวลานานมาก"
"and I am not finished learning this yet"
"และฉันยังเรียนเรื่องนี้ไม่จบ"
"oh Govinda, I have learned that there is nothing to be learned!"

"โอ้ โกวินดา ฉันได้เรียนรู้แล้วว่าไม่มีอะไรที่ต้องเรียนรู้!"
"There is indeed no such thing as learning"
"ไม่มีสิ่งที่เรียกว่าการเรียนรู้จริงๆ"
"There is just one knowledge"
"ความรู้มีเพียงหนึ่งเดียว"
"this knowledge is everywhere, this is Atman"
"ความรู้นี้มีอยู่ทุกหนทุกแห่ง นี่คืออาตมัน"
"this knowledge is within me and within you"
"ความรู้ดังกล่าวมีอยู่ในตัวฉันและในตัวคุณ"
"and this knowledge is within every creature"
"และความรู้นี้อยู่ในทุกสรรพสิ่ง"
"this knowledge has no worse enemy than the desire to know it"
"ความรู้นี้ไม่มีศัตรูที่เลวร้ายไปกว่าความปรารถนาที่จะรู้มัน"
"that is what I believe"
"นั่นคือสิ่งที่ฉันเชื่อ"
At this, Govinda stopped on the path
เมื่อได้ยินเช่นนี้ พระโควินดาก็หยุดอยู่ริมทาง
he rose his hands, and spoke
เขาชูมือขึ้นแล้วพูด
"If only you would not bother your friend with this kind of talk"
"ถ้าคุณไม่รบกวนเพื่อนของคุณด้วยการพูดจาแบบนี้ก็คงดี"
"Truly, your words stir up fear in my heart"
"คำพูดของคุณทำให้เกิดความกลัวในใจฉันจริงๆ"
"consider, what would become of the sanctity of prayer?"
"ลองคิดดูว่าความศักดิ์สิทธิ์ของการสวดมนต์จะเป็นเช่นไร?"
"what would become of the venerability of the Brahmans' caste?"

"ความศักดิ์สิทธิ์ของวรรณะพราหมณ์จะเป็นเช่นไร?"
"what would happen to the holiness of the Samanas?
"แล้วความบริสุทธิ์ของสมณะจะเกิดขึ้นได้อย่างไร?
"What would then become of all of that is holy"
"แล้วทั้งหมดนั้นจะเป็นเช่นไรก็เป็นเรื่องศักดิ์สิทธิ์"
"what would still be precious?"
"อะไรจะยังมีค่าอีก?"
And Govinda mumbled a verse from an Upanishad to himself
แล้วพระโควินดาก็พึมพำบทหนึ่งจากอุปนิษัทกับตัวเอง
"He who ponderingly, of a purified spirit, loses himself in the meditation of Atman"
"ผู้ใดใคร่ครวญด้วยจิตใจที่บริสุทธิ์แล้ว
ย่อมปล่อยตัวปล่อยใจไปกับอาตมันสมาธิ"
"inexpressible by words is the blissfulness of his heart"
"ความสุขในหัวใจของเขาไม่อาจบรรยายเป็นคำพูดได้"
But Siddhartha remained silent
แต่พระสิทธัตถะยังคงนิ่งเงียบ
He thought about the words which Govinda had said to him
เขาคิดถึงถ้อยคำที่พระโควินดาได้พูดกับเขา
and he thought the words through to their end
และเขาคิดคำพูดเหล่านั้นจนเสร็จ
he thought about what would remain of all that which seemed holy
เขาคิดถึงสิ่งที่ยังเหลืออยู่จากสิ่งที่ดูเหมือนศักดิ์สิทธิ์ทั้งหมด
What remains? What can stand the test?
สิ่งที่ยังเหลืออยู่ อะไรที่สามารถทนต่อการทดสอบได้?
And he shook his head

แล้วเขาก็ส่ายหัว

the two young men had lived among the Samanas for about three years

ชายหนุ่มทั้งสองคนอาศัยอยู่ท่ามกลางชาวซามานาเป็นเวลาประมาณสามปี

some news, a rumour, a myth reached them

บางข่าว บางข่าวลือ บางตำนานก็มาถึงพวกเขา

the rumour had been retold many times

ข่าวลือนี้ถูกเล่าต่อกันมาหลายครั้งแล้ว

A man had appeared, Gotama by name

มีชายคนหนึ่งปรากฏกายขึ้น ชื่อพระโคตม

the exalted one, the Buddha

พระผู้สูงส่ง พระพุทธเจ้า

he had overcome the suffering of the world in himself

เขาได้เอาชนะความทุกข์ของโลกด้วยตัวของเขาเอง

and he had halted the cycle of rebirths

และพระองค์ได้ทรงหยุดวัฏจักรแห่งการเกิดใหม่

He was said to wander through the land, teaching

ว่ากันว่าพระองค์ได้เสด็จไปทรงสอนสั่งทั่วแผ่นดิน

he was said to be surrounded by disciples

ว่ากันว่ามีศิษย์อยู่รายล้อมอยู่

he was said to be without possession, home, or wife

เขาว่ากันว่าไม่มีทรัพย์สิน บ้าน หรือภรรยา

he was said to be in just the yellow cloak of an ascetic

เขาว่ากันว่าเป็นเพียงเสื้อคลุมสีเหลืองของนักพรต

but he was with a cheerful brow

แต่เขามีคิ้วที่ร่าเริง
and he was said to be a man of bliss
และเขาว่ากันว่าเป็นชายผู้เปี่ยมสุข
Brahmans and princes bowed down before him
พวกพราหมณ์และพวกเจ้าชายก็พากันกราบลงต่อพระองค์
and they became his students
และพวกเขาก็กลายมาเป็นลูกศิษย์ของเขา
This myth, this rumour, this legend resounded
ตำนานนี้ ข่าวลือนี้ ตำนานนี้ ดังก้องไปทั่ว
its fragrance rose up, here and there, in the towns
กลิ่นหอมฟุ้งขึ้นประปรายตามเมืองต่างๆ
the Brahmans spoke of this legend
พวกพราหมณ์กล่าวถึงตำนานนี้
and in the forest, the Samanas spoke of it
และในป่าพวกสามเณรก็พูดถึงเรื่องนี้
again and again, the name of Gotama the Buddha reached the ears of the young men
พระนามของพระพุทธเจ้าโคตมก็เข้าถึงหูชายหนุ่มครั้งแล้วครั้งเล่า
there was good and bad talk of Gotama
มีเรื่องทั้งดีและไม่ดีเกี่ยวกับพระโคตมพุทธเจ้า
some praised Gotama, others defamed him
บ้างก็สรรเสริญพระโคดม บ้างก็ด่าว่าพระโคดม
It was as if the plague had broken out in a country
เหมือนกับว่าโรคระบาดได้เกิดขึ้นในประเทศหนึ่ง
news had been spreading around that in one or another place there was a man
มีข่าวลือแพร่สะพัดไปทั่วว่ามีชายคนหนึ่งอยู่ในที่แห่งหนึ่งหรืออีกแห่งหนึ่ง

a wise man, a knowledgeable one
คนฉลาด คนมีความรู้
a man whose word and breath was enough to heal everyone
ชายคนหนึ่งที่คำพูดและลมหายใจของเขาสามารถรักษาคนทุกคนได้

his presence could heal anyone who had been infected with the pestilence
การมีอยู่ของเขาสามารถรักษาใครก็ตามที่ติดเชื้อโรคระบาดได้
such news went through the land, and everyone would talk about it
ข่าวเช่นนี้แพร่สะพัดไปทั่วแผ่นดินและทุกคนต่างพูดถึง
many believed the rumours, many doubted them
หลายคนเชื่อข่าวลือ หลายคนสงสัย
but many got on their way as soon as possible
แต่หลายคนก็ออกเดินทางโดยเร็วที่สุด
they went to seek the wise man, the helper
พวกเขาจึงไปหาผู้มีปัญญาเป็นผู้ช่วยเหลือ
the wise man of the family of Sakya
นักปราชญ์แห่งตระกูลศากยะ
He possessed, so the believers said, the highest enlightenment
ท่านเป็นผู้มีปัญญาสูงสุดอย่างที่ผู้ศรัทธากล่าว
he remembered his previous lives; he had reached the nirvana
ท่านได้ระลึกถึงชาติก่อนของท่านได้บรรลุพระนิพพานแล้ว
and he never returned into the cycle
และเขาไม่เคยกลับเข้าสู่วัฏจักรอีกเลย
he was never again submerged in the murky river of physical forms

เขาไม่เคยจมอยู่ในสายน้ำอันขุ่นมัวแห่งรูปกายอีกต่อไป

Many wonderful and unbelievable things were reported of him

มีรายงานเรื่องมหัศจรรย์และไม่น่าเชื่อมากมายเกี่ยวกับเขา

he had performed miracles

เขาได้ทำสิ่งอัศจรรย์

he had overcome the devil

เขาได้เอาชนะปีศาจได้

he had spoken to the gods

เขาได้พูดคุยกับเทพเจ้า

But his enemies and disbelievers said Gotama was a vain seducer

แต่ศัตรูและพวกนอกรีตของพระองค์กล่าวว่าพระโคดมเป็นผู้ล่อลวงที่ไร้สาระ

they said he spent his days in luxury

พวกเขาบอกว่าเขาใช้ชีวิตอย่างหรูหรา

they said he scorned the offerings

พวกเขากล่าวว่าพระองค์ทรงดูหมิ่นเครื่องบูชา

they said he was without learning

พวกเขาบอกว่าเขาไม่เรียนรู้

they said he knew neither meditative exercises nor self-castigation

พวกเขาบอกว่าเขาไม่รู้จักทั้งการทำสมาธิและการตำหนิตนเอง

The myth of Buddha sounded sweet

ตำนานพระพุทธเจ้าฟังดูไพเราะ

The scent of magic flowed from these reports

กลิ่นของเวทมนตร์ไหลออกมาจากรายงานเหล่านี้

After all, the world was sick, and life was hard to bear

ในที่สุดโลกก็ป่วยและชีวิตก็ยากจะทน
and behold, here a source of relief seemed to spring forth
และดูเถิด แหล่งบรรเทาทุกข์ดูเหมือนจะเกิดขึ้นที่นี่
here a messenger seemed to call out
ที่นี่มีผู้ส่งสารดูเหมือนจะเรียกออกมา
comforting, mild, full of noble promises
ให้ความสบายใจ อ่อนโยน เต็มไปด้วยคำสัญญาอันสูงส่ง
Everywhere where the rumour of Buddha was heard, the young men listened up
ทุกหนทุกแห่งที่ได้ยินข่าวลือเรื่องพระพุทธเจ้า ชายหนุ่มก็รับฟัง
everywhere in the lands of India they felt a longing
ทั่วทุกแห่งในดินแดนของอินเดียพวกเขารู้สึกโหยหา
everywhere where the people searched, they felt hope
ทุกที่ที่ผู้คนค้นหาพวกเขารู้สึกมีความหวัง
every pilgrim and stranger was welcome when he brought news of him
ผู้แสวงบุญและคนแปลกหน้าทุกคนต่างได้รับการต้อนรับเมื่อเขาแจ้งข่าวเกี่ยวกับเขา
the exalted one, the Sakyamuni
พระผู้สูงส่งคือพระศากยมุนี
The myth had also reached the Samanas in the forest
ตำนานดังกล่าวได้ไปถึงหมู่บ้านซามานะในป่าแล้ว
and Siddhartha and Govinda heard the myth too
และพระสิทธัตถะและพระโควินทะก็ได้ยินเรื่องนั้นด้วย
slowly, drop by drop, they heard the myth
ช้าๆ หยดแล้วหยดเล่า พวกเขาก็ได้ยินตำนาน
every drop was laden with hope
ทุกหยดเต็มไปด้วยความหวัง

every drop was laden with doubt
ทุกหยดเต็มไปด้วยความสงสัย
They rarely talked about it
พวกเขาแทบจะไม่พูดถึงเรื่องนี้เลย
because the oldest one of the Samanas did not like this myth
เพราะผู้อาวุโสที่สุดของสามเณรไม่ชอบตำนานนี้
he had heard that this alleged Buddha used to be an ascetic
ท่านได้ยินมาว่าพระพุทธเจ้าองค์นี้เคยเป็นพระนักพรต
he heard he had lived in the forest
เขาได้ยินมาว่าเขาเคยอาศัยอยู่ในป่า
but he had turned back to luxury and worldly pleasures
แต่เขากลับหันกลับไปหาความหรูหราและความสุขทางโลก
and he had no high opinion of this Gotama
และพระองค์ก็มิได้ทรงมีพระทัยเมตตาต่อพระโคดมนี้เลย

"Oh Siddhartha," Govinda spoke one day to his friend
"โอ้ สิทธัตถะ" โควินดาพูดกับเพื่อนของเขาในวันหนึ่ง
"Today, I was in the village"
"วันนี้ผมอยู่ในหมู่บ้าน"
"and a Brahman invited me into his house"
"และมีพราหมณ์คนหนึ่งเชิญฉันเข้าไปในบ้านของเขา"
"and in his house, there was the son of a Brahman from Magadha"
"และในบ้านของเขามีบุตรของพราหมณ์จากแคว้นมคธอยู่"
"he has seen the Buddha with his own eyes"
"เขาได้เห็นพระพุทธเจ้าด้วยตาของตนเอง"
"and he has heard him teach"
"และเขาได้ยินเขาสอน"

"Verily, this made my chest ache when I breathed"

“แท้จริงสิ่งนี้ทำให้ข้าพเจ้าหายใจเข้าก็เจ็บหน้าอก”

"and I thought this to myself:"

"และฉันก็คิดกับตัวเองว่า:"

"if only we heard the teachings from the mouth of this perfected man!"

"ถ้าเราได้ยินคำสอนจากปากของคนที่สมบูรณ์คนนี้ก็คงดี!"

"Speak, friend, wouldn't we want to go there too"

“พูดสิเพื่อน เราอยากไปที่นั่นเหมือนกันไม่ใช่เหรอ”

"wouldn't it be good to listen to the teachings from the Buddha's mouth?"

“การฟังคำสอนจากพระโอษฐ์ของพระพุทธเจ้าก็ย่อมดีไม่ใช่หรือ?
”

Spoke Siddhartha, "I had thought you would stay with the Samanas"

พระสิทธัตถะตรัสว่า “ข้าพเจ้านึกว่าท่านจะอยู่กับสามเณร”

"I always had believed your goal was to live to be seventy"

"ฉันเชื่อเสมอมาว่าเป้าหมายของคุณคือการมีอายุถึงเจ็ดสิบ"

"I thought you would keep practising those feats and exercises"

“ฉันคิดว่าคุณจะฝึกฝนความสามารถและการออกกำลังกายเหล่านั้นต่อไป”

"and I thought you would become a Samana"

“แล้วฉันก็คิดว่าคุณจะกลายเป็นสามเณรแล้ว”

"But behold, I had not known Govinda well enough"

“แต่ดูเถิด ข้าพเจ้ายังไม่รู้จักพระโควินดาดีพอ”

"I knew little of his heart"

“ฉันรู้เพียงเล็กน้อยเกี่ยวกับหัวใจของเขา”

"So now you want to take a new path"

“ตอนนี้คุณอยากจะเลือกเส้นทางใหม่ใช่ไหม”

"and you want to go there where the Buddha spreads his teachings”

“แล้วท่านอยากไปที่ที่พระพุทธเจ้าทรงเผยแผ่พระธรรม”

Spoke Govinda, “You're mocking me"

โกวินดาพูดว่า “คุณกำลังล้อเลียนฉัน”

"Mock me if you like, Siddhartha!"

"ล้อเลียนข้าก็ได้นะท่านศาสดา!"

"But have you not also developed a desire to hear these teachings?"

“แต่ท่านก็มิได้เกิดความปรารถนาที่จะได้ยินคำสอนเหล่านี้บ้างหรื

อ?”

"have you not said you would not walk the path of the Samanas for much longer?”

“ท่านไม่ได้บอกหรือว่าท่านจะไม่เดินตามทางแห่งสมณะอีกต่อไป

?”

At this, Siddhartha laughed in his very own manner

เมื่อได้ยินเช่นนั้น พระสิทธัตถะก็หัวเราะตามแบบฉบับของตนเอง

the manner in which his voice assumed a touch of sadness

ลักษณะน้ำเสียงของเขาที่แฝงไปด้วยความเศร้า

but it still had that touch of mockery

แต่ก็ยังมีสัมผัสแห่งความเยาะเย้ยอยู่

Spoke Siddhartha, “Govinda, you've spoken well"

พระสิทธัตถะตรัสว่า “โควินทะ ท่านพูดดีแล้ว”

"you've remembered correctly what I said"

“คุณจำได้ถูกต้องแล้วว่าฉันพูดอะไร”

"If only you remembered the other thing you've heard from me"

"ถ้าคุณจำสิ่งอื่นที่คุณได้ยินจากฉันได้ก็คงดี"

"I have grown distrustful and tired against teachings and learning"

"ข้าพเจ้าได้เกิดความไม่ไว้วางใจและเบื่อหน่ายต่อคำสอนและการเรียนรู้"

"my faith in words, which are brought to us by teachers, is small"

"ศรัทธาของฉันในคำพูดที่ครูบาอาจารย์นำมาให้นั้นน้อย"

"But let's do it, my dear"

"แต่มาทำกันเถอะที่รัก"

"I am willing to listen to these teachings"

"ผมยินดีที่จะรับฟังคำสอนเหล่านี้"

"though in my heart I do not have hope"

"แม้ว่าในใจฉันไม่มีความหวังก็ตาม"

"I believe that we've already tasted the best fruit of these teachings"

"ฉันเชื่อว่าเราได้ลิ้มรสผลที่ดีที่สุดของคำสอนเหล่านี้แล้ว"

Spoke Govinda, "Your willingness delights my heart"

พระโควินดาตรัสว่า "ความเต็มใจของคุณทำให้ใจฉันเบิกบาน"

"But tell me, how should this be possible?"

"แต่บอกฉันหน่อยเถอะว่ามันจะเป็นไปได้อย่างไร"

"How can the Gotama's teachings have already revealed their best fruit to us?"

"แล้วคำสอนของพระโคดมได้แสดงผลดีที่สุดแก่เราแล้วได้อย่างไร"

"we have not heard his words yet"

"เรายังไม่ได้ยินคำพูดของเขาเลย"

Spoke Siddhartha, "Let us eat this fruit"

พระสิทธัตถะตรัสว่า “เรามากินผลไม้เหล่านี้กันเถอะ”

"and let us wait for the rest, oh Govinda!"

"และให้เรารอส่วนที่เหลือก่อนนะ โอ้ โกวินดา!"

"But this fruit consists in him calling us away from the Samanas"

“แต่ผลนี้ก็คือพระองค์ทรงเรียกเราให้ออกไปจากสมณะ”

"and we have already received it thanks to the Gotama!"

"และพวกเราก็ได้รับมันแล้วด้วยพระกรุณาของพระโคดม!"

"Whether he has more, let us await with calm hearts"

“ถ้าเขาจะมีมากกว่านี้ก็รอด้วยใจที่สงบ”

On this very same day Siddhartha spoke to the oldest Samana

ในวันเดียวกันนั้นเอง

พระสิทธัตถะได้สนทนากับสมณะผู้อาวุโสที่สุด

he told him of his decision to leaves the Samanas

เขาเล่าให้เขาฟังถึงการตัดสินใจของเขาที่จะออกจากสมณะ

he informed the oldest one with courtesy and modesty

เขาแจ้งให้ผู้อาวุโสที่สุดทราบด้วยความสุภาพและสุภาพอ่อนน้อม

but the Samana became angry that the two young men wanted to leave him

แต่สมณะโกรธที่ชายหนุ่มทั้งสองต้องการจะทิ้งพระองค์ไป

and he talked loudly and used crude words

และเขาก็พูดเสียงดังและใช้คำหยาบคาย

Govinda was startled and became embarrassed

โกวินดาตกใจและรู้สึกอับอาย

But Siddhartha put his mouth close to Govinda's ear

แต่พระสิทธัตถะเอาพระโอษฐ์ของพระองค์แนบไว้ใกล้หูของโควินดา

"Now, I want to show the old man what I've learned from him"

"ตอนนี้ฉันอยากจะแสดงให้ชายชราเห็นสิ่งที่ฉันได้เรียนรู้จากเขา"

Siddhartha positioned himself closely in front of the Samana

พระสิทธัตถะทรงวางพระองค์เองไว้ใกล้พระที่นั่งสมานะ

with a concentrated soul, he captured the old man's glance

ด้วยจิตวิญญาณที่มุ่งมั่น เขาจึงจับจ้องมองชายชราได้

he deprived him of his power and made him mute

เขาทำให้พระองค์สูญเสียอำนาจและทรงทำให้พระองค์เป็นใบ้

he took away his free will

เขาพรากอิสระเสรีของเขาไป

he subdued him under his own will, and commanded him

พระองค์ทรงปราบเขาให้ยอมตามพระประสงค์ของพระองค์เองและทรงบัญชาให้เขา

his eyes became motionless, and his will was paralysed

ดวงตาของเขาเริ่มไม่เคลื่อนไหว และความตั้งใจของเขาก็เริ่มเป็นอัมพาต

his arms were hanging down without power

แขนของเขาห้อยลงมาโดยไม่มีกำลัง

he had fallen victim to Siddhartha's spell

เขาตกเป็นเหยื่อมนต์สะกดของพระสิทธัตถะ

Siddhartha's thoughts brought the Samana under their control

ความคิดของพระพุทธเจ้าทำให้สามเณรอยู่ภายใต้การควบคุม

he had to carry out what they commanded

เขาต้องปฏิบัติตามคำสั่งของเขา
And thus, the old man made several bows
และด้วยเหตุนี้ชายชราจึงโค้งคำนับหลายครั้ง
he performed gestures of blessing
เขาได้แสดงท่าทีขอพร
he spoke stammeringly a godly wish for a good journey
เขาพูดจาติดขัดเป็นพรอันศักดิ์สิทธิ์ให้เดินทางโดยสวัสดิภาพ
the young men returned the good wishes with thanks
ชายหนุ่มตอบแทนคำอวยพรพร้อมคำขอบคุณ
they went on their way with salutations
พวกเขาเดินต่อไปพร้อมคำทักทาย
On the way, Govinda spoke again
ระหว่างทาง โควินดาก็พูดอีก
"Oh Siddhartha, you have learned more from the Samanas than I knew"
"โอ้ พระสิทธัตถะ
ท่านได้เรียนรู้จากสมณะมากกว่าที่ข้าพเจ้ารู้เสียอีก"
"It is very hard to cast a spell on an old Samana"
"การร่ายมนตร์ใส่ซามาน่าผู้เฒ่าเป็นเรื่องยากยิ่ง"
"Truly, if you had stayed there, you would soon have learned to walk on water"
"แท้จริง ถ้าท่านอยู่ที่นั่น
ท่านคงจะได้เรียนรู้การเดินบนน้ำในไม่ช้านี้"
"I do not seek to walk on water" said Siddhartha
"ข้าพเจ้าไม่ปรารถนาที่จะเดินบนน้ำ" พระสิทธัตถะตรัส
"Let old Samanas be content with such feats!"
"ขอให้สมณะผู้เฒ่าผู้แก่พอใจในความสำเร็จเช่นนี้เถิด!"

Gotama
โคตมะ

In Savathi, every child knew the name of the exalted Buddha
ในเมืองสาวัตถี เด็ก ๆ ทุกคนรู้จักพระนามของพระพุทธเจ้าผู้สูงศักดิ์

every house was prepared for his coming
ทุกบ้านก็เตรียมพร้อมรับการเสด็จมาของพระองค์

each house filled the alms-dishes of Gotama's disciples
แต่ละบ้านก็เต็มไปด้วยบิณฑบาตของสาวกของพระโคดม

Gotama's disciples were the silently begging ones
สาวกของพระโคดมเป็นผู้ขอทานเงียบๆ

Near the town was Gotama's favourite place to stay
ใกล้เมืองมีสถานที่โปรดที่พระโคตมะชอบไปพัก

he stayed in the garden of Jetavana
พระองค์ประทับอยู่ในสวนเชตวัน

the rich merchant Anathapindika had given the garden to Gotama
อนาถบิณฑิกเศรษฐีพ่อค้าได้มอบสวนให้แก่พระโคดม

he had given it to him as a gift
เขาได้มอบมันให้แก่เขาเป็นของขวัญ

he was an obedient worshipper of the exalted one
เขาเป็นผู้นับถือบูชาพระผู้ทรงสูงส่งอย่างเชื่อฟัง

the two young ascetics had received tales and answers
นักพรตหนุ่มทั้งสองได้รับเรื่องเล่าและคำตอบ

all these tales and answers pointed them to Gotama's abode

นิทานและคำตอบทั้งหมดเหล่านี้ชี้ให้พวกเขาไปถึงที่อยู่ของพระโคดม

they arrived in the town of Savathi
พวกเขามาถึงเมืองสาวาทีแล้ว
they went to the very first door of the town
พวกเขาไปถึงประตูแรกของเมืองเลย
and they begged for food at the door
และพวกเขาก็ขออาหารอยู่ที่หน้าประตู
a woman offered them food
ผู้หญิงคนหนึ่งนำอาหารมาให้พวกเขา
and they accepted the food
และพวกเขาก็รับอาหาร
Siddhartha asked the woman
พระสิทธัตถะทรงถามหญิงนั้น
"oh charitable one, where does the Buddha dwell?"
"โอ้ผู้ใจบุญ พระพุทธเจ้าประทับอยู่ที่ไหน?"
"we are two Samanas from the forest"
"พวกเราเป็นสามเณรสองคนจากป่า"
"we have come to see the perfected one"
"เรามาเพื่อเห็นผู้สมบูรณ์แล้ว"
"we have come to hear the teachings from his mouth"
"เรามาเพื่อฟังคำสอนจากพระโอษฐ์ของพระองค์"
Spoke the woman, "you Samanas from the forest"
หญิงคนนั้นพูดว่า "เจ้าสามเณรจากป่า"
"you have truly come to the right place"
"คุณมาถูกที่แล้วจริงๆ"
"you should know, in Jetavana, there is the garden of Anathapindika"

"ท่านทั้งหลายจงรู้ว่าในเชตวันมีสวนของอนาถบิณฑิกเศรษฐี"
"that is where the exalted one dwells"
"ที่นั่นแหละคือที่ซึ่งพระผู้มีพระภาคประทับอยู่"
"there you pilgrims shall spend the night"
"ที่นั่นท่านผู้แสวงบุญจะต้องพักค้างคืน"
"there is enough space for the innumerable, who flock here"
"มีพื้นที่เพียงพอสำหรับคนจำนวนนับไม่ถ้วนที่แห่กันมาที่นี่"
"they too come to hear the teachings from his mouth"
"พวกเขาก็มาฟังคำสอนจากพระโอษฐ์ของพระองค์"
This made Govinda happy, and full of joy
ทำให้พระนางโกวินดาทรงมีความสุขและอิ่มเอิบใจ
he exclaimed, "we have reached our destination"
เขาอุทานว่า "เราถึงจุดหมายแล้ว"
"our path has come to an end!"
"เส้นทางของเรามาถึงจุดสิ้นสุดแล้ว!"
"But tell us, oh mother of the pilgrims"
"แต่จงบอกเราเถิด แม่แห่งผู้แสวงบุญ"
"do you know him, the Buddha?"
"ท่านรู้จักพระองค์พระพุทธเจ้าไหม?"
"have you seen him with your own eyes?"
"คุณเคยเห็นเขาด้วยตาของคุณเองไหม?"
Spoke the woman, "Many times I have seen him, the exalted one"
หญิงนั้นกล่าวว่า "ข้าพเจ้าเคยเห็นท่านผู้สูงศักดิ์มาแล้วหลายครั้ง"
"On many days I have seen him"
"ฉันได้พบเห็นเขามาหลายวันแล้ว"
"I have seen him walking through the alleys in silence"
"ฉันเห็นเขาเดินผ่านตรอกซอกซอยอย่างเงียบ ๆ"

"I have seen him wearing his yellow cloak"
“ฉันเคยเห็นเขาสวมเสื้อคลุมสีเหลืองของเขา”
"I have seen him presenting his alms-dish in silence"
“ข้าพเจ้าได้เห็นท่านนำบิณฑบาตมาถวายโดยไม่ส่งเสียง”
"I have seen him at the doors of the houses"
“ฉันเคยเห็นเขาที่ประตูบ้าน”
"and I have seen him leaving with a filled dish"
“และข้าพเจ้าได้เห็นเขาออกไปพร้อมกับจานที่เต็ม”
Delightedly, Govinda listened to the woman
โกวินดาฟังหญิงสาวด้วยความยินดี
and he wanted to ask and hear much more
และเขาอยากจะถามและฟังมากขึ้นอีก
But Siddhartha urged him to walk on
แต่พระสิทธัตถะทรงเร่งเร้าให้เขาเดินต่อไป
They thanked the woman and left
พวกเขาขอบคุณผู้หญิงคนนั้นแล้วออกไป
they hardly had to ask for directions
พวกเขาแทบไม่ต้องถามทางเลย
many pilgrims and monks were on their way to the Jetavana
มีพระภิกษุและนักแสวงบุญจำนวนมากเดินทางไปพระเชตวัน
they reached it at night, so there were constant arrivals
พวกเขามาถึงที่นี่ในเวลากลางคืน ดังนั้นจึงมีคนมาถึงอยู่ตลอดเวลา
and those who sought shelter got it
และผู้ที่แสวงหาที่พักพิงก็ได้มัน
The two Samanas were accustomed to life in the forest
ทั้งสองสามเณรเคยชินกับชีวิตในป่า
so without making any noise they quickly found a place to stay

พวกเขาก็รีบหาที่พักโดยไม่ส่งเสียงดัง
and they rested there until the morning
และพวกเขาก็พักอยู่ที่นั่นจนรุ่งเช้า

At sunrise, they saw with astonishment the size of the crowd
เมื่อพระอาทิตย์ขึ้น
พวกเขาเห็นฝูงชนจำนวนมากด้วยความประหลาดใจ
a great many number of believers had come
มีผู้ศรัทธามากันเป็นจำนวนมาก
and a great number of curious people had spent the night here
และมีคนอยากรู้อยากเห็นจำนวนมากมาค้างคืนที่นี่
On all paths of the marvellous garden, monks walked in yellow robes
ตามทางเดินในสวนอันแสนวิเศษ พระภิกษุเดินนุ่งห่มผ้าเหลือง
under the trees they sat here and there, in deep contemplation
ใต้ต้นไม้เขาก็นั่งสมาธิอยู่ตรงนี้ตรงนี้
or they were in a conversation about spiritual matters
หรือพวกเขากำลังพูดคุยเรื่องจิตวิญญาณ
the shady gardens looked like a city
สวนร่มรื่นดูเหมือนเมือง
a city full of people, bustling like bees
เมืองที่เต็มไปด้วยผู้คนพลุกพล่านดุจดังผึ้ง
The majority of the monks went out with their alms-dish
พระสงฆ์ส่วนใหญ่ออกไปบิณฑบาต
they went out to collect food for their lunch
พวกเขาออกไปเก็บอาหารมาทำเป็นมื้อเที่ยง

this would be their only meal of the day
นี่คงเป็นมื้อเดียวของพวกเขาในแต่ละวัน

The Buddha himself, the enlightened one, also begged in the mornings
พระพุทธเจ้าเองผู้ตรัสรู้ก็ทรงขอทานในยามเช้าเช่นกัน

Siddhartha saw him, and he instantly recognised him
พระสิทธัตถะเห็นเขาแล้วจำได้ทันที

he recognised him as if a God had pointed him out
เขารู้จักเขาเหมือนกับว่าพระเจ้าทรงชี้ให้เขาเห็น

He saw him, a simple man in a yellow robe
เขามองเห็นเขาเป็นชายธรรมดาคนหนึ่งสวมเสื้อคลุมสีเหลือง

he was bearing the alms-dish in his hand, walking silently
เขาถือบาตรอยู่ในมือเดินไปอย่างเงียบๆ

"Look here!" Siddhartha said quietly to Govinda
"ดูนี่สิ!" พระสิทธัตถะตรัสกับพระโควินดาอย่างเงียบๆ

"This one is the Buddha"
"นี่คือพระพุทธเจ้า"

Attentively, Govinda looked at the monk in the yellow robe
พระโควินดาจ้องมองพระภิกษุที่สวมจีวรสีเหลืองอย่างตั้งใจ

this monk seemed to be in no way different from any of the others
พระภิกษุรูปนี้ดูไม่ต่างจากพระภิกษุรูปอื่นๆ เลย

but soon, Govinda also realized that this is the one
แต่ในไม่ช้า โควินดาก็ตระหนักได้ว่านี่คือหนึ่ง

And they followed him and observed him
แล้วพวกเขาก็ติดตามพระองค์ไปและสังเกตดูพระองค์

The Buddha went on his way, modestly and deep in his thoughts
พระพุทธเจ้าเสด็จไปอย่างสงบนิ่งและทรงดำริอย่างลึกซึ้ง

his calm face was neither happy nor sad
ใบหน้าอันสงบนิ่งของเขาไม่ได้มีความสุขหรือเศร้าเลย
his face seemed to smile quietly and inwardly
ใบหน้าของเขาเหมือนจะยิ้มอย่างเงียบๆ และอยู่ภายใน
his smile was hidden, quiet and calm
รอยยิ้มของเขาซ่อนอยู่เงียบสงบ
the way the Buddha walked somewhat resembled a healthy child
การเดินของพระพุทธเจ้านั้นคล้ายกับเด็กที่แข็งแรงดี
he walked just as all of his monks did
เขาเดินตามอย่างภิกษุทั้งหลาย
he placed his feet according to a precise rule
เขาวางเท้าตามกฎเกณฑ์ที่ชัดเจน
his face and his walk, his quietly lowered glance
ใบหน้าและการเดินของเขา การจ้องมองอย่างเงียบๆ ของเขา
his quietly dangling hand, every finger of it
มือที่ห้อยอย่างเงียบ ๆ ของเขาทุกนิ้ว
all these things expressed peace
สิ่งเหล่านี้แสดงถึงความสงบสุข
all these things expressed perfection
สิ่งเหล่านี้ล้วนแสดงถึงความสมบูรณ์แบบ
he did not search, nor did he imitate
พระองค์ไม่ทรงค้นหาและไม่ทรงเลียนแบบ
he softly breathed inwardly an unwhithering calm
เขาหายใจเข้าอย่างแผ่วเบาด้วยความสงบไม่สั่นคลอน
he shone outwardly an unwhithering light
เขาฉายแสงอันไม่สั่นไหวออกมาภายนอก
he had about him an untouchable peace

เขาเป็นคนมีสันติสุขอย่างหาที่สุดมิได้

the two Samanas recognised him solely by the perfection of his calm

สมณะทั้งสองรู้จักเขาเพียงเพราะความสงบอันสมบูรณ์แบบของเข

า

they recognized him by the quietness of his appearance

พวกเขารู้จักเขาจากลักษณะอันเงียบสงบของเขา

the quietness in his appearance in which there was no searching

ความเงียบสงบที่ปรากฏให้เห็นซึ่งมิได้มีการค้นหา

there was no desire, nor imitation

ไม่มีความปรารถนาและไม่มีความเลียนแบบ

there was no effort to be seen

ก็ไม่มีความพยายามให้มองเห็น

only light and peace was to be seen in his appearance

ปรากฏกายของพระองค์มีแต่แสงสว่างและความสงบเท่านั้น

"Today, we'll hear the teachings from his mouth" said Govinda

“วันนี้เราจะได้ฟังคำสอนจากปากของเขา” พระโกวินดากล่าว

Siddhartha did not answer

พระสิทธัตถะไม่ตอบ

He felt little curiosity for the teachings

เขาไม่ค่อยสนใจคำสอนของพระองค์มากนัก

he did not believe that they would teach him anything new

เขาไม่เชื่อว่าพวกเขาจะนำสิ่งใหม่ๆ มาสอนเขา

he had heard the contents of this Buddha's teachings again and again

ท่านได้ฟังพระธรรมคำสั่งสอนของพระพุทธเจ้านี้ซ้ำแล้วซ้ำเล่า

but these reports only represented second hand information

แต่รายงานเหล่านี้เป็นเพียงข้อมูลมือสองเท่านั้น
But attentively he looked at Gotama's head
แต่เขาได้มองดูศีรษะของพระโคดมอย่างตั้งใจ
his shoulders, his feet, his quietly dangling hand
ไหล่ของเขา เท้าของเขา และมือที่ห้อยลงมาอย่างเงียบๆ ของเขา
it was as if every finger of this hand was of these teachings
ราวกับว่านิ้วมือนี้ทุกนิ้วเป็นคำสอนเหล่านี้
his fingers spoke of truth
นิ้วของเขาพูดถึงความจริง
his fingers breathed and exhaled the fragrance of truth
นิ้วของเขาหายใจและพ่นกลิ่นแห่งความจริงออกมา
his fingers glistened with truth
นิ้วของเขาเป็นประกายด้วยความจริง
this Buddha was truthful down to the gesture of his last finger
พระพุทธเจ้าพระองค์นี้ทรงแสดงสัจจะธรรมถึงขั้นแสดงพระหัตถ์สุดท้าย
Siddhartha could see that this man was holy
พระสิทธัตถะทรงเห็นว่าบุรุษผู้นี้เป็นผู้ศักดิ์สิทธิ์
Never before, Siddhartha had venerated a person so much
ไม่เคยมีมาก่อนที่พระสิทธัตถะจะเคารพบูชาบุคคลใดมากขนาดนี้
he had never before loved a person as much as this one
เขาไม่เคยรักใครเท่าคนนี้มาก่อนเลย
They both followed the Buddha until they reached the town
ทั้งสองติดตามพระพุทธเจ้าไปจนถึงเมือง
and then they returned to their silence
แล้วพวกเขาก็กลับเข้าสู่ความเงียบอีกครั้ง
they themselves intended to abstain on this day

พวกเขาเองก็ตั้งใจที่จะงดเว้นในวันนี้
They saw Gotama returning the food that had been given to him
ครั้นเห็นพระโคดมนำอาหารมาถวายให้แล้ว
what he ate could not even have satisfied a bird's appetite
สิ่งที่เขากินเข้าไปไม่อาจตอบสนองความอยากอาหารของนกได้
and they saw him retiring into the shade of the mango-trees
และเห็นเขาออกไปหลบอยู่ในร่มเงาต้นมะม่วง

in the evening the heat had cooled down
ตอนเย็นความร้อนก็เริ่มเย็นลง
everyone in the camp started to bustle about and gathered around
ทุกคนในค่ายเริ่มวุ่นวายและรวมตัวกันอยู่รอบๆ
they heard the Buddha teaching, and his voice
พวกเขาได้ยินพระพุทธเจ้าทรงสอนและพระสุรเสียงของพระองค์
and his voice was also perfected
และเสียงของเขายังได้รับการทำให้สมบูรณ์ด้วย
his voice was of perfect calmness
เสียงของเขามีความสงบนิ่งอย่างสมบูรณ์แบบ
his voice was full of peace
เสียงของเขาเต็มไปด้วยความสงบ
Gotama taught the teachings of suffering
พระโคดมทรงแสดงธรรมเรื่องทุกข์
he taught of the origin of suffering
ท่านได้ทรงสอนถึงต้นตอแห่งทุกข์
he taught of the way to relieve suffering
ท่านได้สอนวิธีคลายทุกข์ไว้

Calmly and clearly his quiet speech flowed on
คำพูดอันเงียบสงบของเขาไหลไปอย่างสงบและชัดเจน
Suffering was life, and full of suffering was the world
ความทุกข์คือชีวิต และโลกเต็มไปด้วยความทุกข์
but salvation from suffering had been found
แต่ก็พบความรอดพ้นจากความทุกข์แล้ว
salvation was obtained by him who would walk the path of the Buddha
ผู้ที่จะเดินตามแนวทางของพระพุทธเจ้าย่อมได้รับความรอด
With a soft, yet firm voice the exalted one spoke
ผู้สูงศักดิ์พูดด้วยน้ำเสียงนุ่มนวลแต่หนักแน่น
he taught the four main doctrines
พระองค์ทรงแสดงหลักธรรม ๔ ประการ
he taught the eight-fold path
ท่านได้สอนเรื่องมรรคมีองค์ 8
patiently he went the usual path of the teachings
เขาดำเนินไปตามคำสอนตามปกติอย่างอดทน
his teachings contained the examples
คำสอนของพระองค์มีตัวอย่าง
his teaching made use of the repetitions
การสอนของเขาใช้การทำซ้ำ
brightly and quietly his voice hovered over the listeners
เสียงของเขาดังก้องกังวานไปทั่วบริเวณผู้ฟังอย่างสดใสและเงียบสงัด
his voice was like a light
เสียงของเขาเหมือนแสงสว่าง
his voice was like a starry sky
เสียงของเขาดังเหมือนท้องฟ้าที่เต็มไปด้วยดวงดาว

When the Buddha ended his speech, many pilgrims stepped forward
เมื่อพระพุทธเจ้าจบพระธรรมเทศนาแล้ว
มีผู้แสวงบุญจำนวนมากก้าวเข้ามา
they asked to be accepted into the community
พวกเขาขอให้ได้รับการยอมรับเข้าสู่ชุมชน
they sought refuge in the teachings
พวกเขาได้แสวงหาที่พึ่งในคำสอน
And Gotama accepted them by speaking
และพระโคดมทรงรับพวกเขาไว้ด้วยพระวาจา
"You have heard the teachings well"
"ท่านได้ฟังคำสอนดีแล้ว"
"join us and walk in holiness"
"มาร่วมกับเราและดำเนินไปในความศักดิ์สิทธิ์"
"put an end to all suffering"
"ยุติความทุกข์ทั้งปวง"
Behold, then Govinda, the shy one, also stepped forward and spoke
ดูเถิด นางโควินทะผู้ขี้อายก็ก้าวออกมาพูด
"I also take my refuge in the exalted one and his teachings"
"ข้าพเจ้าขอพึ่งพระองค์ผู้สูงส่งและพระธรรมคำสอนของพระองค์ด้วย"
and he asked to be accepted into the community of his disciples
และท่านได้ขอเข้าเป็นศิษย์ของคณะสงฆ์ด้วย
and he was accepted into the community of Gotama's disciples
และได้เข้าเป็นสาวกของพระโคดม

the Buddha had retired for the night
พระพุทธเจ้าได้ทรงบำเพ็ญภาวนาอยู่คืนหนึ่ง
Govinda turned to Siddhartha and spoke eagerly
พระโควินดาหันไปหาพระสิทธัตถะแล้วพูดอย่างกระตือรือร้น
"Siddhartha, it is not my place to scold you"
"สิทธัตถะ ข้าพเจ้ามิมีสิทธิ์ที่จะดุท่าน"
"We have both heard the exalted one"
"เราทั้งสองต่างได้ยินพระดำรัสอันสูงส่งของพระองค์"
"we have both perceived the teachings"
"เราทั้งสองต่างก็รับรู้คำสอนนั้นแล้ว"
"Govinda has heard the teachings"
"พระโควินดาทรงได้ยินคำสอนแล้ว"
"he has taken refuge in the teachings"
"ท่านได้ยึดถือคำสอนเป็นหลัก"
"But, my honoured friend, I must ask you"
"แต่เพื่อนผู้มีเกียรติของฉัน ฉันต้องถามคุณ"
"don't you also want to walk the path of salvation?"
"คุณไม่อยากเดินบนเส้นทางแห่งความรอดเหมือนกันหรือ?"
"Would you want to hesitate?"
"คุณจะลังเลไหม?"
"do you want to wait any longer?"
"คุณจะรอต่อไปอีกไหม?"
Siddhartha awakened as if he had been asleep
พระสิทธัตถะตื่นขึ้นเหมือนว่าพระองค์กำลังหลับอยู่
For a long time, he looked into Govinda's face
เขาจ้องมองใบหน้าของโควินดาเป็นเวลานาน
Then he spoke quietly, in a voice without mockery

แล้วพระองค์ก็ทรงตรัสด้วยเสียงอันนุ่มนวล ไม่เยาะเย้ย

"Govinda, my friend, now you have taken this step"

“โกวินดา เพื่อนเอ๋ย ตอนนี้เจ้าได้ก้าวมาถึงจุดนี้แล้ว”

"now you have chosen this path"

“ตอนนี้คุณได้เลือกเส้นทางนี้แล้ว”

"Always, oh Govinda, you've been my friend"

"โอ้ โกวินดา คุณเป็นเพื่อนของฉันเสมอมา"

"you've always walked one step behind me"

"คุณเดินอยู่ข้างหลังฉันหนึ่งก้าวเสมอ"

"Often I have thought about you"

“ฉันมักคิดถึงคุณ”

"'Won't Govinda for once also take a step by himself'"

“‘โกวินดาจะไม่ก้าวไปด้วยตัวเองสักครั้งหรือ’”

"'won't Govinda take a step without me?'"

“‘พระโควินดาจะไม่ก้าวไปโดยไม่มีฉันบ้างหรือ?’”

"'won't he take a step driven by his own soul?'"

“เขาจะไม่ก้าวเดินตามจิตวิญญาณของตนเองบ้างหรือ?”

"Behold, now you've turned into a man"

“ดูเถิด ตอนนี้เจ้าได้กลายเป็นผู้ชายไปแล้ว”

"you are choosing your path for yourself"

“คุณกำลังเลือกเส้นทางของตัวเอง”

"I wish that you would go it up to its end"

“ฉันหวังว่าคุณจะไปถึงมันจนถึงที่สุด”

"oh my friend, I hope that you shall find salvation!"

"โอ้เพื่อนของฉัน ฉันหวังว่าคุณจะพบความรอด!"

Govinda, did not completely understand it yet

โกวินดาก็ยังไม่เข้าใจดีนัก

he repeated his question in an impatient tone

เขาถามซ้ำด้วยน้ำเสียงหงุดหงิด
"Speak up, I beg you, my dear!"
"พูดออกมาเถอะ ฉันขอร้องนะที่รัก!"
"Tell me, since it could not be any other way"
"บอกฉันหน่อยเถอะ เพราะมันไม่มีทางอื่นใดอีกแล้ว"
"won't you also take your refuge with the exalted Buddha?"
"ท่านจะไม่ไปพึ่งพระพุทธเจ้าด้วยหรือ?"
Siddhartha placed his hand on Govinda's shoulder
พระสิทธัตถะทรงวางพระหัตถ์บนไหล่ของโควินดา
"You failed to hear my good wish for you"
"คุณไม่ได้ยินคำอวยพรดีๆ ของฉันที่มีต่อคุณ"
"I'm repeating my wish for you"
"ฉันขอพรให้คุณอีกครั้ง"
"I wish that you would go this path"
"ฉันหวังว่าคุณจะไปเส้นทางนี้"
"I wish that you would go up to this path's end"
"ฉันหวังว่าคุณจะขึ้นไปถึงปลายทางนี้"
"I wish that you shall find salvation!"
"ข้าพเจ้าขอให้ท่านพบความรอด!"
In this moment, Govinda realized that his friend had left him
ในขณะนั้นเอง
โควินดาตระหนักได้ว่าเพื่อนของเขาได้ทิ้งเขาไปแล้ว
when he realized this he started to weep
เมื่อเขาตระหนักถึงสิ่งนี้เขาเริ่มร้องไห้
"Siddhartha!" he exclaimed lamentingly
"สิทธัตถะ!" เขาอุทานด้วยความเศร้าโศก
Siddhartha kindly spoke to him

พระสิทธัตถะได้สนทนากับพระองค์อย่างกรุณา

"don't forget, Govinda, who you are"

"อย่าลืมนะ โกวินดา ว่าคุณเป็นใคร"

"you are now one of the Samanas of the Buddha"

"บัดนี้ท่านเป็นพระอริยสงฆ์รูปหนึ่งแล้ว"

"You have renounced your home and your parents"

"ท่านได้สละบ้านเรือนและพ่อแม่ของท่านแล้ว"

"you have renounced your birth and possessions"

"ท่านได้สละการเกิดและทรัพย์สมบัติของท่านแล้ว"

"you have renounced your free will"

"ท่านได้สละเสรีภาพในการเลือกของท่านแล้ว"

"you have renounced all friendship"

"ท่านได้สละมิตรภาพทั้งหมดแล้ว"

"This is what the teachings require"

"นี่คือสิ่งที่คำสอนต้องการ"

"this is what the exalted one wants"

"นี่แหละคือสิ่งที่ผู้มีเกียรติต้องการ"

"This is what you wanted for yourself"

"นี่คือสิ่งที่คุณต้องการสำหรับตัวคุณเอง"

"Tomorrow, oh Govinda, I will leave you"

"พรุ่งนี้ฉันจะไปจากคุณแล้วนะโกวินดา"

For a long time, the friends continued walking in the garden

เพื่อนๆก็ยังคงเดินเล่นอยู่ในสวนเป็นเวลานาน

for a long time, they lay there and found no sleep

พวกเขานอนอยู่ที่นั่นเป็นเวลานานและไม่พบการนอนหลับ

And over and over again, Govinda urged his friend

และครั้งแล้วครั้งเล่า โกวินดาก็กระตุ้นเพื่อนของเขา

"why would you not want to seek refuge in Gotama's teachings?"

"เหตุใดพระองค์จึงไม่ยอมพึ่งคำสอนของพระโคดมเล่า?"

"what fault could you find in these teachings?"

"คำสอนเหล่านี้มีข้อบกพร่องอย่างไร?"

But Siddhartha turned away from his friend

แต่พระสิทธัตถะกลับหันหนีจากเพื่อนของตน

every time he said, "Be content, Govinda!"

ทุกครั้งที่เขากล่าวว่า "พอใจไว้เถิด โควินดา!"

"Very good are the teachings of the exalted one"

"คำสอนของพระผู้มีพระภาคเจ้านั้นดีมาก"

"how could I find a fault in his teachings?"

"ฉันจะหาข้อบกพร่องในคำสอนของเขาได้อย่างไร?"

it was very early in the morning

มันเป็นช่วงเช้ามาก

one of the oldest monks went through the garden

พระภิกษุรูปหนึ่งที่อาวุโสที่สุดเดินผ่านสวน

he called to those who had taken their refuge in the teachings

ท่านได้เรียกผู้ที่ได้ยึดถือคำสอนนั้นมา

he called them to dress them up in the yellow robe

พระองค์ทรงเรียกให้คนเหล่านั้นแต่งกายด้วยผ้าเหลือง

and he instruct them in the first teachings and duties of their position

และทรงแสดงธรรมเบื้องต้นและหน้าที่ของตำแหน่งหน้าที่แก่พวกเขา

Govinda once again embraced his childhood friend

โควินดาโอบกอดเพื่อนสมัยเด็กอีกครั้ง

and then he left with the novices

แล้วเขาก็ออกไปกับพวกสามเณร

But Siddhartha walked through the garden, lost in thought

แต่พระสิทธัตถะทรงเดินผ่านสวนด้วยความคิดที่หมกมุ่น

Then he happened to meet Gotama, the exalted one

แล้วได้บังเอิญได้พบพระโคดมผู้ประเสริฐ

he greeted him with respect

เขาก็ต้อนรับเขาด้วยความเคารพ

the Buddha's glance was full of kindness and calm

พระพุทธเจ้ามีสายตาที่เมตตากรุณาและสงบ

the young man summoned his courage

ชายหนุ่มรวบรวมความกล้าของเขา

he asked the venerable one for the permission to talk to him

เขาจึงได้ขออนุญาตท่านผู้เฒ่ามาสนทนาด้วย

Silently, the exalted one nodded his approval

ผู้สูงศักดิ์พยักหน้าเห็นด้วยอย่างเงียบๆ

Spoke Siddhartha, "Yesterday, oh exalted one"

พระสิทธัตถะตรัสว่า "เมื่อวานนี้ โอ้ พระผู้สูงส่ง"

"I had been privileged to hear your wondrous teachings"

"ข้าพเจ้ามีความภูมิใจที่ได้ฟังคำสอนอันน่าอัศจรรย์ของท่าน"

"Together with my friend, I had come from afar, to hear your teachings"

"ข้าพเจ้ามาแต่ไกลพร้อมกับเพื่อนเพื่อมาฟังคำสอนของท่าน"

"And now my friend is going to stay with your people"

"แล้วตอนนี้เพื่อนของฉันก็จะไปอยู่กับคนของคุณแล้ว"

"he has taken his refuge with you"

"เขาได้ไปหลบภัยกับคุณแล้ว"

"But I will again start on my pilgrimage"

"แต่ฉันจะเริ่มต้นการเดินทางแสวงบุญของฉันอีกครั้ง"

"As you please," the venerable one spoke politely

"ตามที่ท่านพอใจ" พระผู้มีพระภาคเจ้าตรัสอย่างสุภาพ

"Too bold is my speech," Siddhartha continued

"คำพูดของฉันมันกล้าเกินไป" สิทธัตถะกล่าวต่อ

"but I do not want to leave the exalted on this note"

"แต่ฉันไม่อยากทิ้งผู้สูงศักดิ์ไว้กับบันทึกนี้"

"I want to share with the most venerable one my honest thoughts"

"ผมอยากแบ่งปันความคิดอันจริงใจของผมกับท่านผู้ทรงเกียรติที่สุด"

"Does it please the venerable one to listen for one moment longer?"

"ท่านผู้เฒ่าจะพอใจฟังอีกสักครู่หนึ่งหรือ?"

Silently, the Buddha nodded his approval

พระพุทธเจ้าทรงพยักหน้าเห็นด้วยอย่างเงียบๆ

Spoke Siddhartha, "oh most venerable one"

ตรัสว่า "ข้าแต่พระองค์ผู้เป็นที่เคารพยิ่ง"

"there is one thing I have admired in your teachings most of all"

"มีสิ่งหนึ่งที่ฉันชื่นชมในคำสอนของคุณมากที่สุด"

"Everything in your teachings is perfectly clear"

"ทุกสิ่งทุกอย่างในคำสอนของพระองค์นั้นชัดเจนดีอยู่แล้ว"

"what you speak of is proven"

"สิ่งที่คุณพูดได้รับการพิสูจน์แล้ว"

"you are presenting the world as a perfect chain"

"คุณกำลังนำเสนอโลกให้เป็นเหมือนห่วงโซ่ที่สมบูรณ์แบบ"

"a chain which is never and nowhere broken"

"โซ่ตรวนที่ไม่เคยขาดและไม่มีวันขาดจากที่ไหน"
"an eternal chain the links of which are causes and effects"
"ห่วงโซ่อันนิรันดร์ซึ่งเชื่อมโยงกันด้วยเหตุและผล"
"Never before, has this been seen so clearly"
"ไม่เคยมีมาก่อนเลยที่จะเห็นสิ่งนี้ได้ชัดเจนขนาดนี้"
"never before, has this been presented so irrefutably"
"ไม่เคยมีมาก่อนเลยที่เรื่องนี้จะถูกนำเสนออย่างปฏิเสธไม่ได้เช่นนี้"

"truly, the heart of every Brahman has to beat stronger with love"
"แท้จริงหัวใจของพราหมณ์ทุกคนจะต้องเต้นแรงขึ้นด้วยความรัก"
"he has seen the world through your perfectly connected teachings"
"เขาได้เห็นโลกผ่านคำสอนที่เชื่อมโยงอย่างสมบูรณ์แบบของคุณ"
"without gaps, clear as a crystal"
"ไร้ช่องว่าง ใสดั่งคริสตัล"
"not depending on chance, not depending on Gods"
"ไม่พึ่งโอกาส ไม่พึ่งพระเจ้า"
"he has to accept it whether it may be good or bad"
"เขาต้องยอมรับมัน ไม่ว่าจะเป็นเรื่องดีหรือเรื่องร้ายก็ตาม"
"he has to live by it whether it would be suffering or joy"
"เขาต้องใช้ชีวิตตามนั้น

ไม่ว่าจะเป็นความทุกข์หรือความสุขก็ตาม"
"but I do not wish to discuss the uniformity of the world"
"แต่ฉันไม่อยากจะพูดถึงความเป็นอันหนึ่งอันเดียวกันของโลก"
"it is possible that this is not essential"
"เป็นไปได้ว่าสิ่งนี้อาจไม่จำเป็น"
"everything which happens is connected"

"ทุกสิ่งที่เกิดขึ้นมีความเชื่อมโยงกัน"
"the great and the small things are all encompassed"
"ทั้งเรื่องใหญ่และเรื่องเล็กก็รวมอยู่ด้วย"
"they are connected by the same forces of time"
"พวกเขาเชื่อมโยงกันด้วยพลังแห่งเวลาเดียวกัน"
"they are connected by the same law of causes"
"พวกมันเชื่อมโยงกันด้วยกฎแห่งเหตุอันเดียวกัน"
"the causes of coming into being and of dying"
"เหตุแห่งการเกิดขึ้นและเหตุแห่งการตาย"
"this is what shines brightly out of your exalted teachings"
"นี่คือสิ่งที่ส่องสว่างออกมาจากคำสอนอันสูงส่งของพระองค์"
"But, according to your very own teachings, there is a small gap"
"แต่ตามคำสอนของท่านเองมีช่องว่างเล็กน้อย"
"this unity and necessary sequence of all things is broken in one place"
"ความสามัคคีและลำดับที่จำเป็นของสิ่งทั้งหลายนี้ถูกทำลายลงในที่เดียว"
"this world of unity is invaded by something alien"
"โลกแห่งความสามัคคีนี้ถูกรุกรานโดยสิ่งแปลกปลอม"
"there is something new, which had not been there before"
"มีสิ่งใหม่ที่ไม่เคยมีมาก่อน"
"there is something which cannot be demonstrated"
"มีสิ่งหนึ่งที่ไม่สามารถพิสูจน์ได้"
"there is something which cannot be proven"
"มีสิ่งหนึ่งที่พิสูจน์ไม่ได้"
"these are your teachings of overcoming the world"
"นี่คือคำสอนของท่านในการเอาชนะโลก"

"these are your teachings of salvation"
"สิ่งเหล่านี้เป็นคำสอนแห่งความรอดของคุณ"
"But with this small gap, the eternal breaks apart again"
"แต่ด้วยช่องว่างเล็กๆ นี้ ความนิรันดร์ก็แตกสลายอีกครั้ง"
"with this small breach, the law of the world becomes void"
"ด้วยการละเมิดเพียงเล็กน้อยนี้ กฎของโลกก็กลายเป็นโมฆะ"
"Please forgive me for expressing this objection"
"ขออภัยด้วยที่ผมแสดงความคัดค้านนี้"

Quietly, Gotama had listened to him, unmoved
พระโคดมทรงฟังอย่างเงียบๆ ไม่หวั่นไหว

Now he spoke, the perfected one, with his kind and polite clear voice
บัดนี้พระองค์ได้ตรัสด้วยเสียงอันไพเราะและสุภาพ

"You've heard the teachings, oh son of a Brahman"
"ท่านได้ฟังคำสอนแล้ว โอ ลูกพราหมณ์"
"and good for you that you've thought about it this deeply"
"และดีสำหรับคุณที่คุณคิดเรื่องนี้อย่างลึกซึ้งถึงขนาดนี้"
"You've found a gap in my teachings, an error"
"ท่านได้พบช่องว่างในคำสอนของข้าพเจ้า คือ ความผิดพลาด"
"You should think about this further"
"คุณควรคิดเรื่องนี้เพิ่มเติม"
"But be warned, oh seeker of knowledge, of the thicket of opinions"
"แต่จงระวังไว้เถิด ผู้แสวงหาความรู้ จงระวังความคิดที่คลุมเครือ"
"be warned of arguing about words"
"จงระวังการโต้เถียงกันเรื่องคำพูด"
"There is nothing to opinions"
"ความคิดเห็นไม่มีอะไรสำคัญ"
"they may be beautiful or ugly"

- 85 -

"พวกเขาอาจจะสวยหรือขี้เหร่ก็ได้"
"opinions may be smart or foolish"
"ความคิดเห็นอาจจะฉลาดหรือโง่เขลาก็ได้"
"everyone can support opinions, or discard them"
"ทุกคนสามารถสนับสนุนความเห็นหรือละทิ้งมันได้"
"But the teachings, you've heard from me, are no opinion"
"แต่คำสอนที่ท่านได้ยินมาจากข้าพเจ้านั้น
เป็นเพียงความคิดเห็นเท่านั้น"
"their goal is not to explain the world to those who seek knowledge"
"เป้าหมายของพวกเขาไม่ใช่การอธิบายโลกให้กับผู้แสวงหาความรู้"
"They have a different goal"
"พวกเขามีเป้าหมายที่แตกต่างกัน"
"their goal is salvation from suffering"
"เป้าหมายของพวกเขาคือการหลุดพ้นจากความทุกข์"
"This is what Gotama teaches, nothing else"
"นี่แหละคือสิ่งที่พระโคดมทรงสอน ไม่มีอะไรอื่น"
"I wish that you, oh exalted one, would not be angry with me" said the young man
"ข้าพเจ้าขอวิงวอนท่านผู้สูงส่งอย่าได้โกรธข้าพเจ้าเลย" ชายหนุ่มกล่าว
"I have not spoken to you like this to argue with you"
"ฉันไม่ได้พูดกับคุณแบบนี้เพื่อจะเถียงกับคุณ"
"I do not wish to argue about words"
"ฉันไม่อยากโต้เถียงเรื่องคำพูด"
"You are truly right, there is little to opinions"

"คุณพูดถูกจริงๆ นะ มีความคิดเห็นน้อยมาก"
"But let me say one more thing"
"แต่ฉันขอพูดอีกสิ่งหนึ่ง"
"I have not doubted in you for a single moment"
"ฉันไม่เคยสงสัยคุณเลยแม้แต่นาทีเดียว"
"I have not doubted for a single moment that you are Buddha"
"ข้าพเจ้าไม่เคยสงสัยเลยแม้แต่นาทีเดียวว่าท่านเป็นพระพุทธเจ้า"
"I have not doubted that you have reached the highest goal"
"ข้าพเจ้าไม่สงสัยเลยว่าคุณบรรลุเป้าหมายสูงสุดแล้ว"
"the highest goal towards which so many Brahmans are on their way"
"เป้าหมายสูงสุดที่พราหมณ์จำนวนมากกำลังมุ่งไปสู่"
"You have found salvation from death"
"ท่านได้พบทางรอดจากความตายแล้ว"
"It has come to you in the course of your own search"
"มันมาหาคุณในระหว่างที่คุณค้นหาตัวเอง"
"it has come to you on your own path"
"มันมาหาคุณบนเส้นทางของคุณเองแล้ว"
"it has come to you through thoughts and meditation"
"มันมาถึงคุณผ่านความคิดและการทำสมาธิ"
"it has come to you through realizations and enlightenment"
"มันมาถึงคุณผ่านการรับรู้และการรู้แจ้ง"
"but it has not come to you by means of teachings!"
"แต่มิได้มาถึงท่านโดยทางคำสั่งสอน!"
"And this is my thought"
"และนี่คือความคิดของฉัน"
"nobody will obtain salvation by means of teachings!"

"ไม่มีผู้ใดจะได้รับความรอดโดยทางคำสอนได้!"

"You will not be able to convey your hour of enlightenment"

"คุณจะไม่สามารถถ่ายทอดชั่วโมงแห่งการตรัสรู้ของคุณได้"

"words of what has happened to you won't convey the moment!"

"คำพูดที่เกิดขึ้นกับคุณไม่อาจถ่ายทอดช่วงเวลานั้นได้!"

"The teachings of the enlightened Buddha contain much"

"คำสอนของพระพุทธเจ้าผู้ตรัสรู้มีมาก"

"it teaches many to live righteously"

"สอนให้คนจำนวนมากดำเนินชีวิตในทางชอบธรรม"

"it teaches many to avoid evil"

"มันสอนให้หลายคนหลีกเลี่ยงความชั่วร้าย"

"But there is one thing which these teachings do not contain"

"แต่มีสิ่งหนึ่งที่คำสอนเหล่านี้ไม่มี"

"they are clear and venerable, but the teachings miss something"

"มันชัดเจนและน่าเคารพ แต่คำสอนยังขาดบางอย่าง"

"the teachings do not contain the mystery"

"คำสอนนั้นไม่มีความลึกลับ"

"the mystery of what the exalted one has experienced for himself"

"ความลึกลับที่บุคคลผู้สูงศักดิ์ได้ประสบด้วยตนเอง"

"among hundreds of thousands, only he experienced it"

"ในบรรดาผู้คนนับแสน มีเพียงเขาเท่านั้นที่ได้สัมผัส"

"This is what I have thought and realized, when I heard the teachings"

"ข้าพเจ้าได้คิดและเข้าใจอย่างนี้ เมื่อได้ฟังคำสอน"

"This is why I am continuing my travels"

"นี่คือเหตุผลว่าทำไมฉันถึงยังคงเดินทางต่อไป"

"this is why I do not to seek other, better teachings"

"เพราะเหตุนี้ฉันจึงไม่แสวงหาคำสอนอื่นที่ดีกว่า"

"I know there are no better teachings"

"ฉันรู้ว่าไม่มีคำสอนใดที่ดีกว่านี้อีกแล้ว"

"I leave to depart from all teachings and all teachers"

"ข้าพเจ้าขอลาจากคำสอนและครูบาอาจารย์ทุกองค์"

"I leave to reach my goal by myself, or to die"

"ฉันออกไปเพื่อไปให้ถึงเป้าหมายด้วยตัวเอง หรือไม่ก็ตายไป"

"But often, I'll think of this day, oh exalted one"

"แต่ข้าพเจ้าจะนึกถึงวันนี้บ่อยๆ นะท่านผู้สูงส่ง"

"and I'll think of this hour, when my eyes beheld a holy man"

"และฉันจะนึกถึงชั่วโมงนี้เมื่อดวงตาของฉันได้เห็นคนศักดิ์สิทธิ์คนหนึ่ง"

The Buddha's eyes quietly looked to the ground

พระเนตรของพระพุทธเจ้าจ้องมองลงสู่พื้นดินอย่างเงียบๆ

quietly, in perfect equanimity, his inscrutable face was smiling

ใบหน้าที่ยากจะเข้าใจของเขายิ้มอย่างเงียบๆ

ด้วยความสบายใจอย่างที่สุด

the venerable one spoke slowly

พระผู้มีพระภาคเจ้าทรงพูดช้าๆ

"I wish that your thoughts shall not be in error"

"ฉันหวังว่าความคิดของคุณจะไม่ผิดพลาด"

"I wish that you shall reach the goal!"

"ขอให้ท่านบรรลุเป้าหมายได้!"

"But there is something I ask you to tell me"

"แต่มีสิ่งหนึ่งที่ฉันขอให้คุณบอกฉัน"

"Have you seen the multitude of my Samanas?"
"ท่านได้เห็นมวลของสมณะของเราบ้างหรือไม่?"
"they have taken refuge in the teachings"
"พวกเขาได้ยึดถือคำสอนเป็นหลัก"
"do you believe it would be better for them to abandon the teachings?"
คุณเชื่อว่ามันจะเป็นการดีกว่าสำหรับพวกเขาที่จะละทิ้งคำสอนเหล่านี้หรือไม่?
"should they to return into the world of desires?"
"พวกเขาจะต้องกลับไปสู่โลกแห่งความปรารถนาใช่ไหม?"
"Far is such a thought from my mind" exclaimed Siddhartha
"ความคิดเช่นนี้ยังห่างไกลจากจิตใจของฉัน" เจ้าชายสิทธัตถะตรัส
"I wish that they shall all stay with the teachings"
"ขอให้ทุกท่านได้ยึดถือคำสอนของพระพุทธเจ้าไว้"
"I wish that they shall reach their goal!"
"ขอให้พวกเขาบรรลุเป้าหมายได้นะครับ!"
"It is not my place to judge another person's life"
"ไม่ใช่หน้าที่ของฉันที่จะตัดสินชีวิตของคนอื่น"
"I can only judge my own life "
"ฉันสามารถตัดสินชีวิตของฉันเองเท่านั้น"
"I must decide, I must chose, I must refuse"
"ฉันต้องตัดสินใจ ฉันต้องเลือก ฉันต้องปฏิเสธ"
"Salvation from the self is what we Samanas search for"
"ความรอดพ้นจากตัวตนคือสิ่งที่พวกเราชาวสามเณรแสวงหา"
"oh exalted one, if only I were one of your disciples"
"โอ้ผู้สูงส่ง หากข้าพเจ้าเป็นสาวกของพระองค์ก็ดี"
"I'd fear that it might happen to me"
"ฉันกลัวว่ามันอาจจะเกิดขึ้นกับฉัน"

"only seemingly, would my self be calm and be redeemed"
"เพียงแต่ดูเหมือนว่าตัวฉันเองจะสงบลงและได้รับการไถ่บาป"
"but in truth it would live on and grow"
"แต่ความจริงมันจะยังคงดำรงอยู่และเติบโตต่อไป"
"because then I would replace my self with the teachings"
"เพราะว่าอย่างนั้นฉันจะแทนที่ตัวเองด้วยคำสอน"
"my self would be my duty to follow you"
"ตัวฉันเองก็ต้องมีหน้าที่ติดตามคุณ"
"my self would be my love for you"
"ตัวฉันเองจะเป็นความรักที่ฉันมีต่อคุณ"
"and my self would be the community of the monks!"
"และตัวฉันเองก็จะเป็นชุมชนแห่งพระภิกษุ!"
With half of a smile Gotama looked into the stranger's eyes
พระโคตมะทรงมองเข้าไปในดวงตาของคนแปลกหน้าด้วยรอยยิ้มครึ่งหนึ่ง
his eyes were unwaveringly open and kind
ดวงตาของเขาเปิดกว้างและใจดีอย่างไม่สั่นคลอน
he bid him to leave with a hardly noticeable gesture
เขาสั่งให้เขาออกไปด้วยท่าทางที่แทบจะไม่สังเกตเห็นได้
"You are wise, oh Samana" the venerable one spoke
"ท่านมีปัญญามาก โอ สมณะ" พระผู้มีพระภาคตรัส
"You know how to talk wisely, my friend"
"คุณรู้จักพูดจาฉลาดนะเพื่อน"
"Be aware of too much wisdom!"
"จงระวังปัญญาที่มากเกินไป!"
The Buddha turned away
พระพุทธเจ้าทรงหันกลับไป
Siddhartha would never forget his glance

พระสิทธัตถะจะไม่มีวันลืมแววตาของพระองค์

his half smile remained forever etched in Siddhartha's memory

รอยยิ้มครึ่งยิ้มของเขายังคงตราตรึงอยู่ในความทรงจำของพระพุทธเจ้าตลอดไป

Siddhartha thought to himself

พระสิทธัตถะคิดอยู่กับตัวเอง

"I have never before seen a person glance and smile this way"

"ผมไม่เคยเห็นใครมองแล้วยิ้มแบบนี้มาก่อน"

"no one else sits and walks like he does"

"ไม่มีใครนั่งและเดินได้เหมือนเขาอีกแล้ว"

"truly, I wish to be able to glance and smile this way"

"ฉันหวังว่าจะสามารถมองและยิ้มได้แบบนี้จริงๆ"

"I wish to be able to sit and walk this way, too"

"ฉันอยากนั่งและเดินได้แบบนี้บ้างจัง"

"liberated, venerable, concealed, open, childlike and mysterious"

"หลุดพ้น, เป็นที่เคารพ, ซ่อนเร้น, เปิดเผย, เหมือนเด็ก และลึกลับ"

"he must have succeeded in reaching the innermost part of his self"

"เขาคงประสบความสำเร็จในการเข้าถึงส่วนลึกที่สุดของตัวเขาเอง"

"only then can someone glance and walk this way"

"ก็เมื่อนั้นจึงจะมีใครมองและเดินมาทางนี้ได้"

"I will also seek to reach the innermost part of my self"

"ฉันจะแสวงหาการเข้าถึงส่วนลึกที่สุดของตัวฉันเองด้วย"

"I saw a man" Siddhartha thought

"ฉันเห็นผู้ชายคนหนึ่ง" พระสิทธัตถะคิด

"a single man, before whom I would have to lower my glance"

"ชายคนหนึ่งซึ่งข้าพเจ้าจะต้องลดสายตาลงมอง"

"I do not want to lower my glance before anyone else"

"ฉันไม่อยากลดสายตาลงต่ำก่อนใคร"

"No teachings will entice me more anymore"

"ไม่มีคำสอนใดที่จะดึงดูดฉันได้มากไปกว่านี้อีกแล้ว"

"because this man's teachings have not enticed me"

"เพราะคำสอนของชายผู้นี้มิได้ดึงดูดใจข้าพเจ้าเลย"

"I am deprived by the Buddha" thought Siddhartha

"ข้าพเจ้าถูกพระพุทธเจ้าพรากไป" พระสิทธัตถะคิด

"I am deprived, although he has given so much"

"ฉันถูกกีดกันทั้งๆ ที่เขาให้มากมายขนาดนั้น"

"he has deprived me of my friend"

"เขาทำให้ฉันสูญเสียเพื่อนไป"

"my friend who had believed in me"

"เพื่อนของฉันที่เชื่อมั่นในตัวฉัน"

"my friend who now believes in him"

"เพื่อนของฉันที่ตอนนี้เชื่อในตัวเขาแล้ว"

"my friend who had been my shadow"

"เพื่อนของฉันที่เคยเป็นเงาของฉัน"

"and now he is Gotama's shadow"

"และบัดนี้พระองค์ก็เป็นเงาของพระโคดมแล้ว"

"but he has given me Siddhartha"

"แต่พระองค์ได้ทรงประทานสิทธัตถะให้แก่ข้าพเจ้า"

"he has given me myself"

"พระองค์ได้ทรงประทานตัวฉันเองให้แก่ฉัน"

Awakening
การตื่นรู้

Siddhartha left the mango grove behind him
พระสิทธัตถะทรงทิ้งสวนมะม่วงไว้เบื้องหลัง
but he felt his past life also stayed behind
แต่เขารู้สึกว่าชีวิตในอดีตของเขายังคงอยู่เบื้องหลัง
the Buddha, the perfected one, stayed behind
พระพุทธเจ้าผู้สมบูรณ์แล้วได้ทรงอยู่ข้างหลัง
and Govinda stayed behind too
และโกวินดาก็อยู่ข้างหลังด้วย
and his past life had parted from him
และชีวิตในอดีตของเขาได้แยกจากเขาไปแล้ว
he pondered as he was walking slowly
เขาคิดขณะเดินช้าๆ
he pondered about this sensation, which filled him completely
เขาคิดเกี่ยวกับความรู้สึกนี้ซึ่งเต็มเปี่ยมไปด้วยความรู้สึกของเขาอย่างเต็มเปี่ยม
He pondered deeply, like diving into a deep water
เขาคิดอย่างลึกซึ้งเหมือนดำดิ่งลงไปในน้ำลึก
he let himself sink down to the ground of the sensation
เขาปล่อยให้ตัวเองจมลงสู่พื้นดินแห่งความรู้สึก
he let himself sink down to the place where the causes lie
เขาปล่อยให้ตัวเองจมลงสู่ที่ซึ่งสาเหตุอยู่
to identify the causes is the very essence of thinking
การระบุสาเหตุคือแก่นแท้ของการคิด
this was how it seemed to him

นั่นคือสิ่งที่เขาคิด
and by this alone, sensations turn into realizations
และด้วยสิ่งนี้เพียงอย่างเดียว ความรู้สึกก็กลายเป็นการตระหนักรู้
and these sensations are not lost
และความรู้สึกเหล่านี้ก็ยังไม่สูญหาย
but the sensations become entities
แต่ความรู้สึกเหล่านั้นกลายเป็นสิ่งที่มีตัวตน
and the sensations start to emit what is inside of them
และความรู้สึกก็เริ่มแผ่ออกมาสิ่งที่อยู่ภายใน
they show their truths like rays of light
พวกเขาแสดงความจริงของพวกเขาเหมือนรังสีของแสง
Slowly walking along, Siddhartha pondered
พระสิทธัตถะทรงเดินช้าๆ และทรงครุ่นคิด
He realized that he was no youth any more
เขาตระหนักว่าตนไม่ใช่เด็กอีกต่อไป
he realized that he had turned into a man
เขาตระหนักว่าตนเองได้กลายเป็นผู้ชายไปแล้ว
He realized that something had left him
เขาตระหนักว่ามีบางสิ่งบางอย่างที่ทิ้งเขาไว้
the same way a snake is left by its old skin
เหมือนกับงูที่ถูกทิ้งไว้โดยผิวหนังเก่าของมัน
what he had throughout his youth no longer existed in him
สิ่งที่เขามีตลอดวัยหนุ่มก็ไม่ได้มีอยู่ในเขาอีกต่อไป
it used to be a part of him; the wish to have teachers
มันเคยเป็นส่วนหนึ่งของเขา ความปรารถนาที่จะมีครู
the wish to listen to teachings
ความปรารถนาที่จะฟังคำสอน

He had also left the last teacher who had appeared on his path
เขายังได้ทิ้งครูคนสุดท้ายที่ปรากฏบนเส้นทางของเขาไว้ด้วย
he had even left the highest and wisest teacher
เขาได้ทิ้งครูผู้สูงสุดและฉลาดที่สุดไว้ด้วย
he had left the most holy one, Buddha
พระองค์ได้ทรงละทิ้งสิ่งศักดิ์สิทธิ์ คือ พระพุทธเจ้าไว้
he had to part with him, unable to accept his teachings
เขาต้องแยกทางกับเขาเพราะไม่อาจยอมรับคำสอนของเขาได้
Slower, he walked along in his thoughts
เขาเดินช้าลงตามความคิดของเขา
and he asked himself, "But what is this?"
และเขาก็ถามตัวเองว่า "แต่สิ่งนี้คืออะไร?"
"what have you sought to learn from teachings and from teachers?"
"ท่านต้องการเรียนรู้อะไรจากคำสอนและจากครูบาอาจารย์?"
"and what were they, who have taught you so much?"
"แล้วคนเหล่านั้นที่สอนท่านมากมายเหล่านั้นคือใคร?"
"what are they if they have been unable to teach you?"
"พวกเขาเป็นอะไรถ้าพวกเขาไม่สามารถสอนคุณได้?"
And he found, "It was the self"
และเขาพบว่า "มันคือตัวตน"
"it was the purpose and essence of which I sought to learn"
"นั่นคือจุดมุ่งหมายและสาระสำคัญที่ฉันพยายามเรียนรู้"
"It was the self I wanted to free myself from"
"มันคือตัวตนที่ฉันอยากปลดปล่อยตัวเองออกมา"
"the self which I sought to overcome"
"ตัวตนที่ฉันพยายามจะเอาชนะ"
"But I was not able to overcome it"

"แต่ฉันก็ไม่สามารถเอาชนะมันได้"
"I could only deceive it"
"ฉันสามารถหลอกลวงมันได้เท่านั้น"
"I could only flee from it"
"ฉันทำได้เพียงหลบหนีจากมัน"
"I could only hide from it"
"ฉันทำได้เพียงแต่ซ่อนตัวจากมัน"
"Truly, no thing in this world has kept my thoughts so busy"
"แท้จริงแล้วไม่มีสิ่งใดในโลกนี้ที่ทำให้ความคิดของฉันยุ่งวุ่นวายได้มากเท่านี้"
"I have been kept busy by the mystery of me being alive"
"ฉันยุ่งอยู่กับความลึกลับที่ว่าฉันยังมีชีวิตอยู่"
"the mystery of me being one"
"ความลึกลับของการที่ฉันเป็นหนึ่งเดียว"
"the mystery if being separated and isolated from all others"
"ความลึกลับของการถูกแยกและแยกออกจากผู้อื่นทั้งหมด"
"the mystery of me being Siddhartha!"
"ความลึกลับที่ฉันเป็นพระสิทธัตถะ!"
"And there is no thing in this world I know less about"
"และไม่มีอะไรในโลกนี้ที่ฉันรู้จักน้อยกว่านี้"
he had been pondering while slowly walking along
เขากำลังครุ่นคิดขณะเดินช้าๆ
he stopped as these thoughts caught hold of him
เขาหยุดลงเมื่อความคิดเหล่านี้เข้าครอบงำเขา
and right away another thought sprang forth from these thoughts
และทันใดนั้นความคิดอีกอย่างก็เกิดขึ้นจากความคิดเหล่านี้
"there's one reason why I know nothing about myself"

"มีเหตุผลหนึ่งที่ฉันไม่รู้จักตัวเองเลย"
"there's one reason why Siddhartha has remained alien to me"
"มีเหตุผลหนึ่งที่ทำให้พระสิทธัตถะยังคงเป็นคนแปลกหน้าสำหรับฉัน"
"all of this stems from one cause"
"ทั้งหมดนี้เกิดจากสาเหตุเดียว"
"I was afraid of myself, and I was fleeing"
"ฉันกลัวตัวเองจึงหนี"
"I have searched for both Atman and Brahman"
"ข้าพเจ้าได้ค้นหาทั้งอัตมันและพรหมัน"
"for this I was willing to dissect my self"
"เพื่อสิ่งนี้ฉันจึงเต็มใจที่จะผ่าตัวฉันเอง"
"and I was willing to peel off all of its layers"
"และฉันก็เต็มใจที่จะลอกชั้นทั้งหมดของมันออก"
"I wanted to find the core of all peels in its unknown interior"
"ฉันต้องการค้นหาแก่นแท้ของเปลือกทั้งหมดในส่วนที่ไม่รู้จักของมัน"
"the Atman, life, the divine part, the ultimate part"
"อาตมัน ชีวิต ส่วนที่ศักดิ์สิทธิ์ ส่วนที่สูงสุด"
"But I have lost myself in the process"
"แต่ฉันสูญเสียตัวเองไปในกระบวนการนี้"
Siddhartha opened his eyes and looked around
พระสิทธัตถะทรงลืมตาขึ้นมองดูรอบๆ
looking around, a smile filled his face
เมื่อมองไปรอบๆ ก็มีรอยยิ้มปรากฏบนใบหน้า

a feeling of awakening from long dreams flowed through him

ความรู้สึกตื่นจากความฝันอันยาวนานไหลเวียนอยู่ในตัวเขา

the feeling flowed from his head down to his toes

ความรู้สึกไหลจากศีรษะลงมาถึงปลายเท้า

And it was not long before he walked again

และไม่นานเขาก็เดินอีกครั้ง

he walked quickly, like a man who knows what he has got to do

เขาเดินอย่างรวดเร็วเหมือนคนที่รู้ว่าจะต้องทำอะไร

"now I will not let Siddhartha escape from me again!"

"บัดนี้ข้าพเจ้าจะไม่ยอมให้พระสิทธัตถะหลบหนีไปจากข้าพเจ้าอีกต่อไป!"

"I no longer want to begin my thoughts and my life with Atman"

"ฉันไม่อยากเริ่มต้นความคิดและชีวิตของฉันกับอัตมันอีกต่อไป"

"nor do I want to begin my thoughts with the suffering of the world"

"ฉันไม่อยากเริ่มต้นความคิดของฉันด้วยการคิดถึงความทุกข์ของโลก"

"I do not want to kill and dissect myself any longer"

"ฉันไม่อยากฆ่าและผ่าตัวเองอีกต่อไปแล้ว"

"Yoga-Veda shall not teach me anymore"

"โยคะเวทจะไม่สอนฉันอีกต่อไป"

"nor Atharva-Veda, nor the ascetics"

"ไม่ใช่อาถรรพเวท ไม่ใช่นักบวช"

"there will not be any kind of teachings"

"จะไม่มีการสอนอะไรทั้งสิ้น"

"I want to learn from myself and be my student"

"ฉันอยากเรียนรู้จากตัวเองและเป็นลูกศิษย์ของตัวเอง"
"I want to get to know myself; the secret of Siddhartha"
"ฉันอยากรู้จักตัวเอง ความลับของพระสิทธัตถะ"

He looked around, as if he was seeing the world for the first time
เขาหันมองไปรอบ ๆ ราวกับว่าเขาได้เห็นโลกเป็นครั้งแรก
Beautiful and colourful was the world
โลกนี้สวยงามและมีสีสัน
strange and mysterious was the world
โลกนี้ช่างแปลกและลึกลับ
Here was blue, there was yellow, here was green
นี่สีฟ้า มีสีเหลือง นี่คือสีเขียว
the sky and the river flowed
ท้องฟ้าและสายน้ำก็ไหล
the forest and the mountains were rigid
ป่าไม้และภูเขามีความแข็งขัน
all of the world was beautiful
โลกทั้งใบช่างสวยงาม
all of it was mysterious and magical
ทั้งหมดมันลึกลับและมหัศจรรย์
and in its midst was he, Siddhartha, the awakening one
และในท่ามกลางนั้นมีพระองค์ คือ พระสิทธัตถะ ผู้ตื่นรู้
and he was on the path to himself
และเขาก็อยู่บนเส้นทางสู่ตัวของเขาเอง
all this yellow and blue and river and forest entered Siddhartha
สีเหลือง สีน้ำเงิน แม่น้ำ และป่าไม้ทั้งหมดนี้ได้เข้ามาสู่สิทธัตถะ

for the first time it entered through the eyes
ครั้งแรกที่เข้ามาผ่านตา
it was no longer a spell of Mara
ไม่ใช่มนตร์คาถาของมาราอีกต่อไป
it was no longer the veil of Maya
ไม่ใช่เป็นผ้าคลุมของมายาอีกต่อไป
it was no longer a pointless and coincidental
มันไม่ใช่เรื่องไร้จุดหมายและเป็นเรื่องบังเอิญอีกต่อไป
things were not just a diversity of mere appearances
สิ่งต่างๆ ไม่ใช่เพียงความหลากหลายของลักษณะที่ปรากฏเท่านั้น
appearances despicable to the deeply thinking Brahman
รูปลักษณ์ที่น่ารังเกียจต่อพราหมณ์ผู้มีความคิดลึกซึ้ง
the thinking Brahman scorns diversity, and seeks unity
พราหมณ์ผู้คิดดูถูกความหลากหลาย และแสวงหาความสามัคคี
Blue was blue and river was river
สีฟ้าก็คือสีฟ้า และแม่น้ำก็คือแม่น้ำ
the singular and divine lived hidden in Siddhartha
เอกพจน์และความเป็นพระเจ้าอาศัยอยู่ซ่อนอยู่ในพระสิทธัตถะ
divinity's way and purpose was to be yellow here, and blue there
หนทางและจุดมุ่งหมายของความศักดิ์สิทธิ์คือการเป็นสีเหลืองที่นี่ และเป็นสีน้ำเงินที่นั่น
there sky, there forest, and here Siddhartha
มีท้องฟ้า มีป่าไม้ และที่นี่ พระสิทธัตถะ
The purpose and essential properties was not somewhere behind the things
จุดประสงค์และคุณสมบัติที่สำคัญไม่ได้อยู่ที่ไหนเบื้องหลังสิ่งของ
the purpose and essential properties was inside of everything

จุดประสงค์และคุณสมบัติที่สำคัญอยู่ภายในทุกสิ่ง

"How deaf and stupid have I been!" he thought

"ฉันหูหนวกและโง่เขลาเสียจริง!" เขาคิด

and he walked swiftly along

แล้วเขาก็เดินอย่างรวดเร็วไป

"When someone reads a text he will not scorn the symbols and letters"

"เมื่อใครอ่านข้อความใดข้อความหนึ่ง

เขาจะไม่ดูหมิ่นสัญลักษณ์และตัวอักษร"

"he will not call the symbols deceptions or coincidences"

"เขาจะไม่เรียกสัญลักษณ์เหล่านั้นว่าเป็นการหลอกลวงหรือความบังเอิญ"

"but he will read them as they were written"

"แต่เขาจะอ่านมันตามที่เขียนไว้"

"he will study and love them, letter by letter"

"เขาจะศึกษาและรักพวกเขาทีละตัวอักษร"

"I wanted to read the book of the world and scorned the letters"

"ฉันอยากอ่านหนังสือของโลกและดูถูกจดหมาย"

"I wanted to read the book of myself and scorned the symbols"

"ฉันอยากอ่านหนังสือเกี่ยวกับตัวเองและดูถูกสัญลักษณ์"

"I called my eyes and my tongue coincidental"

"ฉันเรียกตาและลิ้นของฉันว่าเป็นเรื่องบังเอิญ"

"I said they were worthless forms without substance"

"ฉันบอกว่ามันเป็นรูปแบบที่ไร้ค่าไร้สาระ"

"No, this is over, I have awakened"

"ไม่นะ มันจบแล้ว ฉันตื่นแล้ว"

"I have indeed awakened"

"ข้าพเจ้าได้ตื่นแล้ว"

"I had not been born before this very day"

"ข้าพเจ้ายังไม่เกิดมาก่อนวันนี้"

In thinking these thoughts, Siddhartha suddenly stopped once again

เมื่อคิดเรื่องเหล่านี้แล้ว พระสิทธัตถะก็หยุดกะทันหันอีกครั้ง

he stopped as if there was a snake lying in front of him

เขาหยุดอยู่เหมือนมีงูนอนอยู่ตรงหน้าเขา

suddenly, he had also become aware of something else

ทันใดนั้นเขาก็ตระหนักถึงสิ่งอื่นด้วย

He was indeed like someone who had just woken up

เขาเหมือนคนเพิ่งตื่นนอนจริงๆ

he was like a new-born baby starting life anew

เขาเป็นเหมือนทารกแรกเกิดที่เริ่มต้นชีวิตใหม่

and he had to start again at the very beginning

และเขาต้องเริ่มต้นใหม่ตั้งแต่เริ่มต้นเลย

in the morning he had had very different intentions

ตอนเช้าเขามีความตั้งใจที่แตกต่างกันมาก

he had thought to return to his home and his father

เขาคิดจะกลับบ้านและพ่อของเขา

But now he stopped as if a snake was lying on his path

แต่บัดนี้เขาหยุดอยู่เหมือนมีงูนอนอยู่บนเส้นทางของเขา

he made a realization of where he was

เขาตระหนักได้ว่าเขาอยู่ที่ไหน

"I am no longer the one I was"

"ฉันไม่ใช่คนเดิมอีกต่อไปแล้ว"

"I am no ascetic anymore"

"ฉันไม่เป็นนักพรตอีกต่อไปแล้ว"

"I am not a priest anymore"

"ฉันไม่ได้เป็นพระอีกต่อไปแล้ว"

"I am no Brahman anymore"

"ฉันไม่ใช่พราหมณ์อีกต่อไป"

"Whatever should I do at my father's place?"

"ที่บ้านพ่อฉันฉันจะทำอะไรได้ล่ะ?"

"Study? Make offerings? Practise meditation?"

"เรียนหนังสือ? ทำบุญ? ปฏิบัติธรรม?"

"But all this is over for me"

"แต่ทั้งหมดนี้มันจบลงสำหรับฉันแล้ว"

"all of this is no longer on my path"

"ทั้งหมดนี้ไม่อยู่บนเส้นทางของฉันอีกต่อไปแล้ว"

Motionless, Siddhartha remained standing there

พระสิทธัตถะทรงยืนนิ่งอยู่อย่างนั้น

and for the time of one moment and breath, his heart felt cold

และในช่วงเวลาหนึ่งและลมหายใจหนึ่ง

หัวใจของเขากลับรู้สึกเย็นชา

he felt a coldness in his chest

เขารู้สึกเย็นวาบในอก

the same feeling a small animal feels when it sees how alone it is

ความรู้สึกเดียวกับที่สัตว์ตัวเล็กๆ รู้สึกเมื่อเห็นว่าตัวเองอยู่โดดเดี่ยว

For many years, he had been without home and had felt nothing

เขาอยู่โดยไม่มีบ้านมานานหลายปีและไม่รู้สึกอะไรเลย

Now, he felt he had been without a home

- 104 -

ตอนนี้เขารู้สึกว่าเขาไม่มีบ้าน
Still, even in the deepest meditation, he had been his father's son
แม้ในสมาธิที่ลึกซึ้งที่สุด เขาก็ยังถือเป็นลูกชายของพ่อ
he had been a Brahman, of a high caste
เขาเป็นพราหมณ์ที่มีวรรณะสูง
he had been a cleric
เขาเคยเป็นพระ
Now, he was nothing but Siddhartha, the awoken one
ตอนนี้เขาไม่มีอะไรเลยนอกจากสิทธัตถะผู้ตื่นแล้ว
nothing else was left of him
ไม่เหลืออะไรอีกแล้วจากเขา
Deeply, he inhaled and felt cold
เขาสูดหายใจเข้าลึกๆ แล้วรู้สึกเย็น
a shiver ran through his body
ร่างกายของเขาสั่นสะท้านไปหมด
Nobody was as alone as he was
ไม่มีใครโดดเดี่ยวเท่ากับเขา
There was no nobleman who did not belong to the noblemen
ไม่มีขุนนางคนใดที่มิได้เป็นพวกขุนนาง
there was no worker that did not belong to the workers
ไม่มีคนงานที่ไม่ได้เป็นสมาชิกของคนงาน
they had all found refuge among themselves
พวกเขาต่างก็หาที่หลบภัยกันเอง
they shared their lives and spoke their languages
พวกเขาแบ่งปันชีวิตของพวกเขาและพูดภาษาของพวกเขา
there are no Brahman who would not be regarded as Brahmans

ไม่มีพราหมณ์ใดที่จะไม่ถือว่าเป็นพราหมณ์

and there are no Brahmans that didn't live as Brahmans

และไม่มีพราหมณ์คนใดที่ไม่เคยดำรงชีวิตเป็นพราหมณ์

there are no ascetic who could not find refuge with the Samanas

ไม่มีนักบวชคนใดที่ไม่สามารถพึ่งในสมณะได้

and even the most forlorn hermit in the forest was not alone

และแม้แต่ฤาษีผู้สิ้นหวังที่สุดในป่าก็ไม่ได้อยู่ตัวเดียว

he was also surrounded by a place he belonged to

เขายังถูกล้อมรอบไปด้วยสถานที่ที่เขาเคยอยู่ด้วย

he also belonged to a caste in which he was at home

เขาอยู่ในวรรณะที่เขาอาศัยอยู่ที่บ้านด้วย

Govinda had left him and became a monk

โควินดาได้ละทิ้งเขาและบวชเป็นพระภิกษุ

and a thousand monks were his brothers

และมีภิกษุจำนวนหนึ่งพันรูปเป็นพี่น้องของพระองค์

they wore the same robe as him

พวกเขาสวมเสื้อคลุมแบบเดียวกับเขา

they believed in his faith and spoke his language

พวกเขาเชื่อในศรัทธาของเขาและพูดภาษาของเขา

But he, Siddhartha, where did he belong to?

ส่วนพระองค์สิทธัตถะนั้น พระองค์ไปอยู่ที่ไหน?

With whom would he share his life?

เขาจะแบ่งปันชีวิตของเขากับใคร?

Whose language would he speak?

เขาจะพูดภาษาใคร?

the world melted away all around him

โลกละลายหายไปหมดรอบตัวเขา

he stood alone like a star in the sky
เขายืนโดดเดี่ยวเหมือนดวงดาวบนท้องฟ้า
cold and despair surrounded him
ความหนาวเย็นและความสิ้นหวังโอบล้อมเขาไว้
but Siddhartha emerged out of this moment
แต่พระสิทธัตถะได้ปรากฏกายออกมาในชั่วขณะนี้
Siddhartha emerged more his true self than before
พระสิทธัตถะทรงปรากฏพระลักษณะที่แท้จริงของพระองค์มากขึ้นกว่าแต่ก่อน
he was more firmly concentrated than he had ever been
เขามีสมาธิมากขึ้นกว่าที่เคยเป็นมา
He felt; "this had been the last tremor of the awakening"
เขารู้สึกว่า "นี่เป็นการสั่นสะเทือนครั้งสุดท้ายของการตื่นนอน"
"the last struggle of this birth"
"การต่อสู้ครั้งสุดท้ายของการเกิดนี้"
And it was not long until he walked again in long strides
และไม่นานเขาก็เดินก้าวยาวๆ อีกครั้ง
he started to proceed swiftly and impatiently
เขาเริ่มดำเนินการอย่างรวดเร็วและใจร้อน
he was no longer going home
เขาไม่กลับบ้านอีกต่อไปแล้ว
he was no longer going to his father
เขาไม่ไปหาพ่อของเขาอีกต่อไป

Part Two
ภาคสอง

***

Kamala
กมลา

Siddhartha learned something new on every step of his path
พระพุทธเจ้าทรงเรียนรู้สิ่งใหม่ ๆ ในทุก ๆ ก้าวของเส้นทางชีวิตของพระองค์

because the world was transformed and his heart was enchanted
เพราะโลกได้เปลี่ยนแปลงไปและใจของเขาได้ถูกเสกสรร

He saw the sun rising over the mountains
เขาเห็นพระอาทิตย์ขึ้นเหนือภูเขา

and he saw the sun setting over the distant beach
และเขามองเห็นพระอาทิตย์ตกเหนือชายหาดไกลๆ

At night, he saw the stars in the sky in their fixed positions
ในเวลากลางคืนเขามองเห็นดวงดาวบนท้องฟ้าอยู่ในตำแหน่งคงที่

and he saw the crescent of the moon floating like a boat in the blue
และเขามองเห็นจันทร์เสี้ยวลอยเหมือนเรือในสีน้ำเงิน

He saw trees, stars, animals, and clouds
เขามองเห็นต้นไม้ ดวงดาว สัตว์ และเมฆ

rainbows, rocks, herbs, flowers, streams and rivers
สายรุ้ง หิน สมุนไพร ดอกไม้ ลำธารและแม่น้ำ

he saw the glistening dew in the bushes in the morning
เขาเห็นน้ำค้างแวววาวในพุ่มไม้ตอนเช้า
he saw distant high mountains which were blue
เขาเห็นภูเขาสูงที่อยู่ไกลออกไปเป็นสีฟ้า
wind blew through the rice-field
ลมพัดผ่านทุ่งนา
all of this, a thousand-fold and colourful, had always been there
ทั้งหมดนี้ มากมายหลากสีสัน มีอยู่ตลอดมา
the sun and the moon had always shone
ดวงอาทิตย์และดวงจันทร์ก็ส่องแสงอยู่เสมอ
rivers had always roared and bees had always buzzed
แม่น้ำคำรามและผึ้งก็บินไปมาเสมอ
but in former times all of this had been a deceptive veil
แต่ในสมัยก่อนสิ่งเหล่านี้เป็นเพียงม่านแห่งการหลอกลวง
to him it had been nothing more than fleeting
สำหรับเขาแล้วมันก็เป็นเพียงสิ่งชั่วคราวเท่านั้น
it was supposed to be looked upon in distrust
มันควรจะถูกมองด้วยความไม่ไว้วางใจ
it was destined to be penetrated and destroyed by thought
มันถูกกำหนดไว้ให้ถูกเจาะทะลวงและทำลายลงด้วยความคิด
since it was not the essence of existence
เพราะมันมิใช่แก่นสารแห่งการดำรงอยู่
since this essence lay beyond, on the other side of, the visible
เนื่องจากสาระสำคัญนี้วางอยู่เหนืออีกด้านหนึ่งของสิ่งที่มองเห็น
But now, his liberated eyes stayed on this side
แต่ตอนนี้ดวงตาที่เป็นอิสระของเขายังคงอยู่ด้านนี้
he saw and became aware of the visible

เขาได้เห็นและตระหนักรู้ถึงสิ่งที่มองเห็น
he sought to be at home in this world
เขาต้องการที่จะอยู่ที่บ้านในโลกนี้
he did not search for the true essence
เขาไม่ได้ค้นหาแก่นแท้ที่แท้จริง
he did not aim at a world beyond
เขาไม่ได้มุ่งไปที่โลกอื่น
this world was beautiful enough for him
โลกนี้สวยงามพอสำหรับเขาแล้ว
looking at it like this made everything childlike
มองดูมันแบบนี้ทำให้ทุกอย่างดูเด็ก
Beautiful were the moon and the stars
พระจันทร์กับดวงดาวก็งดงาม
beautiful was the stream and the banks
ลำธารและริมฝั่งก็สวยงาม
the forest and the rocks, the goat and the gold-beetle
ป่าไม้และโขดหิน แพะและด้วงทอง
the flower and the butterfly; beautiful and lovely it was
ดอกไม้และผีเสื้อมันสวยงามและน่ารัก
to walk through the world was childlike again
การเดินไปทั่วโลกก็เหมือนเด็กอีกครั้ง
this way he was awoken
ด้วยวิธีนี้เขาจึงตื่นขึ้น
this way he was open to what is near
ด้วยวิธีนี้เขาจึงเปิดรับสิ่งที่อยู่ใกล้ๆ
this way he was without distrust
ด้วยวิธีนี้เขาจึงไม่ไว้วางใจใคร
differently the sun burnt the head

ต่างกันที่แสงแดดเผาหัว

differently the shade of the forest cooled him down

แต่ร่มเงาของป่ากลับทำให้เขาเย็นลง

differently the pumpkin and the banana tasted

ฟักทองกับกล้วยรสชาติต่างกัน

Short were the days, short were the nights

วันสั้น กลางคืนสั้น

every hour sped swiftly away like a sail on the sea

ทุกชั่วโมงผ่านไปอย่างรวดเร็วเหมือนใบเรือในทะเล

and under the sail was a ship full of treasures, full of joy

และใต้ใบเรือมีเรือลำหนึ่งเต็มไปด้วยสมบัติเต็มไปด้วยความสุข

Siddhartha saw a group of apes moving through the high canopy

พระสิทธัตถะทรงเห็นฝูงลิงกำลังเคลื่อนตัวผ่านเรือนยอดสูง

they were high in the branches of the trees

พวกเขาอยู่สูงบนกิ่งก้านของต้นไม้

and he heard their savage, greedy song

และเขาได้ยินเสียงเพลงอันป่าเถื่อนและโลภมากของพวกเขา

Siddhartha saw a male sheep following a female one and mating with her

พระสิทธัตถะทรงเห็นแกะตัวผู้เดินตามแกะตัวเมียและผสมพันธุ์กับแกะตัวเมีย

In a lake of reeds, he saw the pike hungrily hunting for its dinner

ในทะเลสาบแห่งต้นกก
เขามองเห็นหอกกำลังล่าเหยื่ออย่างหิวโหยเพื่อรับประทานอาหารเย็น

young fish were propelling themselves away from the pike

ลูกปลากำลังพยายามเคลื่อนตัวหนีจากหอก
they were scared, wiggling and sparkling
พวกมันตกใจดิ้นและเป็นประกาย
the young fish jumped in droves out of the water
ลูกปลากระโจนขึ้นมาจากน้ำเป็นฝูง
the scent of strength and passion came forcefully out of the water
กลิ่นของความแข็งแกร่งและความหลงใหลลอยออกมาจากน้ำอย่างแรงกล้า
and the pike stirred up the scent
และหอกก็กวนกลิ่นให้แรงขึ้น
All of this had always existed
ทั้งหมดนี้เคยมีอยู่เสมอ
and he had not seen it, nor had he been with it
และเขาไม่ได้เห็นมันและไม่ได้อยู่กับมัน
Now he was with it and he was part of it
ตอนนี้เขาอยู่กับมันและเขาก็เป็นส่วนหนึ่งของมัน
Light and shadow ran through his eyes
แสงและเงาวิ่งผ่านดวงตาของเขา
stars and moon ran through his heart
ดวงดาวและพระจันทร์วิ่งผ่านหัวใจของเขา

Siddhartha remembered everything he had experienced in the Garden Jetavana
พระสิทธัตถะทรงระลึกถึงทุกสิ่งทุกอย่างที่พระองค์ได้ทรงประสบในสวนเชตวัน
he remembered the teaching he had heard there from the divine Buddha

เขาระลึกถึงคำสอนที่ได้ยินจากพระพุทธเจ้า

he remembered the farewell from Govinda

เขานึกถึงคำอำลาจากโควินดา

he remembered the conversation with the exalted one

เขาจำบทสนทนากับผู้สูงศักดิ์ได้

Again he remembered his own words that he had spoken to the exalted one

พระองค์ทรงระลึกถึงถ้อยคำที่พระองค์ได้ตรัสกับพระผู้มีพระภาคเจ้านั้นอีก

he remembered every word

เขาจำทุกคำได้

he realized he had said things which he had not really known

เขาตระหนักได้ว่าเขาพูดบางสิ่งบางอย่างที่เขาไม่รู้จริงๆ

he astonished himself with what he had said to Gotama

เขาประหลาดใจกับสิ่งที่ได้กล่าวกับพระโคดม

the Buddha's treasure and secret was not the teachings

สมบัติและความลับของพระพุทธเจ้ามิใช่คำสอน

but the secret was the inexpressible and not teachable

แต่ความลับนั้นเป็นสิ่งที่ไม่อาจอธิบายได้และไม่สามารถสอนได้

the secret which he had experienced in the hour of his enlightenment

ความลับที่เขาได้ประสบพบในชั่วโมงแห่งการตรัสรู้ของเขา

the secret was nothing but this very thing which he had now gone to experience

ความลับนั้นไม่มีอะไรเลยนอกจากสิ่งนี้เองที่เขาได้ไปสัมผัสมา

the secret was what he now began to experience

ความลับนั้นคือสิ่งที่เขาเริ่มประสบอยู่ตอนนี้

Now he had to experience his self

ตอนนี้เขาต้องมาสัมผัสด้วยตัวเอง

he had already known for a long time that his self was Atman

เขาเคยรู้มานานแล้วว่าตนเองคืออัตมัน

he knew Atman bore the same eternal characteristics as Brahman

เขารู้ว่าอาตมันก็มีลักษณะนิรันดร์เช่นเดียวกับพรหมัน

But he had never really found this self

แต่เขาไม่เคยค้นพบตัวตนที่แท้จริงนี้เลย

because he had wanted to capture the self in the net of thought

เพราะเขาต้องการจะจับเอาตัวตนไว้ในตาข่ายแห่งความคิด

but the body was not part of the self

แต่ร่างกายนั้นมิใช่ส่วนหนึ่งของตัวตน

it was not the spectacle of the senses

มันไม่ใช่การแสดงของประสาทสัมผัส

so it also was not the thought, nor the rational mind

มันก็ไม่ใช่ความคิดหรือจิตที่มีเหตุผล

it was not the learned wisdom, nor the learned ability

มันไม่ใช่ภูมิปัญญาที่ได้เรียนรู้ หรือความสามารถที่ได้เรียนรู้

from these things no conclusions could be drawn

จากสิ่งเหล่านี้ไม่สามารถสรุปได้

No, the world of thought was also still on this side

ไม่หรอก โลกแห่งความคิดนั้นยังอยู่ด้านนี้ด้วย

Both, the thoughts as well as the senses, were pretty things

ทั้งความคิดและความรู้สึกก็ล้วนแต่เป็นสิ่งดีงาม

but the ultimate meaning was hidden behind both of them

แต่ความหมายสูงสุดนั้นซ่อนอยู่เบื้องหลังทั้งสอง

both had to be listened to and played with

ทั้งสองต้องฟังและเล่นด้วย

neither had to be scorned nor overestimated

ไม่จำเป็นต้องถูกดูถูกหรือถูกประเมินสูงเกินไป

there were secret voices of the innermost truth

มีเสียงอันลึกลับของความจริงอันลึกซึ้งที่สุด

these voices had to be attentively perceived

เสียงเหล่านี้ต้องได้รับการรับรู้ด้วยความตั้งใจ

He wanted to strive for nothing else

เขาต้องการที่จะดิ้นรนเพื่อสิ่งอื่นใด

he would do what the voice commanded him to do

เขาก็จะทำตามที่เสียงสั่งให้ทำ

he would dwell where the voices advised him to

เขาจะอยู่ที่ซึ่งเสียงแนะนำให้เขาไป

Why had Gotama sat down under the Bodhi tree?

ทำไมพระโคดมจึงมาประทับนั่งใต้ต้นโพธิ์?

He had heard a voice in his own heart

เขาได้ยินเสียงในหัวใจของเขาเอง

a voice which had commanded him to seek rest under this tree

เสียงที่สั่งให้เขาไปพักผ่อนใต้ต้นไม้ต้นนี้

he could have gone on to make offerings

เขาสามารถไปถวายเครื่องบูชาได้

he could have performed his ablutions

เขาสามารถทำพิธีชำระล้างร่างกายได้

he could have spent that moment in prayer

เขาสามารถใช้เวลาช่วงนั้นในการสวดมนต์ได้

he had chosen not to eat or drink

เขาเลือกที่จะไม่กินหรือดื่ม

he had chosen not to sleep or dream
เขาเลือกที่จะไม่นอนหรือฝัน
instead, he had obeyed the voice
แต่กลับเชื่อฟังเสียง
To obey like this was good
การเชื่อฟังเช่นนี้ก็ดี
it was good not to obey to an external command
การไม่เชื่อฟังคำสั่งจากภายนอกก็เป็นสิ่งที่ดี
it was good to obey only the voice
เชื่อฟังแต่เสียงก็ดี
to be ready like this was good and necessary
การเตรียมพร้อมไว้เช่นนี้เป็นสิ่งที่ดีและจำเป็น
there was nothing else that was necessary
ไม่มีอะไรที่จำเป็นอีกแล้ว

in the night Siddhartha got to a river
ในเวลากลางคืน พระสิทธัตถะเสด็จมาถึงแม่น้ำ
he slept in the straw hut of a ferryman
เขาหลับนอนในกระท่อมฟางของคนพายเรือ
this night Siddhartha had a dream
คืนนี้พระสิทธัตถะทรงฝัน
Govinda was standing in front of him
โควินดากำลังยืนอยู่ตรงหน้าเขา
he was dressed in the yellow robe of an ascetic
เขาสวมชุดสีเหลืองของนักพรต
Sad was how Govinda looked
โกวินดาดูเศร้ามาก
sadly he asked, "Why have you forsaken me?"

เขาถามด้วยความเศร้าใจว่า "ทำไมพระองค์จึงทอดทิ้งฉัน?"

Siddhartha embraced Govinda, and wrapped his arms around him

พระสิทธัตถะทรงโอบพระโควินทะและทรงโอบพระหัตถ์ไว้

he pulled him close to his chest and kissed him

เขาดึงเขาเข้ามาใกล้หน้าอกของเขาแล้วจูบเขา

but it was not Govinda anymore, but a woman

แต่ไม่ใช่โควินดาอีกต่อไป แต่เป็นผู้หญิง

a full breast popped out of the woman's dress

หน้าอกเต็มๆ โผล่ออกมาจากชุดผู้หญิง

Siddhartha lay and drank from the breast

พระสิทธัตถะทรงนอนและทรงดื่มน้ำจากหน้าอก

sweetly and strongly tasted the milk from this breast

รสหวานและเข้มข้นของนมจากเต้านมนี้

It tasted of woman and man

มันมีรสชาติของผู้หญิงและผู้ชาย

it tasted of sun and forest

มันมีรสชาติของแสงแดดและป่าไม้

it tasted of animal and flower

มันมีรสชาติของสัตว์และดอกไม้

it tasted of every fruit and every joyful desire

มีรสของผลไม้ทุกชนิดและความปรารถนาอันน่ายินดีทุกประการ

It intoxicated him and rendered him unconscious

มันทำให้เขามึนเมาจนหมดสติ

Siddhartha woke up from the dream

พระสิทธัตถะตื่นจากฝัน

the pale river shimmered through the door of the hut

แม่น้ำสีซีดส่องประกายผ่านประตูกระท่อม

a dark call of an owl resounded deeply through the forest
เสียงร้องอันมืดมิดของนกฮูกดังก้องไปทั่วป่า
Siddhartha asked the ferryman to get him across the river
พระสิทธัตถะทรงขอร้องคนพายเรือให้พาพระองค์ข้ามแม่น้ำไป
The ferryman got him across the river on his bamboo-raft
คนพายเรือพาเขาข้ามแม่น้ำด้วยแพไม้ไผ่
the water shimmered reddish in the light of the morning
น้ำระยิบระยับสีแดงในแสงของยามเช้า
"This is a beautiful river," he said to his companion
"นี่เป็นแม่น้ำที่สวยงาม" เขากล่าวกับเพื่อนของเขา
"Yes," said the ferryman, "a very beautiful river"
"ใช่แล้ว" คนพายเรือกล่าว "แม่น้ำสายนี้สวยงามมาก"
"I love it more than anything"
"ฉันรักมันมากกว่าสิ่งอื่นใด"
"Often I have listened to it"
"ฉันเคยฟังเรื่องนี้บ่อยครั้ง"
"often I have looked into its eyes"
"ฉันมักจะมองเข้าไปในดวงตาของมัน"
"and I have always learned from it"
"และฉันก็เรียนรู้จากมันมาตลอด"
"Much can be learned from a river"
"เราสามารถเรียนรู้ได้มากจากแม่น้ำ"
"I thank you, my benefactor" spoke Siddhartha
"ข้าพเจ้าขอขอบพระคุณท่านผู้มีอุปการคุณของข้าพเจ้า"
พระสิทธัตถะตรัส
he disembarked on the other side of the river
เขาลงเรือไปฝั่งตรงข้ามแม่น้ำ

"I have no gift I could give you for your hospitality, my dear"
"ฉันไม่มีของขวัญที่จะมอบให้คุณได้เพื่อตอบแทนการต้อนรับของคุณนะที่รัก"

"and I also have no payment for your work"
"และฉันก็ไม่ได้รับเงินค่าจ้างสำหรับงานของคุณด้วย"

"I am a man without a home"
"ผมเป็นผู้ชายไร้บ้าน"

"I am the son of a Brahman and a Samana"
"ข้าพเจ้าเป็นบุตรของพราหมณ์กับสมณะ"

"I did see it," spoke the ferryman
"ฉันเห็นมันแล้ว" คนพายเรือพูด

"I did not expect any payment from you"
"ฉันไม่ได้คาดหวังเงินตอบแทนจากคุณเลย"

"it is custom for guests to bear a gift"
"เป็นธรรมเนียมที่แขกจะต้องมอบของขวัญให้"

"but I did not expect this from you either"
"แต่ฉันก็ไม่ได้คาดหวังสิ่งนี้จากคุณเช่นกัน"

"You will give me the gift another time"
"คราวหน้าคุณจะมอบของขวัญให้ฉันอีก"

"Do you think so?" asked Siddhartha, bemusedly
"ท่านคิดอย่างนั้นหรือ" พระสิทธัตถะถามด้วยความงุนงง

"I am sure of it," replied the ferryman
"ฉันแน่ใจ" คนพายเรือตอบ

"This too, I have learned from the river"
"เรื่องนี้ฉันก็ได้เรียนรู้จากแม่น้ำเช่นกัน"

"everything that goes comes back!"
"ทุกสิ่งที่ไปก็จะกลับมา!"

"You too, Samana, will come back"
"คุณเองก็จะกลับมาเช่นกัน ซามานา"
"Now farewell! Let your friendship be my reward"
"ลาก่อนนะ ขอให้มิตรภาพของคุณเป็นรางวัลของฉัน"
"Commemorate me, when you make offerings to the gods"
"จงระลึกถึงข้าพเจ้าเมื่อท่านถวายเครื่องบูชาแด่เทพเจ้า"
Smiling, they parted from each other
ยิ้มแล้วแยกจากกันไป
Smiling, Siddhartha was happy about the friendship
พระสิทธัตถะทรงยิ้มด้วยความยินดีกับมิตรภาพ
and he was happy about the kindness of the ferryman
และเขาก็ดีใจกับความมีน้ำใจของคนพายเรือ
"He is like Govinda," he thought with a smile
"เขาเหมือนโควินดา" เขาคิดพร้อมกับยิ้ม
"all I meet on my path are like Govinda"
"ฉันพบแต่ความเหมือนโควินดาตลอดเส้นทาง"
"All are thankful for what they have"
"ทุกคนต่างก็ขอบคุณในสิ่งที่ตนมี"
"but they are the ones who would have a right to receive thanks"
"แต่พวกเขาเหล่านั้นเป็นผู้มีสิทธิ์ได้รับคำขอบคุณ"
"all are submissive and would like to be friends"
"ทุกคนล้วนแต่เป็นพวกอ่อนน้อมถ่อมตนและต้องการเป็นเพื่อนกัน"
"all like to obey and think little"
"ทุกคนชอบที่จะเชื่อฟังและคิดน้อย"
"all people are like children"
"ทุกคนก็เหมือนเด็ก"

At about noon, he came through a village
เวลาประมาณเที่ยงก็มาถึงหมู่บ้านแห่งหนึ่ง

In front of the mud cottages, children were rolling about in the street
ข้างหน้าบ้านดินมีเด็ก ๆ กำลังกลิ้งไปมาบนถนน

they were playing with pumpkin-seeds and sea-shells
พวกเขากำลังเล่นกับเมล็ดฟักทองและเปลือกหอย

they screamed and wrestled with each other
พวกเขาตะโกนและต่อสู้กัน

but they all timidly fled from the unknown Samana
แต่พวกเขาทั้งหมดก็พากันหนีจากซามานาที่ไม่รู้จักด้วยความขลาดเขลา

In the end of the village, the path led through a stream
สุดหมู่บ้านมีเส้นทางผ่านลำธาร

by the side of the stream, a young woman was kneeling
ริมลำธารมีหญิงสาวคนหนึ่งกำลังคุกเข่าอยู่

she was washing clothes in the stream
เธอซักผ้าอยู่ในลำธาร

When Siddhartha greeted her, she lifted her head
เมื่อพระสิทธัตถะทักทายเธอ เธอจึงเงยศีรษะขึ้น

and she looked up to him with a smile
และเธอก็มองขึ้นไปหาเขาพร้อมกับรอยยิ้ม

he could see the white in her eyes glistening
เขาเห็นสีขาวในดวงตาของเธอเป็นประกาย

He called out a blessing to her
พระองค์ทรงร้องเรียกให้พรแก่เธอ

this was the custom among travellers

นี่คือธรรมเนียมปฏิบัติของนักเดินทาง
and he asked how far it was to the large city
แล้วเขาก็ถามว่าจะถึงตัวเมืองใหญ่ไกลแค่ไหน
Then she got up and came to him
แล้วเธอก็ลุกขึ้นมาหาเขา
beautifully her wet mouth was shimmering in her young face
ปากเปียกๆ ของเธอแวววาวสวยงามบนใบหน้าที่ยังเยาว์วัยของเธอ
She exchanged humorous banter with him
เธอแลกเปลี่ยนเรื่องตลกๆ กับเขา
she asked whether he had eaten already
เธอถามว่าเขากินข้าวหรือยัง
and she asked curious questions
และเธอก็ถามคำถามที่น่าสงสัย
"is it true that the Samanas slept alone in the forest at night?"
"จริงหรือที่พวกสามเณรจะนอนคนเดียวในป่าตอนกลางคืน?"
"is it true Samanas are not allowed to have women with them"
"จริงหรือไม่ที่พวกสมณะไม่อนุญาตให้มีผู้หญิงไปด้วย"
While talking, she put her left foot on his right one
ขณะที่พูดอยู่นั้น เธอก็วางเท้าซ้ายของเธอไว้บนเท้าขวาของเขา
the movement of a woman who would want to initiate sexual pleasure
การเคลื่อนไหวของผู้หญิงที่ต้องการเริ่มต้นความสุขทางเพศ
the textbooks call this "climbing a tree"
ในตำราเรียนเรียกสิ่งนี้ว่า "การปีนต้นไม้"
Siddhartha felt his blood heating up
พระสิทธัตถะทรงรู้สึกว่าโลหิตของพระองค์ร้อนขึ้น
he had to think of his dream again

เขาต้องคิดถึงความฝันของเขาอีกครั้ง
he bend slightly down to the woman
เขาโน้มตัวลงเล็กน้อยไปหาผู้หญิงคนนั้น
and he kissed with his lips the brown nipple of her breast
และเขาก็จูบหัวนมสีน้ำตาลของหน้าอกเธอด้วยริมฝีปากของเขา
Looking up, he saw her face smiling
เขามองขึ้นไปเห็นหน้าเธอยิ้ม
and her eyes were full of lust
และดวงตาของเธอก็เต็มไปด้วยความใคร่
Siddhartha also felt desire for her
พระสิทธัตถะก็ทรงปรารถนาในตัวนางด้วย
he felt the source of his sexuality moving
เขารู้สึกว่าที่มาของความต้องการทางเพศของเขากำลังเคลื่อนไหว
but he had never touched a woman before
แต่เขาไม่เคยแตะผู้หญิงมาก่อน
so he hesitated for a moment
เขาจึงลังเลอยู่ครู่หนึ่ง
his hands were already prepared to reach out for her
มือของเขาเตรียมที่จะเอื้อมไปหาเธอแล้ว
but then he heard the voice of his innermost self
แต่แล้วเขาก็ได้ยินเสียงจากตัวตนที่อยู่ภายในสุดของเขา
he shuddered with awe at his voice
เขาสั่นสะท้านด้วยความหวาดกลัวต่อเสียงของเขา
and this voice told him no
และเสียงนี้ก็บอกเขาว่าไม่
all charms disappeared from the young woman's smiling face
เสน่ห์ทั้งหมดหายไปจากใบหน้ายิ้มแย้มของหญิงสาว

he no longer saw anything else but a damp glance
เขาไม่เห็นอะไรอีกนอกจากแววตาชื้นๆ
all he could see was female animal in heat
สิ่งที่เขาเห็นคือสัตว์ตัวเมียที่กำลังอยู่ในช่วงติดสัด
Politely, he petted her cheek
เขาลูบแก้มเธออย่างสุภาพ
he turned away from her and disappeared away
เขาหันหลังให้เธอแล้วหายไป
he left from the disappointed woman with light steps
เขาเดินจากไปจากหญิงสาวผู้ผิดหวังด้วยก้าวเท้าอันเบาสบาย
and he disappeared into the bamboo-wood
แล้วเขาก็หายเข้าไปในไม้ไผ่

he reached the large city before the evening
เขาไปถึงเมืองใหญ่ก่อนเวลาเย็น
and he was happy to have reached the city
และเขาก็ดีใจที่ได้มาถึงเมืองนี้
because he felt the need to be among people
เพราะเขารู้สึกว่าจำเป็นต้องอยู่ท่ามกลางผู้คน
or a long time, he had lived in the forests
หรือเป็นเวลานานแล้วที่เขาใช้ชีวิตอยู่ในป่า
for first time in a long time he slept under a roof
เป็นครั้งแรกในรอบเวลานานที่เขาหลับใต้หลังคา
Before the city was a beautifully fenced garden
ก่อนนี้เมืองเป็นสวนที่มีรั้วล้อมสวยงาม
the traveller came across a small group of servants
นักเดินทางได้พบกับกลุ่มคนรับใช้จำนวนเล็กน้อย
the servants were carrying baskets of fruit

คนรับใช้กำลังถือตะกร้าผลไม้

four servants were carrying an ornamental sedan-chair

คนรับใช้สี่คนถือเกี้ยวประดับ

on this chair sat a woman, the mistress

บนเก้าอี้ตัวนี้นั่งสตรีคนหนึ่งเป็นนายหญิง

she was on red pillows under a colourful canopy

เธออยู่บนหมอนสีแดงใต้ผ้าคลุมสีสันสดใส

Siddhartha stopped at the entrance to the pleasure-garden

พระสิทธัตถะทรงหยุดอยู่บริเวณทางเข้าสวนสนุก

and he watched the parade go by

และเขามองดูขบวนพาเหรดผ่านไป

he saw saw the servants and the maids

เขาเห็นคนรับใช้และคนรับใช้หญิง

he saw the baskets and the sedan-chair

เขามองเห็นตะกร้าและเกวียน

and he saw the lady on the chair

และเขาเห็นผู้หญิงบนเก้าอี้

Under her black hair he saw a very delicate face

ภายใต้ผมสีดำของเธอ เขาเห็นใบหน้าที่บอบบางมาก

a bright red mouth, like a freshly cracked fig

ปากสีแดงสดเหมือนมะกอกที่เพิ่งแตก

eyebrows which were well tended and painted in a high arch

คิ้วที่ได้รับการดูแลอย่างดีและวาดให้โค้งสูง

they were smart and watchful dark eyes

พวกเขามีดวงตาสีดำที่ฉลาดและระมัดระวัง

a clear, tall neck rose from a green and golden garment

คอสูงโปร่งโผล่ออกมาจากเสื้อคลุมสีเขียวทอง

her hands were resting, long and thin
มือของเธอพักยาวและบาง
she had wide golden bracelets over her wrists
เธอมีสร้อยข้อมือทองคำกว้างสวมทับข้อมือ
Siddhartha saw how beautiful she was, and his heart rejoiced
พระสิทธัตถะทรงเห็นความงามของนางแล้วจึงทรงชื่นชมยินดี
He bowed deeply, when the sedan-chair came closer
เขาโค้งคำนับอย่างลึกซึ้งเมื่อเกวียนเข้ามาใกล้
straightening up again, he looked at the fair, charming face
เขายืดตัวตรงขึ้นอีกครั้งและมองดูใบหน้าที่สวยน่ารัก
he read her smart eyes with the high arcs
เขาอ่านสายตาอันเฉียบแหลมของเธอด้วยเส้นโค้งที่สูง
he breathed in a fragrance of something he did not know
เขาสูดกลิ่นของสิ่งที่เขาไม่รู้จัก
With a smile, the beautiful woman nodded for a moment
หญิงสาวสวยพยักหน้าด้วยรอยยิ้มชั่วครู่
then she disappeared into the garden
แล้วเธอก็หายเข้าไปในสวน
and then the servants disappeared as well
แล้วคนรับใช้ก็หายไปด้วย
"I am entering this city with a charming omen" Siddhartha thought
"ข้าพเจ้าจะเข้าเมืองนี้ด้วยลางสังหรณ์อันน่ารื่นรมย์"
พระสิทธัตถะคิด
He instantly felt drawn into the garden
เขารู้สึกถูกดึงดูดเข้าไปในสวนทันที
but he thought about his situation

แต่เขาคิดถึงสถานการณ์ของเขา

he became aware of how the servants and maids had looked at him

เขาเริ่มรู้สึกว่าคนรับใช้และคนรับใช้มองเขาอย่างไร

they thought him despicable, distrustful, and rejected him

พวกเขาคิดว่าเขาเป็นคนน่ารังเกียจ ไม่ไว้ใจ และปฏิเสธเขา

"I am still a Samana" he thought

"ฉันยังเป็นสามเณรอยู่" เขาคิด

"I am still an ascetic and beggar"

"ข้าพเจ้ายังเป็นผู้บำเพ็ญตบะและขอทานอยู่"

"I must not remain like this"

"ฉันไม่ควรอยู่อย่างนี้"

"I will not be able to enter the garden like this," he laughed

"ฉันจะเข้าสวนแบบนี้ไม่ได้หรอก" เขาหัวเราะ

he asked the next person who came along the path about the garden

เขาถามคนต่อมาที่ผ่านตามทางเกี่ยวกับสวน

and he asked for the name of the woman

และเขาถามถึงชื่อของผู้หญิงคนนั้น

he was told that this was the garden of Kamala, the famous courtesan

เขาเล่ากันว่านี่คือสวนของกมลา นางโสเภณีชื่อดัง

and he was told that she also owned a house in the city

และเขาเล่าให้ฟังว่าเธอมีบ้านอยู่ในเมืองด้วย

Then, he entered the city with a goal

จากนั้นเขาก็เข้าเมืองไปด้วยเป้าหมาย

Pursuing his goal, he allowed the city to suck him in

เขาไล่ตามเป้าหมายของเขาและปล่อยให้เมืองดูดเขาเข้ามา

he drifted through the flow of the streets

เขาล่องลอยไปตามกระแสถนน

he stood still on the squares in the city

เขาหยุดยืนอยู่บนจัตุรัสในเมือง

he rested on the stairs of stone by the river

เขาพักอยู่บนบันไดหินริมแม่น้ำ

When the evening came, he made friends with a barber's assistant

เมื่อถึงตอนเย็น เขาได้ผูกมิตรกับผู้ช่วยช่างตัดผมคนหนึ่ง

he had seen him working in the shade of an arch

เขาเห็นเขาทำงานอยู่ใต้ร่มเงาของซุ้มประตู

and he found him again praying in a temple of Vishnu

แล้วได้พบเขาอีกครั้งหนึ่งกำลังสวดมนต์อยู่ในวัดของพระวิษณุ

he told about stories of Vishnu and the Lakshmi

เขาเล่าเรื่องของพระวิษณุและพระลักษมี

Among the boats by the river, he slept this night

คืนนี้พระองค์ได้ทรงนอนท่ามกลางเรือลำน้ำ

Siddhartha came to him before the first customers came into his shop

พระสิทธัตถะเสด็จมาหาพระองค์ก่อนที่ลูกค้ารายแรกจะเข้ามาในร้านของพระองค์

he had the barber's assistant shave his beard and cut his hair

เขาให้ผู้ช่วยช่างตัดผมโกนหนวดและตัดผมให้เขา

he combed his hair and anointed it with fine oil

เขาหวีผมแล้วชโลมด้วยน้ำมันชั้นดี

Then he went to take his bath in the river

จากนั้นเขาก็ไปอาบน้ำในแม่น้ำ

late in the afternoon, beautiful Kamala approached her garden
บ่ายแก่ๆ กมลาผู้สวยงามเดินเข้ามาที่สวนของเธอ

Siddhartha was standing at the entrance again
พระสิทธัตถะทรงยืนอยู่ที่ทางเข้าอีกครั้ง

he made a bow and received the courtesan's greeting
เขาโค้งคำนับและรับคำทักทายจากหญิงโสเภณี

he got the attention of one of the servant
เขาได้รับความสนใจจากคนรับใช้คนหนึ่ง

he asked him to inform his mistress
เขาขอให้เขาแจ้งให้เจ้านายของเขาทราบ

"a young Brahman wishes to talk to her"
"พราหมณ์หนุ่มคนหนึ่งต้องการจะพูดคุยกับเธอ"

After a while, the servant returned
หลังจากนั้นสักครู่คนรับใช้ก็กลับมา

the servant asked Siddhartha to follow him
คนรับใช้ขอให้สิทธัตถะติดตามไปด้วย

Siddhartha followed the servant into a pavilion
พระสิทธัตถะตามคนรับใช้เข้าไปในศาลา

here Kamala was lying on a couch
ที่นี่กมลากำลังนอนอยู่บนโซฟา

and the servant left him alone with her
และคนรับใช้ก็ทิ้งเขาไว้กับเธอตามลำพัง

"Weren't you also standing out there yesterday, greeting me?" asked Kamala
"เมื่อวานคุณก็ออกมาต้อนรับฉันเหมือนกันไม่ใช่เหรอ" กมลาถาม

"It's true that I've already seen and greeted you yesterday"
"จริงอยู่ว่าฉันได้พบคุณและทักทายคุณเมื่อวานนี้แล้ว"

"But didn't you yesterday wear a beard, and long hair?"

"แต่เมื่อวานคุณไม่ได้โกนเคราและผมยาวเหรอ?"

"and was there not dust in your hair?"

"แล้วผมของท่านไม่มีฝุ่นบ้างหรือ?"

"You have observed well, you have seen everything"

"ท่านสังเกตดีแล้ว ท่านเห็นทุกสิ่งแล้ว"

"You have seen Siddhartha, the son of a Brahman"

"ท่านได้เห็นสิทธัตถะบุตรของพราหมณ์แล้ว"

"the Brahman who has left his home to become a Samana"

"พราหมณ์ผู้ออกจากบ้านมาเป็นสามเณร"

"the Brahman who has been a Samana for three years"

"พราหมณ์ผู้เป็นสมณะมาแล้ว ๓ ปี"

"But now, I have left that path and came into this city"

"แต่บัดนี้ข้าพเจ้าได้ออกจากทางนั้นแล้วและมาอยู่ในเมืองนี้"

"and the first one I met, even before I had entered the city, was you"

"และคนแรกที่ฉันพบ ก่อนที่ฉันจะเข้าเมืองมา ก็คือคุณ"

"To say this, I have come to you, oh Kamala!"

"เพื่อจะบอกว่า ฉันมาหาคุณแล้ว โอ้ กมลา!"

"before, Siddhartha addressed all woman with his eyes to the ground"

"ก่อนนี้ พระสิทธัตถะทรงเรียกสตรีทุกคน โดยก้มหน้าลงกับพื้น"

"You are the first woman whom I address otherwise"

"คุณเป็นผู้หญิงคนแรกที่ฉันพูดถึง"

"Never again do I want to turn my eyes to the ground"

"ฉันไม่อยากที่จะก้มหน้ามองพื้นอีกแล้ว"

"I won't turn when I'm coming across a beautiful woman"

"ฉันจะไม่หันกลับไปเมื่อฉันเจอผู้หญิงสวย"

Kamala smiled and played with her fan of peacocks' feathers

กมลายิ้มและเล่นกับพัดขนนกยูงของเธอ

"And only to tell me this, Siddhartha has come to me?"
"แล้วเพื่อบอกฉันเพียงเท่านี้

พระสิทธัตถะได้เสด็จมาหาฉันแล้วหรือ?"
"To tell you this and to thank you for being so beautiful"
"เพื่อบอกคุณเรื่องนี้และขอบคุณที่คุณสวยขนาดนี้"
"I would like to ask you to be my friend and teacher"
"ผมอยากขอให้คุณเป็นเพื่อนและครูของผม"
"for I know nothing yet of that art which you have mastered"
"เพราะข้าพเจ้ายังไม่ทราบถึงศิลปะที่ท่านเชี่ยวชาญนั้นเลย"
At this, Kamala laughed aloud
เมื่อได้ยินเช่นนี้ กมลาก็หัวเราะออกมาดังๆ
"Never before this has happened to me, my friend"
"ไม่เคยเกิดขึ้นกับฉันมาก่อนเลยนะเพื่อน"
"a Samana from the forest came to me and wanted to learn from me!"
"มีสามเณรจากป่ามาหาฉัน และต้องการเรียนรู้จากฉัน!"
"Never before this has happened to me"
"ไม่เคยเกิดขึ้นกับฉันมาก่อนเลย"
"a Samana came to me with long hair and an old, torn loincloth!"
"มีสามเณรมาหาข้าพเจ้า มีผมยาวและผ้าเตี่ยวเก่าๆ ขาดๆ หายๆ!"
"Many young men come to me"
"มีชายหนุ่มมากมายมาหาฉัน"
"and there are also sons of Brahmans among them"
"และยังมีบุตรของพราหมณ์อยู่ด้วย"
"but they come in beautiful clothes"
"แต่พวกเขามาในชุดที่สวยงาม"

"they come in fine shoes"
"พวกเขามาในรองเท้าที่ดี"
"they have perfume in their hair
"พวกเขาใส่น้ำหอมไว้ในผม
"and they have money in their pouches"
"และพวกเขาก็มีเงินอยู่ในกระเป๋า"
"This is how the young men are like, who come to me"
"พวกหนุ่มๆที่เข้ามาหาฉันก็เป็นแบบนี้แหละ"
Spoke Siddhartha, "Already I am starting to learn from you"
พระสิทธัตถะตรัสว่า "ข้าพเจ้าได้เริ่มเรียนรู้จากท่านแล้ว"
"Even yesterday, I was already learning"
"เมื่อวานฉันก็ได้เรียนรู้แล้ว"
"I have already taken off my beard"
"ฉันได้โกนเคราออกไปแล้ว"
"I have combed the hair"
"ฉันหวีผมแล้ว"
"and I have oil in my hair"
"และฉันมีน้ำมันอยู่ในผมของฉัน"
"There is little which is still missing in me"
"ยังมีสิ่งที่ขาดหายไปในตัวฉันอีกเล็กน้อย"
"oh excellent one, fine clothes, fine shoes, money in my pouch"
"โอ้ ท่านผู้ยิ่งใหญ่ เสื้อผ้าดี รองเท้าดี เงินในกระเป๋าของฉัน"
"You shall know Siddhartha has set harder goals for himself"
"ท่านทั้งหลายจะทราบว่าพระพุทธเจ้าได้ตั้งเป้าหมายที่ยากยิ่งกว่าสำหรับตนเอง"
"and he has reached these goals"

"และเขาก็ได้บรรลุเป้าหมายเหล่านี้"
"How shouldn't I reach that goal?"
"ทำไมฉันถึงไม่บรรลุเป้าหมายนั้นได้ล่ะ?"
"the goal which I have set for myself yesterday"
"เป้าหมายที่ฉันตั้งไว้ให้กับตัวเองเมื่อวาน"
"to be your friend and to learn the joys of love from you"
"ที่จะเป็นเพื่อนคุณและเรียนรู้ความสุขของความรักจากคุณ"
"You'll see that I'll learn quickly, Kamala"
"คุณจะเห็นว่าฉันจะเรียนรู้ได้อย่างรวดเร็ว กมลา"
"I have already learned harder things than what you're supposed to teach me"
"ฉันเรียนรู้เรื่องที่ยากกว่าที่คุณควรสอนฉันแล้ว"
"And now let's get to it"
"แล้วตอนนี้เรามาเริ่มกันเลย"
"You aren't satisfied with Siddhartha as he is?"
"ท่านไม่พอใจในตัวเจ้าชายสิทธัตถะอย่างนั้นหรือ?"
"with oil in his hair, but without clothes"
"มีน้ำมันติดผมแต่ไม่ได้สวมเสื้อผ้า"
"Siddhartha without shoes, without money"
"สิทธัตถะ ไม่มีรองเท้า ไม่มีเงิน"
Laughing, Kamala exclaimed, "No, my dear"
กมลาหัวเราะแล้วอุทานว่า "ไม่หรอกที่รัก"
"he doesn't satisfy me, yet"
"เขายังไม่ทำให้ฉันพอใจเลย"
"Clothes are what he must have"
"เสื้อผ้าคือสิ่งที่เขาต้องมี"
"pretty clothes, and shoes is what he needs"
"เสื้อผ้าสวย ๆ และรองเท้าคือสิ่งที่เขาต้องการ"

"pretty shoes, and lots of money in his pouch"

"รองเท้าสวยและเงินมากมายในกระเป๋า"

"and he must have gifts for Kamala"

"และเขาจะต้องมีของขวัญสำหรับกมลา"

"Do you know it now, Samana from the forest?"

"ตอนนี้คุณรู้จักมันหรือยัง ซามาน่าจากป่า?"

"Did you mark my words?"

"คุณได้จดจำคำพูดของฉันไว้แล้วใช่ไหม"

"Yes, I have marked your words," Siddhartha exclaimed

"ใช่แล้ว ข้าพเจ้าได้จดจำถ้อยคำของท่านไว้แล้ว"

พระสิทธัตถะอุทาน

"How should I not mark words which are coming from such a mouth!"

"ข้าพเจ้าจะไม่จดจำถ้อยคำที่ออกจากปากเช่นนี้ได้อย่างไร!"

"Your mouth is like a freshly cracked fig, Kamala"

"ปากคุณเหมือนมะกอกที่เพิ่งแตกใหม่ๆ เลยนะ กมลา"

"My mouth is red and fresh as well"

"ปากฉันก็แดงสดชื่นเหมือนกัน"

"it will be a suitable match for yours, you'll see"

"มันจะเหมาะกับคุณนะ คุณจะรู้เอง"

"But tell me, beautiful Kamala"

"แต่บอกฉันหน่อยเถอะ กมลาคนสวย"

"aren't you at all afraid of the Samana from the forest""

"เจ้าไม่กลัวพวกซามานาจากป่าบ้างหรือ"

"the Samana who has come to learn how to make love"

"สามเณรผู้มาเรียนรู้วิธีการมีความรัก"

"Whatever for should I be afraid of a Samana?"

"ข้าพเจ้าจะต้องกลัวสมณะไปเพื่ออะไรเล่า?"

"a stupid Samana from the forest"
"ซามาน่าโง่ๆจากป่า"

"a Samana who is coming from the jackals"
"สามเณรที่มาจากหมาจิ้งจอก"

"a Samana who doesn't even know yet what women are?"
"สมณะที่ยังไม่รู้ด้วยซ้ำว่าผู้หญิงคืออะไร?"

"Oh, he's strong, the Samana"
"โอ้ เขาแข็งแกร่งนะ ซามานา"

"and he isn't afraid of anything"
"และเขาไม่กลัวอะไรเลย"

"He could force you, beautiful girl"
"เขาสามารถบังคับคุณได้นะ สาวสวย"

"He could kidnap you and hurt you"
"เขาสามารถลักพาตัวคุณและทำร้ายคุณได้"

"No, Samana, I am not afraid of this"
"ไม่หรอก ซามาน่า ฉันไม่กลัวเรื่องนี้"

"Did any Samana or Brahman ever fear someone might come and grab him?"
"มีสมณะหรือพราหมณ์คนใดเคยกลัวว่าจะมีใครสักคนมาจับตัวเขาไปบ้างไหม?"

"could he fear someone steals his learning?
"เขาจะกลัวว่าจะมีใครมาขโมยความรู้ของเขาไปหรือเปล่า?

"could anyone take his religious devotion"
"ใครก็ตามสามารถนำความศรัทธาในศาสนาของเขาไปใช้ได้"

"is it possible to take his depth of thought?"
"เป็นไปได้ไหมที่จะรับรู้ความลึกซึ้งของความคิดของเขา?

"No, because these things are his very own"
"ไม่หรอก เพราะสิ่งเหล่านี้เป็นของเขาเอง"

"he would only give away the knowledge he is willing to give"

"เขาจะให้ความรู้เฉพาะที่เขาเต็มใจจะให้เท่านั้น"

"he would only give to those he is willing to give to"

"เขาจะให้เฉพาะกับผู้ที่เขาเต็มใจให้เท่านั้น"

"precisely like this it is also with Kamala"

"ก็เหมือนกับกมลาเหมือนกัน"

"and it is the same way with the pleasures of love"

"และมันเป็นทางเดียวกันกับความสุขของความรัก"

"Beautiful and red is Kamala's mouth," answered Siddhartha

"ปากของกมลานั้นงดงามและแดง" พระสิทธัตถะตอบ

"but don't try to kiss it against Kamala's will"

"แต่อย่าพยายามจูบมันขัดกับความต้องการของกมลา"

"because you will not obtain a single drop of sweetness from it"

"เพราะคุณจะไม่ได้รับความหวานจากมันแม้แต่หยดเดียว"

"You are learning easily, Siddhartha"

"ท่านเรียนรู้ได้ง่ายมาก พระสิทธัตถะ"

"you should also learn this"

"คุณก็ควรเรียนรู้สิ่งนี้เช่นกัน"

"love can be obtained by begging, buying"

"ความรักได้มาด้วยการขอ ขอร้อง ซื้อ"

"you can receive it as a gift"

"คุณสามารถรับมันเป็นของขวัญได้"

"or you can find it in the street"

"หรือคุณสามารถหามันในถนนได้"

"but love cannot be stolen"

"แต่ความรักไม่สามารถถูกขโมยไปได้"

"In this, you have come up with the wrong path"

"ในนี้คุณได้มาผิดทางแล้ว"

"it would be a pity if you would want to tackle love in such a wrong manner"

"น่าเสียดายถ้าคุณจะรับมือกับความรักแบบผิดๆ เช่นนี้"

Siddhartha bowed with a smile

พระสิทธัตถะทรงก้มพระกายพร้อมยิ้ม

"It would be a pity, Kamala, you are so right"

"น่าเสียดายนะ กมลา คุณพูดถูกจริงๆ"

"It would be such a great pity"

"มันคงจะน่าเสียดายมาก"

"No, I shall not lose a single drop of sweetness from your mouth"

"ไม่ ฉันจะไม่สูญเสียความหวานจากปากของคุณแม้แต่หยดเดียว"

"nor shall you lose sweetness from my mouth"

"และท่านก็จะไม่สูญเสียความหวานจากปากของฉัน"

"So it is agreed. Siddhartha will return"

"ก็ตกลงกันว่า พระสิทธัตถะจะกลับมา"

"Siddhartha will return once he has what he still lacks"

"พระพุทธเจ้าจะเสด็จกลับมาเมื่อพระองค์มีสิ่งที่พระองค์ยังขาดอยู่"

"he will come back with clothes, shoes, and money"

"เขาจะกลับมาพร้อมเสื้อผ้า รองเท้า และเงิน"

"But speak, lovely Kamala, couldn't you still give me one small advice?"

"แต่ว่านะ กมลาผู้แสนดี

คุณยังให้คำแนะนำฉันสักเล็กน้อยไม่ได้หรือไง"

"Give you an advice? Why not?"

"ขอคำแนะนำหน่อยสิ ทำไมไม่ล่ะ"

"Who wouldn't like to give advice to a poor, ignorant Samana?"

"ใครจะไม่ชอบให้คำแนะนำแก่สมณะผู้ยากจนและไม่รู้หนังสือบ้าง?"

"Dear Kamala, where I should go to find these three things most quickly?"

"คุณกมลาที่รัก ฉันจะไปหาสามสิ่งนี้ได้ที่ไหนเร็วที่สุด"

"Friend, many would like to know this"

"เพื่อนๆ หลายคนคงอยากรู้เรื่องนี้"

"You must do what you've learned and ask for money"

"คุณต้องทำตามที่คุณเรียนรู้และขอเงิน"

"There is no other way for a poor man to obtain money"

"คนจนไม่มีทางอื่นที่จะหาเงินได้อีกแล้ว"

"What might you be able to do?"

"คุณจะสามารถทำอะไรได้บ้าง?"

"I can think. I can wait. I can fast" said Siddhartha

"ฉันสามารถคิด ฉันสามารถรอ ฉันสามารถอดอาหารได้" สิทธัตถะกล่าว

"Nothing else?" asked Kamala

"ไม่มีอะไรอีกเหรอ" กมลาถาม

"yes, I can also write poetry"

"ใช่ ฉันก็เขียนบทกวีได้เหมือนกัน"

"Would you like to give me a kiss for a poem?"

"คุณอยากจะจูบฉันเพื่ออ่านบทกวีไหม?"

"I would like to, if I like your poem"

"ฉันอยากจะทำเช่นนั้นถ้าฉันชอบบทกวีของคุณ"

"What would be its title?"

"มันจะชื่อเรื่องว่าอะไร?"

Siddhartha spoke, after he had thought about it for a moment

พระสิทธัตถะตรัสเมื่อทรงคิดอยู่ครู่หนึ่ง

"Into her shady garden stepped the pretty Kamala"

"กมลาผู้สวยงามก้าวเข้ามาในสวนอันร่มรื่นของเธอ"

"At the garden's entrance stood the brown Samana"

"ที่ทางเข้าสวนมีต้นซามานาสีน้ำตาลยืนอยู่"

"Deeply, seeing the lotus's blossom, Bowed that man"

"เมื่อเห็นดอกบัวบานก็กราบลงด้วยความเลื่อมใส"

"and smiling, Kamala thanked him"

"และกมลาก็ยิ้มขอบคุณเขา"

"More lovely, thought the young man, than offerings for gods"

"น่ารักยิ่งกว่าเครื่องบูชาที่ถวายแด่เทพเจ้าเสียอีก" ชายหนุ่มคิด

Kamala clapped her hands so loud that the golden bracelets clanged

กมลาปรบมือดังจนกำไลทองดังกังวาน

"Beautiful are your verses, oh brown Samana"

"บทกวีของคุณช่างงดงามเหลือเกิน โอ้ ซามานาผู้แสนหวาน"

"and truly, I'm losing nothing when I'm giving you a kiss for them"

"และแท้จริงแล้ว

ฉันไม่ได้สูญเสียอะไรเลยเมื่อฉันจูบคุณเพื่อพวกเขา"

She beckoned him with her eyes

เธอใช้สายตาเรียกเขา

he tilted his head so that his face touched hers

เขาเอียงศีรษะเพื่อให้ใบหน้าของเขาสัมผัสกับใบหน้าของเธอ

and he placed his mouth on her mouth

และเขาก็เอาปากของเขาไปปิดปากของเธอ

the mouth which was like a freshly cracked fig
ปากซึ่งเหมือนมะกอกที่เพิ่งแตกใหม่ๆ
For a long time, Kamala kissed him
กมลาจูบเขาเป็นเวลานาน
and with a deep astonishment Siddhartha felt how she taught him
และด้วยความประหลาดใจอย่างยิ่งที่พระพุทธเจ้าทรงรู้สึกถึงวิธีที่พระองค์สอน
he felt how wise she was
เขารู้สึกว่าเธอฉลาดมาก
he felt how she controlled him
เขาสัมผัสได้ถึงการที่เธอควบคุมเขา
he felt how she rejected him
เขารู้สึกว่าเธอปฏิเสธเขา
he felt how she lured him
เขาสัมผัสได้ถึงวิธีที่เธอล่อลวงเขา
and he felt how there were to be more kisses
และเขารู้สึกว่าจะต้องมีการจูบกันอีก
every kiss was different from the others
จูบแต่ละครั้งก็แตกต่างจากครั้งอื่น
he was still, when he received the kisses
เขายังคงนิ่งอยู่เมื่อได้รับจูบ
Breathing deeply, he remained standing where he was
เขาหายใจเข้าลึกๆ แล้วยังคงยืนอยู่ที่เดิม
he was astonished like a child about the things worth learning
เขาประหลาดใจเหมือนเด็ก ๆ เกี่ยวกับสิ่งที่ควรค่าแก่การเรียนรู้
the knowledge revealed itself before his eyes

ความรู้ได้เปิดเผยออกมาต่อหน้าต่อตาของเขา

"Very beautiful are your verses" exclaimed Kamala

"บทกลอนของคุณไพเราะมาก" กมลาอุทาน

"if I were rich, I would give you pieces of gold for them"

"หากฉันรวย ฉันจะให้ทองคำเป็นชิ้นๆ แก่คุณเพื่อแลกกับพวกเขา"

"But it will be difficult for you to earn enough money with verses"

"แต่มันจะยากสำหรับคุณที่จะหาเงินได้เพียงพอจากบทกวี"

"because you need a lot of money, if you want to be Kamala's friend"

"เพราะคุณต้องมีเงินเยอะ ถ้าคุณอยากเป็นเพื่อนกับกมลา"

"The way you're able to kiss, Kamala!" stammered Siddhartha

"เจ้าจูบได้ขนาดนี้เลยเหรอ กมลา!" สิทธัตถะพูดติดขัด

"Yes, this I am able to do"

"ใช่แล้ว ฉันทำได้"

"therefore I do not lack clothes, shoes, bracelets"

"ดังนั้นฉันจึงไม่ขาดแคลนเสื้อผ้า รองเท้า หรือสร้อยข้อมือ"

"I have all the beautiful things"

"ฉันมีสิ่งสวยงามทุกอย่าง"

"But what will become of you?"

"แต่แล้วคุณจะเป็นยังไงบ้าง?"

"Aren't you able to do anything else?"

"คุณไม่สามารถทำอย่างอื่นได้อีกแล้วเหรอ?"

"can you do more than think, fast, and make poetry?"

"คุณทำอะไรได้มากกว่าการคิด รวดเร็ว และแต่งบทกวีหรือไม่"

"I also know the sacrificial songs" said Siddhartha

"ฉันก็รู้จักเพลงบูชายัญเหมือนกัน" พระสิทธัตถะกล่าว

"but I do not want to sing those songs anymore"

"แต่ฉันไม่อยากร้องเพลงพวกนั้นอีกแล้ว"

"I also know how to make magic spells"

"ฉันก็รู้วิธีสร้างคาถาเวทย์มนตร์เหมือนกัน"

"but I do not want to speak them anymore"

"แต่ฉันไม่อยากพูดมันอีกแล้ว"

"I have read the scriptures"

"ฉันได้อ่านพระคัมภีร์แล้ว"

"Stop!" Kamala interrupted him

"หยุด!" กมลาขัดจังหวะเขา

"You're able to read and write?"

"คุณสามารถอ่านและเขียนได้ใช่ไหม?"

"Certainly, I can do this, many people can"

"แน่นอน ฉันทำได้ หลายๆ คนก็ทำได้"

"Most people can't," Kamala replied

"คนส่วนใหญ่ทำไม่ได้" กมลาตอบ

"I am also one of those who can't do it"

"ฉันก็เป็นคนหนึ่งที่ทำไม่ได้เหมือนกัน"

"It is very good that you're able to read and write"

"ดีมากที่คุณสามารถอ่านและเขียนได้"

"you will also find use for the magic spells"

"คุณจะพบว่าใช้คาถาเวทย์มนตร์ได้ด้วย"

In this moment, a maid came running in

ขณะนั้นเองมีแม่บ้านวิ่งเข้ามา

she whispered a message into her mistress's ear

เธอได้กระซิบข้อความลงในหูของนายหญิงของเธอ

"There's a visitor for me" exclaimed Kamala

"มีแขกมาหาฉัน" กมลาอุทาน

"Hurry and get yourself away, Siddhartha"

"รีบหนีไปเถอะ พระสิทธัตถะ"

"nobody may see you in here, remember this!"

"จะไม่มีใครเห็นคุณอยู่ที่นี่ จำไว้!"

"Tomorrow, I'll see you again"

"พรุ่งนี้ฉันจะพบคุณอีกครั้ง"

Kamala ordered her maid to give Siddhartha white garments

กมลาสั่งให้คนรับใช้มอบผ้าขาวให้พระสิทธัตถะ

and then Siddhartha found himself being dragged away by the maid

แล้วเจ้าชายสิทธัตถะก็พบว่าตนเองถูกสาวใช้ลากตัวออกไป

he was brought into a garden-house out of sight of any paths

เขาถูกนำตัวมาไว้ในบ้านสวนซึ่งมองไม่เห็นทางเดินใดๆ

then he was led into the bushes of the garden

แล้วเขาก็ถูกพาเข้าไปในพุ่มไม้ในสวน

he was urged to get himself out of the garden as soon as possible

เขาถูกเร่งเร้าให้รีบออกจากสวนโดยเร็วที่สุด

and he was told he must not be seen

และเขาถูกบอกว่าเขาจะต้องไม่ถูกพบเห็น

he did as he had been told

เขาทำตามที่ได้รับคำสั่ง

he was accustomed to the forest

เขาเคยชินกับป่า

so he managed to get out without making a sound

เขาจึงสามารถออกไปได้โดยไม่ส่งเสียงใดๆ

he returned to the city carrying the rolled up garments under his arm

เขากลับเข้าเมืองโดยถือเสื้อผ้าม้วนไว้ใต้แขน

At the inn, where travellers stay, he positioned himself by the door

เมื่อถึงโรงเตี๊ยมที่นักเดินทางพักอยู่ เขาก็ไปยืนอยู่ที่ประตู

without words he asked for food

เขาขออาหาร โดยไม่พูดสักคำ

without a word he accepted a piece of rice-cake

โดยไม่พูดอะไรเขาก็รับเค้กข้าวไปหนึ่งชิ้น

he thought about how he had always begged

เขาคิดถึงการที่เขาเคยขอร้องเสมอมา

"Perhaps as soon as tomorrow I will ask no one for food anymore"

"บางทีพรุ่งนี้ฉันก็จะไม่ขอข้าวจากใครอีกแล้ว"

Suddenly, pride flared up in him

จู่ๆ ความภาคภูมิใจก็ปะทุขึ้นในตัวเขา

He was no Samana any more

เขาไม่ใช่สามเณรอีกต่อไป

it was no longer appropriate for him to beg for food

ไม่สมควรให้เขาไปขออาหารอีกต่อไป

he gave the rice-cake to a dog

เขามอบเค้กข้าวให้สุนัข

and that night he remained without food

และคืนนั้นเขาก็อยู่โดยไม่ได้กินอาหาร

Siddhartha thought to himself about the city

พระสิทธัตถะทรงคิดเกี่ยวกับเมืองนั้น

"Simple is the life which people lead in this world"

"ชีวิตที่ผู้คนดำเนินในโลกนี้เรียบง่าย"

"this life presents no difficulties"
"ชีวิตนี้ไม่มีเรื่องลำบากใด ๆ"
"Everything was difficult and toilsome when I was a Samana"
"ทุกอย่างมันยากลำบากและลำบากมากเมื่อฉันยังเป็นสามเณร"
"as a Samana everything was hopeless"
"ในฐานะที่เป็นสามเณร ทุกสิ่งทุกอย่างก็สิ้นหวัง"
"but now everything is easy"
"แต่ตอนนี้ทุกอย่างก็ง่ายแล้ว"
"it is easy like the lesson in kissing from Kamala"
"มันง่ายเหมือนบทเรียนการจูบจากกมลา"
"I need clothes and money, nothing else"
"ฉันต้องการเสื้อผ้าและเงิน ไม่ต้องการอะไรเพิ่มเติม"
"these goals are small and achievable"
"เป้าหมายเหล่านี้มีขนาดเล็กและสามารถบรรลุได้"
"such goals won't make a person lose any sleep"
"เป้าหมายเช่นนี้จะไม่ทำให้ใครนอนไม่หลับ"

the next day he returned to Kamala's house
วันรุ่งขึ้นเขาก็กลับมาบ้านกมลาอีกครั้ง
"Things are working out well" she called out to him
"ทุกอย่างกำลังไปได้สวย" เธอตะโกนบอกเขา
"They are expecting you at Kamaswami's"
"พวกเขารอคุณอยู่ที่บ้านของกามสวามี"
"he is the richest merchant of the city"
"เขาเป็นพ่อค้าที่ร่ำรวยที่สุดในเมือง"
"If he likes you, he'll accept you into his service"
"ถ้าเขาชอบคุณ เขาจะยอมรับคุณเข้าทำงาน"

"but you must be smart, brown Samana"
"แต่คุณต้องฉลาดนะ ซามาน่าสีน้ำตาล"
"I had others tell him about you"
"ฉันมีคนอื่นบอกเขาเกี่ยวกับคุณ"
"Be polite towards him, he is very powerful"
"ให้สุภาพกับเขาหน่อย เขามีพลังมาก"
"But I warn you, don't be too modest!"
"แต่ฉันเตือนคุณแล้วว่าอย่าถ่อมตัวมากเกินไป!"
"I do not want you to become his servant"
"ฉันไม่ต้องการให้คุณกลายเป็นข้ารับใช้ของเขา"
"you shall become his equal"
"เจ้าจะต้องเสมอภาคกับเขา"
"or else I won't be satisfied with you"
"ไม่อย่างนั้นฉันจะไม่พอใจคุณ"
"Kamaswami is starting to get old and lazy"
"กามสวามีเริ่มแก่และขี้เกียจแล้ว"
"If he likes you, he'll entrust you with a lot"
"ถ้าเขาชอบคุณ เขาจะมอบความไว้วางใจให้คุณมากมาย"
Siddhartha thanked her and laughed
พระสิทธัตถะทรงขอบคุณนางแล้วทรงหัวเราะ
she found out that he had not eaten
เธอพบว่าเขาไม่ได้กินอะไร
so she sent him bread and fruits
นางจึงส่งขนมปังและผลไม้ไปให้เขา
"You've been lucky" she said when they parted
"คุณโชคดี" เธอกล่าวเมื่อพวกเขาแยกทางกัน
"I'm opening one door after another for you"
"ฉันจะเปิดประตูบานแล้วบานเล่าเพื่อคุณ"

"How come? Do you have a spell?"

"ทำไมล่ะ คุณมีคาถาหรือเปล่า"

"I told you I knew how to think, to wait, and to fast"

"ฉันบอกคุณแล้วว่าฉันรู้วิธีคิด วิธีรอ และวิธีเร็ว"

"but you thought this was of no use"

"แต่คุณคิดว่าสิ่งนี้ไม่มีประโยชน์"

"But it is useful for many things"

"แต่ก็มีประโยชน์หลายอย่าง"

"Kamala, you'll see that the stupid Samanas are good at learning"

"กมลา เจ้าจะเห็นว่าพวกสมณะ โง่ๆ เหล่านี้เรียนเก่ง"

"you'll see they are able to do many pretty things in the forest"

"คุณจะเห็นว่าพวกมันสามารถทำสิ่งสวยงามต่างๆ มากมายในป่าได้"

"things which the likes of you aren't capable of"

"สิ่งที่คนอย่างคุณไม่สามารถทำได้"

"The day before yesterday, I was still a shaggy beggar"

"เมื่อวานซืนฉันยังเป็นขอทานตัวรุงรังอยู่เลย"

"as recently as yesterday I have kissed Kamala"

"เมื่อวานนี้ฉันเพิ่งจูบกมลาไป"

"and soon I'll be a merchant and have money"

"แล้วอีกไม่นานฉันก็จะเป็นพ่อค้าและมีเงิน"

"and I'll have all those things you insist upon"

"แล้วฉันจะได้ทุกสิ่งตามที่คุณยืนกราน"

"Well yes," she admitted, "but where would you be without me?"

"ใช่" เธอยอมรับ "แต่คุณจะอยู่ที่ไหนถ้าไม่มีฉัน"

"What would you be, if Kamala wasn't helping you?"

"ถ้ากมลาไม่ช่วยคุณ คุณจะเป็นยังไง?"

"Dear Kamala" said Siddhartha

"ท่านกมลาที่รัก" พระสิทธัตถะกล่าว

and he straightened up to his full height

และเขาก็ยืดตัวตรงเต็มความสูง

"when I came to you into your garden, I did the first step"

"เมื่อฉันมาหาคุณในสวนของคุณ ฉันได้ก้าวแรกไปแล้ว"

"It was my resolution to learn love from this most beautiful woman"

"ฉันตั้งใจจะเรียนรู้ความรักจากผู้หญิงที่สวยที่สุดคนนี้"

"that moment I had made this resolution"

"ตอนนั้นฉันได้ตั้งปณิธานไว้อย่างนี้"

"and I knew I would carry it out"

"และฉันรู้ว่าฉันจะทำมันสำเร็จ"

"I knew that you would help me"

"ฉันรู้ว่าคุณจะช่วยฉัน"

"at your first glance at the entrance of the garden I already knew it"

"แค่เห็นทางเข้าสวนครั้งแรกก็รู้แล้ว"

"But what if I hadn't been willing?" asked Kamala

"แต่ถ้าฉันไม่เต็มใจล่ะ" กมลาถาม

"You were willing" replied Siddhartha

"ท่านเต็มใจ" พระสิทธัตถะตอบ

"When you throw a rock into water, it takes the fastest course to the bottom"

"เมื่อคุณโยนก้อนหินลงในน้ำ

ก้อนหินจะเคลื่อนที่ลงสู่ก้นทะเลได้เร็วที่สุด"

"This is how it is when Siddhartha has a goal"

"นี่คือสิ่งที่เกิดขึ้นเมื่อพระสิทธัตถะมีเป้าหมาย"

"Siddhartha does nothing; he waits, he thinks, he fasts"

"สิทธัตถะไม่ทำอะไรเลย เขาคอย เขาคิด เขาอดอาหาร"

"but he passes through the things of the world like a rock through water"

"แต่พระองค์ทรงผ่านสิ่งต่างๆ ของโลกเหมือนหินที่ผ่านน้ำ"

"he passed through the water without doing anything"

"เขาก้าวผ่านน้ำไปโดยไม่ได้ทำอะไรเลย"

"he is drawn to the bottom of the water"

"เขาถูกดึงดูดไปที่ก้นน้ำ"

"he lets himself fall to the bottom of the water"

"เขาปล่อยให้ตัวเองตกลงไปในก้นน้ำ"

"His goal attracts him towards it"

"เป้าหมายของเขาดึงดูดเขาให้เข้าหามัน"

"he doesn't let anything enter his soul which might oppose the goal"

"เขาไม่ยอมให้สิ่งใดเข้ามาในจิตใจของเขาซึ่งอาจขัดขวางเป้าหมายได้"

"This is what Siddhartha has learned among the Samanas"

"นี่คือสิ่งที่พระพุทธเจ้าทรงเรียนรู้จากสามเณร"

"This is what fools call magic"

"นี่คือสิ่งที่คนโง่เรียกว่าเวทมนตร์"

"they think it is done by daemons"

"พวกเขาคิดว่ามันทำโดยปีศาจ"

"but nothing is done by daemons"

"แต่ไม่มีอะไรทำโดยเดมอน"

"there are no daemons in this world"

"ไม่มีปีศาจในโลกนี้"

"Everyone can perform magic, should they choose to"
"ทุกคนสามารถแสดงมายากลได้หากพวกเขาเลือกที่จะทำ"
"everyone can reach his goals if he is able to think"
"ทุกคนสามารถบรรลุเป้าหมายได้หากเขาสามารถคิด"
"everyone can reach his goals if he is able to wait"
"ทุกคนสามารถบรรลุเป้าหมายได้หากเขาสามารถรอได้"
"everyone can reach his goals if he is able to fast"
"ทุกคนสามารถบรรลุเป้าหมายได้หากเขาสามารถอดอาหารได้"
Kamala listened to him; she loved his voice
กมลาฟังเขา เธอรักเสียงของเขา
she loved the look from his eyes
เธอชอบรูปลักษณ์จากดวงตาของเขา
"Perhaps it is as you say, friend"
"บางทีอาจจะเป็นอย่างที่คุณพูดก็ได้เพื่อน"
"But perhaps there is another explanation"
"แต่บางทีอาจมีคำอธิบายอื่นอีก"
"Siddhartha is a handsome man"
"พระสิทธัตถะเป็นบุรุษรูปงาม"
"his glance pleases the women"
"แววตาของเขาทำให้ผู้หญิงพอใจ"
"good fortune comes towards him because of this"
"โชคลาภก็เข้าข้างเขาเพราะเหตุนี้"
With one kiss, Siddhartha bid his farewell
พระสิทธัตถะทรงจูบลาพระองค์เพียงครั้งเดียว
"I wish that it should be this way, my teacher"
"ขอให้เป็นอย่างนี้เถิดคุณครู"
"I wish that my glance shall please you"
"ฉันหวังว่าแววตาของฉันจะทำให้คุณพอใจ"

"I wish that that you always bring me good fortune"
"ขอให้คุณนำโชคลาภมาให้ฉันเสมอ"

With the Childlike People
กับคนนิสัยเด็ก

Siddhartha went to Kamaswami the merchant
พระสิทธัตถะเสด็จไปหาพ่อค้ากามสวามี
he was directed into a rich house
เขาถูกส่งไปอยู่ในบ้านของคนรวย
servants led him between precious carpets into a chamber
คนรับใช้พาเขาผ่านพรมอันมีค่าเข้าไปในห้องหนึ่ง
in the chamber was where he awaited the master of the house
ในห้องนั้นเป็นที่ที่เขาคอยเจ้าของบ้าน
Kamaswami entered swiftly into the room
กามสวามีรีบเข้ามาในห้อง
he was a smoothly moving man
เขาเป็นผู้ชายที่เคลื่อนไหวได้ราบรื่น
he had very gray hair and very intelligent, cautious eyes
เขามีผมสีเทาเข้มมากและมีดวงตาที่ฉลาดและระมัดระวังมาก
and he had a greedy mouth
และเขาก็มีปากที่โลภมาก
Politely, the host and the guest greeted one another
เจ้าภาพและแขกทักทายกันอย่างสุภาพ

"I have been told that you were a Brahman" the merchant began

"ฉันได้ยินมาว่าคุณเป็นพราหมณ์" พ่อค้าเริ่มพูด

"I have been told that you are a learned man"

"ฉันได้ยินมาว่าคุณเป็นคนมีการศึกษา"

"and I have also been told something else"

"และฉันยังได้รับการบอกเล่าบางอย่างอีก"

"you seek to be in the service of a merchant"

"ท่านปรารถนาที่จะเป็นผู้รับใช้ของพ่อค้า"

"Might you have become destitute, Brahman, so that you seek to serve?"

"ท่านผู้เจริญจงเป็นผู้ยากไร้จึงแสวงหาการช่วยเหลือผู้อื่นเถิด พราหมณ์"

"No," said Siddhartha, "I have not become destitute"

"ไม่" พระสิทธัตถะตรัส "ข้าพเจ้าไม่ได้สิ้นเนื้อประดาตัว"

"nor have I ever been destitute" added Siddhartha

"ฉันไม่เคยขัดสน" พระสิทธัตถะตรัสเพิ่มเติม

"You should know that I'm coming from the Samanas"

"ท่านควรทราบว่าข้าพเจ้ามาจากหมู่บ้านสามเณร"

"I have lived with them for a long time"

"ผมอยู่กับพวกเขามานานแล้ว"

"you are coming from the Samanas"

"ท่านกำลังมาจากหมู่บ้านซามานะ"

"how could you be anything but destitute?"

"คุณจะไม่เหลือใครอีกแล้วนอกจากผู้ยากไร้?"

"Aren't the Samanas entirely without possessions?"

"พวกสมณะทั้งหลายมิได้ไร้ทรัพย์สมบัติเลยหรือ?"

"I am without possessions, if that is what you mean" said Siddhartha

- 152 -

"ข้าพเจ้าไม่มีทรัพย์สมบัติใด ๆ เลย หากท่านหมายถึงเช่นนั้น"
พระสิทธัตถะตรัส

"But I am without possessions voluntarily"
"แต่ข้าพเจ้าไม่มีทรัพย์สมบัติเป็นของตนเองโดยสมัครใจ"

"and therefore I am not destitute"
"และเพราะฉะนั้นฉันจึงไม่ขัดสน"

"But what are you planning to live from, being without possessions?"
"แต่คุณวางแผนจะใช้ชีวิตอย่างไรเมื่อไม่มีทรัพย์สมบัติ?"

"I haven't thought of this yet, sir"
"ผมยังไม่ได้คิดเรื่องนี้เลยครับท่าน"

"For more than three years, I have been without possessions"
"ฉันอยู่โดยไม่มีทรัพย์สินมาเป็นเวลาสามปีกว่าแล้ว"

"and I have never thought about of what I should live"
"และฉันไม่เคยคิดว่าฉันควรจะมีชีวิตอยู่ต่อไปอย่างไร"

"So you've lived of the possessions of others"
"คุณก็เลยอาศัยทรัพย์สมบัติของคนอื่น"

"Presumable, this is how it is?"
"ก็คงจะเป็นอย่างนี้ใช่ไหม?"

"Well, merchants also live of what other people own"
"พ่อค้าแม่ค้าก็หากินจากสิ่งที่คนอื่นมีเหมือนกัน"

"Well said," granted the merchant
"พูดได้ดี" พ่อค้ายอมรับ

"But he wouldn't take anything from another person for nothing"
"แต่เขาจะไม่รับอะไรจากคนอื่นมาฟรีๆ"

"he would give his merchandise in return" said Kamaswami
"เขาจะมอบสินค้าของเขาเป็นการตอบแทน" กามาสวามีกล่าว

"So it seems to be indeed"
"ก็ดูเหมือนจะเป็นอย่างนั้นจริงๆ"

"Everyone takes, everyone gives, such is life"
"ทุกคนรับ ทุกคนให้ ชีวิตก็เป็นเช่นนี้"

"But if you don't mind me asking, I have a question"
"แต่ถ้าคุณไม่รังเกียจที่จะถาม ฉันมีคำถาม"

"being without possessions, what would you like to give?"
"เมื่อไม่มีทรัพย์สมบัติคุณอยากจะให้สิ่งใด?"

"Everyone gives what he has"
"ทุกคนให้สิ่งที่เขามี"

"The warrior gives strength"
"นักรบมอบความแข็งแกร่ง"

"the merchant gives merchandise"
"พ่อค้านำสินค้ามาจำหน่าย"

"the teacher gives teachings"
"ครูเป็นผู้สั่งสอน"

"the farmer gives rice"
"ชาวนาให้ข้าว"

"the fisher gives fish"
"ชาวประมงให้ปลา"

"Yes indeed. And what is it that you've got to give?"
"ใช่แล้ว แล้วคุณมีอะไรจะให้ล่ะ"

"What is it that you've learned?"
"คุณได้เรียนรู้อะไรบ้าง?"

"what you're able to do?"
"คุณทำอะไรได้บ้าง?"

"I can think. I can wait. I can fast"
"ฉันคิดได้ ฉันรอได้ ฉันอดอาหารได้"

"That's everything?" asked Kamaswami
"นั่นคือทั้งหมดเหรอ" กามาสวามีถาม
"I believe that is everything there is!"
"ผมเชื่อว่ามันคือทุกสิ่งที่มี!"
"And what's the use of that?"
"แล้วมันจะมีประโยชน์อะไรล่ะ?"
"For example; fasting. What is it good for?"
"เช่น การอดอาหาร มีประโยชน์อย่างไร?"
"It is very good, sir"
"ดีมากครับท่าน"
"there are times a person has nothing to eat"
"มีบางครั้งที่คนเราไม่มีอะไรจะกิน"
"then fasting is the smartest thing he can do"
"ดังนั้นการอดอาหารจึงเป็นสิ่งที่ฉลาดที่สุดที่เขาสามารถทำได้"
"there was a time where Siddhartha hadn't learned to fast"
"มีช่วงหนึ่งที่พระพุทธเจ้าไม่เคยเรียนรู้ที่จะถือศีลอด"
"in this time he had to accept any kind of service"
"ในครั้งนี้เขาต้องยอมรับการบริการทุกประเภท"
"because hunger would force him to accept the service"
"เพราะความหิวจะบังคับให้เขาต้องยอมรับบริการนี้"
"But like this, Siddhartha can wait calmly"
"แต่เช่นนี้ พระสิทธัตถะก็ทรงรออย่างสงบได้"
"he knows no impatience, he knows no emergency"
"เขาไม่รู้จักความหงุดหงิด เขาไม่รู้จักเหตุฉุกเฉิน"
"for a long time he can allow hunger to besiege him"
"เป็นเวลานานที่เขาสามารถปล่อยให้ความหิวเข้าครอบงำเขาได้"
"and he can laugh about the hunger"
"และเขาสามารถหัวเราะเยาะความหิวโหยได้"

"This, sir, is what fasting is good for"
"นี่แหละคือสิ่งที่การถือศีลอดมีประโยชน์"
"You're right, Samana" acknowledged Kamaswami
"คุณพูดถูกแล้ว สมานา" กามสวามียอมรับ
"Wait for a moment" he asked of his guest
"รอสักครู่" เขาถามแขกของเขา
Kamaswami left the room and returned with a scroll
กามสวามีออกจากห้องแล้วกลับมาพร้อมกับกระดาษม้วน
he handed Siddhartha the scroll and asked him to read it
แล้วทรงยื่นม้วนหนังสือให้พระสิทธัตถะอ่าน
Siddhartha looked at the scroll handed to him
พระสิทธัตถะทรงดูม้วนหนังสือที่พระองค์ส่งมาให้
on the scroll a sales-contract had been written
บนกระดาษม้วนนั้นมีการเขียนสัญญาซื้อขายไว้
he began to read out the scroll's contents
เขาเริ่มอ่านเนื้อหาของม้วนหนังสือ
Kamaswami was very pleased with Siddhartha
พระกามสวามีทรงพอพระทัยพระสิทธัตถะมาก
"would you write something for me on this piece of paper?"
"คุณจะเขียนบางอย่างให้ฉันบนกระดาษแผ่นนี้ได้ไหม?"
He handed him a piece of paper and a pen
เขาส่งกระดาษแผ่นหนึ่งกับปากกาให้เขา
Siddhartha wrote, and returned the paper
พระสิทธัตถะทรงเขียนแล้วส่งกระดาษคืน
Kamaswami read, "Writing is good, thinking is better"
กามสวามีอ่านว่า "การเขียนนั้นดี การคิดนั้นดีกว่า"
"Being smart is good, being patient is better"
"การฉลาดเป็นสิ่งที่ดี การอดทนเป็นสิ่งที่ดีกว่า"

"It is excellent how you're able to write" the merchant praised him
"คุณเขียนได้เก่งมาก" พ่อค้าชมเขา
"Many a thing we will still have to discuss with one another"
"ยังมีเรื่องอีกมากมายที่เรายังต้องพูดคุยกัน"
"For today, I'm asking you to be my guest"
"วันนี้ฉันขอให้คุณเป็นแขกของฉัน"
"please come to live in this house"
"เชิญมาอยู่อาศัยในบ้านหลังนี้"
Siddhartha thanked Kamaswami and accepted his offer
พระสิทธัตถะขอบคุณพระกามสวามีและยอมรับข้อเสนอของเขา
he lived in the dealer's house from now on
เขาอาศัยอยู่ในบ้านของพ่อค้าตั้งแต่บัดนี้เป็นต้นไป
Clothes were brought to him, and shoes
มีคนนำเสื้อผ้าและรองเท้ามาให้เขา
and every day, a servant prepared a bath for him
และคนรับใช้จะเตรียมน้ำอาบให้เขาทุกวัน

Twice a day, a plentiful meal was served
วันละ 2 ครั้ง มีอาหารบริการอย่างอุดมสมบูรณ์
but Siddhartha only ate once a day
แต่พระพุทธเจ้าทรงเสวยพระกระยาหารเพียงวันละครั้งเท่านั้น
and he ate neither meat, nor did he drink wine
และท่านก็ไม่กินเนื้อและไม่ดื่มไวน์ด้วย
Kamaswami told him about his trade
พระกามสวามีทรงเล่าให้เขาฟังเกี่ยวกับการค้าขายของพระองค์
he showed him the merchandise and storage-rooms
เขาพาเขาไปดูสินค้าและห้องเก็บของ

he showed him how the calculations were done
เขาแสดงให้เขาเห็นว่าการคำนวณทำอย่างไร
Siddhartha got to know many new things
พระสิทธัตถะทรงได้รับรู้สิ่งใหม่ๆ มากมาย
he heard a lot and spoke little
เขาได้ยินมากและพูดน้อย
but he did not forget Kamala's words
แต่พระองค์ไม่ทรงลืมคำของกมลา
so he was never subservient to the merchant
ดังนั้นเขาจึงไม่เคยยอมอยู่ใต้อำนาจพ่อค้า
he forced him to treat him as an equal
เขาบังคับให้เขาปฏิบัติต่อเขาอย่างเท่าเทียมกัน
perhaps he forced him to treat him as even more than an equal
บางทีเขาอาจบังคับให้เขาปฏิบัติกับเขามากกว่าคนเท่าเทียมกัน
Kamaswami conducted his business with care
กามสวามีทำธุรกิจของเขาด้วยความเอาใจใส่
and he was very passionate about his business
และเขาก็มีความหลงใหลในธุรกิจของเขามาก
but Siddhartha looked upon all of this as if it was a game
แต่พระพุทธเจ้าทรงมองสิ่งเหล่านี้เหมือนเป็นเกม
he tried hard to learn the rules of the game precisely
เขาพยายามอย่างหนักเพื่อเรียนรู้กฎของเกมอย่างแม่นยำ
but the contents of the game did not touch his heart
แต่เนื้อหาของเกมไม่ได้โดนใจเขาเลย
He had not been in Kamaswami's house for long
เขาไม่ได้ไปที่บ้านของกามาสวามีนานนัก
but soon he took part in his landlord's business

แต่ไม่นานเขาก็ได้มีส่วนร่วมในธุรกิจของเจ้าของบ้าน

every day he visited beautiful Kamala
ทุกวันเขาจะมาเยี่ยมเยือนกมลาผู้สวยงาม
Kamala had an hour appointed for their meetings
กมลาได้กำหนดเวลาประชุมไว้หนึ่งชั่วโมง
she was wearing pretty clothes and fine shoes
เธอสวมเสื้อผ้าสวยและรองเท้าสวย
and soon he brought her gifts as well
และในไม่ช้าเขาก็นำของขวัญมาให้เธอด้วย
Much he learned from her red, smart mouth
เขาได้เรียนรู้มากมายจากปากแดงฉลาดของเธอ
Much he learned from her tender, supple hand
เขาได้เรียนรู้มากมายจากมืออันอ่อนนุ่มของเธอ
regarding love, Siddhartha was still a boy
ในเรื่องความรัก เจ้าชายสิทธัตถะยังเป็นเพียงเด็กชาย
and he had a tendency to plunge into love blindly
และเขาก็มีแนวโน้มที่จะหลงใหลในความรักอย่างไม่ลืมหูลืมตา
he fell into lust like into a bottomless pit
เขาตกอยู่ในความใคร่เหมือนอยู่ในหลุมที่ไม่มีก้น
she taught him thoroughly, starting with the basics
เธอสอนเขาอย่างละเอียดโดยเริ่มจากพื้นฐาน
pleasure cannot be taken without giving pleasure
ความสุขไม่สามารถได้มาโดยไม่ให้ความสุข
every gesture, every caress, every touch, every look
ทุกท่าทาง ทุกการลูบไล้ ทุกการสัมผัส ทุกการมอง
every spot of the body, however small it was, had its secret

ทุกจุดของร่างกายแม้จะเล็กเพียงใดก็ตามก็มีความลับ
the secrets would bring happiness to those who know them
ความลับจะนำมาซึ่งความสุขแก่ผู้รู้
lovers must not part from one another after celebrating love
คู่รักไม่ควรแยกจากกันหลังจากเฉลิมฉลองความรัก
they must not part without one admiring the other
พวกเขาไม่ควรแยกจากกันโดยที่ต่างฝ่ายต่างชื่นชมซึ่งกันและกัน
they must be as defeated as they have been victorious
พวกเขาต้องพ่ายแพ้เหมือนกับที่พวกเขาได้รับชัยชนะ
neither lover should start feeling fed up or bored
คนรักไม่ควรเริ่มรู้สึกเบื่อหน่ายหรือเบื่อหน่าย
they should not get the evil feeling of having been abusive
พวกเขาไม่ควรมีความรู้สึกแย่ๆ จากการถูกทำร้าย
and they should not feel like they have been abused
และพวกเขาไม่ควรจะรู้สึกเหมือนถูกละเมิด
Wonderful hours he spent with the beautiful and smart artist
เขาใช้เวลาอันแสนวิเศษร่วมกับศิลปินผู้สวยงามและฉลาดคนนี้
he became her student, her lover, her friend
เขาได้กลายมาเป็นนักเรียนของเธอ คนรักของเธอ และเพื่อนของเธอ
Here with Kamala was the worth and purpose of his present life
ที่นี่กับกมลาคือคุณค่าและจุดมุ่งหมายของชีวิตปัจจุบันของเขา
his purpose was not with the business of Kamaswami
จุดประสงค์ของเขาไม่ได้อยู่ที่ธุรกิจของกามาสวามี

Siddhartha received important letters and contracts

พระสิทธัตถะทรงได้รับจดหมายและสัญญาสำคัญๆ
Kamaswami began discussing all important affairs with him
พระกามสวามีเริ่มพูดคุยเกี่ยวกับเรื่องสำคัญต่างๆ กับเขา
He soon saw that Siddhartha knew little about rice and wool
ในไม่ช้าพระองค์ก็ทรงเห็นว่าพระสิทธัตถะทรงรู้เรื่องข้าวและขนสัตว์น้อยมาก
but he saw that he acted in a fortunate manner
แต่เขาเห็นว่าตนกระทำเป็นโชคดี
and Siddhartha surpassed him in calmness and equanimity
และพระสิทธัตถะทรงมีความสงบและความเที่ยงธรรมเหนือกว่าพระองค์
he surpassed him in the art of understanding previously unknown people
เขาเหนือกว่าเขาในด้านศิลปะในการเข้าใจผู้คนที่ไม่เคยรู้จักมาก่อน
Kamaswami spoke about Siddhartha to a friend
พระกามสวามีทรงสนทนาเรื่องพระสิทธัตถะกับเพื่อน
"This Brahman is no proper merchant"
"พราหมณ์ผู้นี้มิใช่พ่อค้าที่ถูกต้อง"
"he will never be a merchant"
"เขาจะไม่มีวันเป็นพ่อค้าได้"
"for business there is never any passion in his soul"
"สำหรับธุรกิจแล้วไม่มีความหลงใหลอยู่ในจิตวิญญาณของเขาเลย"
"But he has a mysterious quality about him"
"แต่เขามีคุณสมบัติลึกลับบางอย่างเกี่ยวกับตัวเขา"
"this quality brings success about all by itself"

"คุณภาพนี้ทำให้ประสบความสำเร็จได้ด้วยตัวของมันเอง"

"it could be from a good Star of his birth"

"มันอาจจะมาจากดาวฤกษ์อันดีแห่งการกำเนิดของเขา"

"or it could be something he has learned among Samanas"

"หรืออาจเป็นสิ่งที่เขาได้เรียนรู้จากสามเณร"

"He always seems to be merely playing with our business-affairs"

"เขาดูเหมือนจะแค่เล่นกับเรื่องธุรกิจของเราเท่านั้น"

"his business never fully becomes a part of him"

"ธุรกิจของเขาไม่เคยเป็นส่วนหนึ่งของเขาโดยสมบูรณ์"

"his business never rules over him"

"ธุรกิจของเขาไม่เคยมีอำนาจเหนือเขา"

"he is never afraid of failure"

"เขาไม่เคยกลัวความล้มเหลวเลย"

"he is never upset by a loss"

"เขาไม่เคยเสียใจกับการสูญเสีย"

The friend advised the merchant

เพื่อนได้แนะนำพ่อค้าว่า

"Give him a third of the profits he makes for you"

"แบ่งกำไรให้เขาสามส่วนจากที่เขาทำเพื่อคุณ"

"but let him also be liable when there are losses"

"แต่ให้เขาต้องรับผิดชอบเมื่อมีการสูญเสียเกิดขึ้น"

"Then, he'll become more zealous"

"แล้วเขาจะเริ่มขยันมากขึ้น"

Kamaswami was curious, and followed the advice

พระกามสวามีเกิดความอยากรู้จึงทำตามคำแนะนำ

But Siddhartha cared little about loses or profits

แต่พระสิทธัตถะไม่สนใจเรื่องขาดทุนหรือกำไรมากนัก

When he made a profit, he accepted it with equanimity
เมื่อเขาทำกำไรเขาก็รับมันด้วยความสบายใจ

when he made losses, he laughed it off
เมื่อเขาขาดทุนเขาก็หัวเราะเยาะ

It seemed indeed, as if he did not care about the business
ดูเหมือนว่าเขาไม่สนใจเรื่องธุรกิจเลย

At one time, he travelled to a village
ครั้งหนึ่งเขาเดินทางไปหมู่บ้านแห่งหนึ่ง

he went there to buy a large harvest of rice
เขาไปที่นั่นเพื่อซื้อข้าวสารปริมาณมาก

But when he got there, the rice had already been sold
แต่พอไปถึงข้าวก็ขายไปหมดแล้ว

another merchant had gotten to the village before him
พ่อค้าอีกรายหนึ่งมาถึงหมู่บ้านก่อนเขาแล้ว

Nevertheless, Siddhartha stayed for several days in that village
อย่างไรก็ตาม

พระสิทธัตถะได้ประทับอยู่ในหมู่บ้านนั้นเป็นเวลาหลายวัน

he treated the farmers for a drink
เขาเลี้ยงเครื่องดื่มแก่ชาวนา

he gave copper-coins to their children
เขามอบเหรียญทองแดงให้ลูกหลานของพวกเขา

he joined in the celebration of a wedding
เขาเข้าร่วมงานฉลองงานแต่งงาน

and he returned extremely satisfied from his trip
และเขาก็กลับมาจากการเดินทางด้วยความพึงพอใจอย่างยิ่ง

Kamaswami was angry that Siddhartha had wasted time and money

พระกามสวามีโกรธที่พระสิทธัตถะเสียเวลาและเงินไปโดยเปล่าประโยชน์

Siddhartha answered "Stop scolding, dear friend!"
พระสิทธัตถะตรัสตอบว่า "จงหยุดดุด่าเถิด เพื่อนรัก!"
"Nothing was ever achieved by scolding"
"การดุด่าไม่เคยทำให้สิ่งใดสำเร็จได้"
"If a loss has occurred, let me bear that loss"
"หากเกิดการสูญเสียขึ้น
ข้าพเจ้าขอรับผิดชอบความสูญเสียนั้นเอง"
"I am very satisfied with this trip"
"ผมพอใจกับทริปนี้มาก"
"I have gotten to know many kinds of people"
"ฉันได้รู้จักผู้คนมากมายหลายประเภท"
"a Brahman has become my friend"
"พราหมณ์ได้กลายมาเป็นเพื่อนของฉัน"
"children have sat on my knees"
"เด็กๆ มานั่งบนตักฉัน"
"farmers have shown me their fields"
"ชาวนาพาฉันไปดูทุ่งนาของตน"
"nobody knew that I was a merchant"
"ไม่มีใครรู้ว่าฉันเป็นพ่อค้า"
"That's all very nice," exclaimed Kamaswami indignantly
"นั่นเป็นเรื่องดีมาก" กามาสวามีอุทานด้วยความไม่พอใจ
"but in fact, you are a merchant after all"
"แต่จริงๆแล้วคุณก็เป็นพ่อค้านะ"
"Or did you have only travel for your amusement?"
"หรือว่าคุณเดินทางเพียงเพื่อความบันเทิงเท่านั้น?"

"of course I have travelled for my amusement" Siddhartha laughed

"ฉันเดินทางเพื่อความบันเทิงของฉันเอง" สิทธัตถะหัวเราะ

"For what else would I have travelled?"

"แล้วฉันจะเดินทางเพื่ออะไรอีก?"

"I have gotten to know people and places"

"ฉันได้รู้จักผู้คนและสถานที่ต่างๆ"

"I have received kindness and trust"

"ผมได้รับความเมตตาและความไว้วางใจ"

"I have found friendships in this village"

"ฉันพบมิตรภาพในหมู่บ้านแห่งนี้"

"if I had been Kamaswami, I would have travelled back annoyed"

"ถ้าฉันเป็นกามัสวามี ฉันคงเดินทางกลับไปด้วยความหงุดหงิด"

"I would have been in hurry as soon as my purchase failed"

"ฉันจะรีบร้อนทันทีที่การซื้อของฉันล้มเหลว"

"and time and money would indeed have been lost"

"และเวลาและเงินก็คงจะสูญเสียไปจริงๆ"

"But like this, I've had a few good days"

"แต่แบบนี้ฉันก็มีวันดีๆ อยู่บ้างเหมือนกัน"

"I've learned from my time there"

"ฉันได้เรียนรู้จากช่วงเวลาที่นั่น"

"and I have had joy from the experience"

"และฉันก็มีความสุขจากประสบการณ์นั้น"

"I've neither harmed myself nor others by annoyance and hastiness"

"ข้าพเจ้ามิได้ทำอันตรายแก่ตนเองหรือผู้อื่นด้วยความรำคาญและความรีบร้อน"

"if I ever return friendly people will welcome me"

"หากฉันกลับมาอีก ผู้คนที่เป็นมิตรจะต้อนรับฉัน"

"if I return to do business friendly people will welcome me too"

"หากผมกลับมาทำธุรกิจอีกครั้ง ผู้คนก็จะต้อนรับผมเช่นกัน"

"I praise myself for not showing any hurry or displeasure"

"ฉันชื่นชมตัวเองที่ไม่แสดงความเร่งรีบหรือไม่พอใจ"

"So, leave it as it is, my friend"

"ก็ปล่อยให้มันเป็นอย่างนั้นเถอะเพื่อน"

"and don't harm yourself by scolding"

"และอย่าทำร้ายตัวเองด้วยการดุว่า"

"If you see Siddhartha harming himself, then speak with me"

"หากท่านเห็นพระสิทธัตถะกำลังทำร้ายตนเอง
ก็ให้พูดคุยกับข้าพเจ้า"

"and Siddhartha will go on his own path"

"และพระสิทธัตถะจะดำเนินไปตามทางของพระองค์เอง"

"But until then, let's be satisfied with one another"

"แต่จนกว่าจะถึงตอนนั้นเรามาพอใจกันก่อนดีกว่า"

the merchant's attempts to convince Siddhartha were futile

ความพยายามของพ่อค้าที่จะโน้มน้าวใจพระพุทธเจ้าก็ไร้ผล

he could not make Siddhartha eat his bread

เขาไม่สามารถให้พระพุทธเจ้าเสวยขนมปังได้

Siddhartha ate his own bread

พระสิทธัตถะทรงเสวยขนมปังของพระองค์เอง

or rather, they both ate other people's bread

หรือทั้งสองต่างก็กินขนมปังของคนอื่น

Siddhartha never listened to Kamaswami's worries

พระสิทธัตถะไม่เคยฟังความกังวลของกามสวามี

and Kamaswami had many worries he wanted to share
และกามสวามีมีเรื่องกังวลมากมายที่เขาอยากจะแบ่งปัน
there were business-deals going on in danger of failing
มีข้อตกลงทางธุรกิจที่กำลังดำเนินอยู่และเสี่ยงที่จะล้มเหลว
shipments of merchandise seemed to have been lost
การจัดส่งสินค้าดูเหมือนว่าจะสูญหายไป
debtors seemed to be unable to pay
ลูกหนี้ดูเหมือนจะไม่สามารถชำระหนี้ได้
Kamaswami could never convince Siddhartha to utter words of worry
กามสวามีไม่เคยสามารถโน้มน้าวให้พระพุทธเจ้าทรงเปล่งวาจาแห่งความกังวลออกมาได้
Kamaswami could not make Siddhartha feel anger towards business
กามสวามีไม่สามารถทำให้สิทธัตถะรู้สึกโกรธต่อธุรกิจได้
he could not get him to to have wrinkles on the forehead
เขาไม่สามารถทำให้เขามีริ้วรอยบนหน้าผากได้
he could not make Siddhartha sleep badly
พระองค์ไม่อาจทำให้พระสิทธัตถะทรงนอนหลับได้ลำบาก

one day, Kamaswami tried to speak with Siddhartha
วันหนึ่ง พระกามสวามีพยายามจะพูดคุยกับพระสิทธัตถะ
"Siddhartha, you have failed to learn anything new"
"สิทธัตถะ ท่านล้มเหลวที่จะเรียนรู้สิ่งใหม่ ๆ เลย"
but again, Siddhartha laughed at this
แต่พระพุทธเจ้ากลับหัวเราะเยาะเรื่องนี้อีก
"Would you please not kid me with such jokes"
"คุณอย่าล้อฉันเล่นตลกแบบนั้นได้ไหม"

"What I've learned from you is how much a basket of fish costs"
"สิ่งที่ฉันได้เรียนรู้จากคุณคือราคาปลากระสอบละเท่าไร"
"and I learned how much interest may be charged on loaned money"
"และฉันได้เรียนรู้แล้วว่าดอกเบี้ยอาจถูกเรียกเก็บจากเงินกู้เท่าไร"
"These are your areas of expertise"
"นี่คือพื้นที่ความเชี่ยวชาญของคุณ"
"I haven't learned to think from you, my dear Kamaswami"
"ฉันไม่เคยเรียนรู้ที่จะคิดจากคุณเลย กามสวามีที่รัก"
"you ought to be the one seeking to learn from me"
"คุณควรจะเป็นคนเรียนรู้จากฉัน"
Indeed his soul was not with the trade
แท้จริงวิญญาณของเขาไม่ได้อยู่กับการค้าขาย
The business was good enough to provide him with money for Kamala
ธุรกิจนี้ดีพอที่จะให้เงินแก่กมลาได้
and it earned him much more than he needed
และมันทำให้เขาได้รับมากกว่าที่เขาต้องการมาก
Besides Kamala, Siddhartha's curiosity was with the people
นอกจากกมลาแล้ว ความอยากรู้อยากเห็นของสิทธัตถะก็อยู่ที่ผู้คน
their businesses, crafts, worries, and pleasures
ธุรกิจ งานฝีมือ ความกังวล และความสุขของพวกเขา
all these things used to be alien to him
สิ่งเหล่านี้เคยเป็นสิ่งแปลกปลอมสำหรับเขา
their acts of foolishness used to be as distant as the moon
การกระทำอันโง่เขลาของพวกเขาเคยเกิดขึ้นไกลเหมือนดวงจันทร์
he easily succeeded in talking to all of them

เขาประสบความสำเร็จในการพูดคุยกับพวกเขาทั้งหมดได้อย่างง่ายดาย

he could live with all of them

เขาสามารถอยู่ร่วมกับพวกเขาได้ทั้งหมด

and he could continue to learn from all of them

และเขาสามารถเรียนรู้จากพวกเขาทั้งหมดต่อไปได้

but there was something which separated him from them

แต่มีสิ่งหนึ่งที่แยกเขาออกจากพวกเขา

he could feel a divide between him and the people

เขาสัมผัสได้ถึงความแตกแยกระหว่างเขาและประชาชน

this separating factor was him being a Samana

ปัจจัยที่แยกขาดนี้ก็คือว่าเขาเป็นสามเณร

He saw mankind going through life in a childlike manner

เขาเห็นมนุษย์ดำเนินชีวิตเหมือนเด็ก

in many ways they were living the way animals live

ในหลายๆ ด้านพวกเขาดำเนินชีวิตแบบเดียวกับสัตว์

he loved and also despised their way of life

เขาทั้งรักและดูถูกวิถีชีวิตของพวกเขาด้วย

He saw them toiling and suffering

พระองค์ทรงเห็นพวกเขาตรากตรำและทนทุกข์

they were becoming gray for things unworthy of this price

พวกเขาเริ่มเป็นสีเทาเพราะสิ่งที่ไม่คู่ควรกับราคาขนาดนี้

they did things for money and little pleasures

พวกเขาทำสิ่งต่างๆ เพื่อเงินและความสุขเล็กๆ น้อยๆ

they did things for being slightly honoured

พวกเขาทำบางอย่างเพื่อได้รับเกียรติเล็กน้อย

he saw them scolding and insulting each other

เขาเห็นพวกเขาต่อว่าและดูถูกกัน
he saw them complaining about pain
เขาเห็นพวกเขาบ่นเรื่องความเจ็บปวด
pains at which a Samana would only smile
ความเจ็บปวดที่สมณะจะยิ้มได้เท่านั้น
and he saw them suffering from deprivations
และเขาได้เห็นพวกเขาต้องทนทุกข์ทรมานจากความอดอยาก
deprivations which a Samana would not feel
ความขาดแคลนที่สมณะจะไม่รู้สึก
He was open to everything these people brought his way
เขาเปิดรับทุกสิ่งที่คนเหล่านี้ส่งมาให้
welcome was the merchant who offered him linen for sale
ยินดีต้อนรับพ่อค้าที่นำผ้าลินินมาขายให้กับเขา
welcome was the debtor who sought another loan
ยินดีต้อนรับลูกหนี้ที่ขอกู้เงินอีกครั้ง
welcome was the beggar who told him the story of his poverty
ขอทานผู้มาเล่าเรื่องความยากจนของเขาให้เขาฟังยินดีต้อนรับ
the beggar who was not half as poor as any Samana
ขอทานผู้ไม่ยากจนครึ่งหนึ่งของสมณะ
He did not treat the rich merchant and his servant different
พระองค์มิได้ทรงปฏิบัติต่อพ่อค้าผู้มั่งมีและคนรับใช้ของพระองค์แตกต่างกัน
he let street-vendor cheat him when buying bananas
เขาปล่อยให้พ่อค้าแม่ค้าข้างถนนโกงเขาตอนซื้อกล้วย
Kamaswami would often complain to him about his worries
กามสวามีมักจะบ่นเรื่องที่เขากังวลใจอยู่เสมอ
or he would reproach him about his business

หรือเขาจะตำหนิเขาเรื่องธุรกิจของเขา
he listened curiously and happily
เขาฟังด้วยความอยากรู้และมีความสุข
but he was puzzled by his friend
แต่เขารู้สึกสับสนกับเพื่อนของเขา
he tried to understand him
เขาพยายามที่จะเข้าใจเขา
and he admitted he was right, up to a certain point
และเขาก็ยอมรับว่าเขาพูดถูกจนถึงจุดหนึ่ง
there were many who asked for Siddhartha
มีคนมากมายมาขอพระสิทธัตถะ
many wanted to do business with him
หลายๆคนอยากจะทำธุรกิจกับเขา
there were many who wanted to cheat him
มีหลายคนต้องการจะโกงเขา
many wanted to draw some secret out of him
หลายๆ คนอยากจะดึงความลับบางอย่างออกมาจากเขา
many wanted to appeal to his sympathy
หลายๆ คนอยากจะขอความเห็นใจจากเขา
many wanted to get his advice
หลายๆคนอยากได้คำแนะนำจากเขา
He gave advice to those who wanted it
ท่านได้ให้คำแนะนำแก่ผู้ที่ต้องการ
he pitied those who needed pity
เขาสงสารผู้ที่ต้องการความเมตตา
he made gifts to those who liked presents
เขาทำของขวัญให้กับผู้ที่ชื่นชอบของขวัญ
he let some cheat him a bit

เขาปล่อยให้บางคนโกงเขาเล็กน้อย
this game which all people played occupied his thoughts
เกมนี้ที่ทุกคนเล่นกันนั้นครอบครองความคิดของเขา
he thought about this game just as much as he had about the Gods
เขาคิดเกี่ยวกับเกมนี้มากพอๆ กับที่เขาคิดเกี่ยวกับเทพเจ้า
deep in his chest he felt a dying voice
ลึกๆ ในอกของเขา เขารู้สึกเหมือนมีเสียงที่กำลังจะตาย
this voice admonished him quietly
เสียงนี้เตือนสติเขาอย่างเงียบๆ
and he hardly perceived the voice inside of himself
และเขาแทบจะไม่รับรู้เสียงภายในตัวของเขาเองเลย
And then, for an hour, he became aware of something
แล้วหนึ่งชั่วโมงเขาก็ได้ตระหนักถึงสิ่งหนึ่ง
he became aware of the strange life he was leading
เขาเริ่มตระหนักถึงชีวิตอันแปลกประหลาดที่เขากำลังดำเนินอยู่
he realized this life was only a game
เขาตระหนักว่าชีวิตนี้เป็นเพียงเกมเท่านั้น
at times he would feel happiness and joy
บางคราวเขาจะรู้สึกมีความสุขความยินดี
but real life was still passing him by
แต่ชีวิตจริงยังผ่านเขาไป
and it was passing by without touching him
และมันก็ผ่านไปโดยไม่ได้แตะต้องเขาเลย
Siddhartha played with his business-deals
พระสิทธัตถะทรงเล่นด้วยข้อตกลงทางธุรกิจของพระองค์
Siddhartha found amusement in the people around him
พระสิทธัตถะทรงพบความสนุกสนานจากผู้คนรอบข้างพระองค์

but regarding his heart, he was not with them
แต่ใจของเขาไม่ได้อยู่กับพวกเขา

The source ran somewhere, far away from him
ต้นตอวิ่งไปที่ไหนสักแห่ง ไกลจากเขา

it ran and ran invisibly
มันวิ่งไปวิ่งมาอย่างล่องหน

it had nothing to do with his life any more
มันไม่มีอะไรเกี่ยวข้องกับชีวิตของเขาอีกต่อไป

at several times he became scared on account of such thoughts
หลายครั้งเขาเกิดความกลัวเพราะความคิดดังกล่าว

he wished he could participate in all of these childlike games
เขาปรารถนาที่จะได้ร่วมเล่นเกมเด็กๆ เหล่านี้

he wanted to really live
เขาต้องการที่จะมีชีวิตอยู่จริงๆ

he wanted to really act in their theatre
เขาอยากแสดงในโรงละครของพวกเขาจริงๆ

he wanted to really enjoy their pleasures
เขาอยากที่จะเพลิดเพลินกับความสุขของพวกเขาจริงๆ

and he wanted to live, instead of just standing by as a spectator
และเขาต้องการที่จะมีชีวิตอยู่มากกว่าการแค่ยืนดูเฉยๆ

But again and again, he came back to beautiful Kamala
แต่แล้วเขาก็กลับมาหากมลาผู้แสนสวยอีกครั้งแล้วครั้งเล่า

he learned the art of love
เขาเรียนรู้ศิลปะแห่งความรัก

and he practised the cult of lust

และเขาทำพิธีกรรมแห่งความใคร่
lust, in which giving and taking becomes one
ความใคร่ซึ่งการให้และการรับกลายเป็นหนึ่งเดียวกัน
he chatted with her and learned from her
เขาพูดคุยกับเธอและเรียนรู้จากเธอ
he gave her advice, and he received her advice
เขาให้คำแนะนำแก่เธอ และเขาก็ได้รับคำแนะนำจากเธอ
She understood him better than Govinda used to understand him
เธอเข้าใจเขาดีกว่าที่โควินดาเคยเข้าใจเขาเสียอีก
she was more similar to him than Govinda had been
เธอมีความคล้ายคลึงกับเขามากกว่าที่โควินดาเคยเป็น
"You are like me," he said to her
"คุณก็เหมือนฉัน" เขาพูดกับเธอ
"you are different from most people"
"คุณแตกต่างจากคนส่วนใหญ่"
"You are Kamala, nothing else"
"คุณคือกมลา ไม่ใช่ใครอื่น"
"and inside of you, there is a peace and refuge"
"และภายในตัวคุณมีความสงบและความปลอดภัย"
"a refuge to which you can go at every hour of the day"
"ที่พึ่งซึ่งท่านสามารถไปได้ทุกเวลา"
"you can be at home with yourself"
"คุณก็สามารถอยู่บ้านกับตัวเองได้"
"I can do this too"
"ฉันก็ทำแบบนี้ได้เหมือนกัน"
"Few people have this place"
"คนมีสถานที่นี้น้อยคน"

"and yet all of them could have it"

"และพวกเขาทั้งหมดก็สามารถมีมันได้"

"Not all people are smart" said Kamala

"ไม่ใช่ทุกคนจะฉลาด" กมลา กล่าว

"No," said Siddhartha, "that's not the reason why"

"ไม่ใช่อย่างนั้น" พระสิทธัตถะกล่าว "นั่นไม่ใช่เหตุผลว่าทำไม"

"Kamaswami is just as smart as I am"

"กามสวามีก็ฉลาดเท่ากับฉัน"

"but he has no refuge in himself"

"แต่เขาไม่มีที่พึ่งในตัวเอง"

"Others have it, although they have the minds of children"

"คนอื่นก็มีนะ แม้จะมีจิตใจเด็กก็ตาม"

"Most people, Kamala, are like a falling leaf"

"คนส่วนใหญ่ กมลา ก็เหมือนใบไม้ที่ร่วงหล่น"

"a leaf which is blown and is turning around through the air"

"ใบไม้ที่ถูกพัดปลิวและพลิกไปมาในอากาศ"

"a leaf which wavers, and tumbles to the ground"

"ใบไม้ที่ไหวเอนและร่วงหล่นลงสู่พื้นดิน"

"But others, a few, are like stars"

"แต่บางคนก็เปรียบเสมือนดวงดาว"

"they go on a fixed course"

"พวกเขาดำเนินไปตามเส้นทางที่แน่นอน"

"no wind reaches them"

"ลมไม่พัดไปถึงพวกเขา"

"in themselves they have their law and their course"

"พวกเขามีธรรมบัญญัติและแนวทางของตนในตัว"

"Among all the learned men I have met, there was one of this kind"

"ในบรรดานักปราชญ์ทั้งหลายที่ข้าพเจ้าได้พบ มีอยู่คนหนึ่งที่เป็นเช่นนี้"

"he was a truly perfected one"

"เขาเป็นคนสมบูรณ์แบบจริงๆ"

"I'll never be able to forget him"

"ฉันจะไม่มีวันลืมเขาได้"

"It is that Gotama, the exalted one"

"พระโคดมผู้ประเสริฐนั้นเอง"

"Thousands of followers are listening to his teachings every day"

"มีผู้ติดตามฟังคำสอนของพระองค์นับพันคนทุกวัน"

"they follow his instructions every hour"

"พวกเขาปฏิบัติตามคำสั่งสอนของพระองค์ทุกชั่วโมง"

"but they are all falling leaves"

"แต่พวกมันเป็นใบไม้ร่วงหมดเลยนะ"

"not in themselves they have teachings and a law"

"ไม่มีคำสอนและธรรมบัญญัติในตัว"

Kamala looked at him with a smile

กมลาจ้องมองเขาด้วยรอยยิ้ม

"Again, you're talking about him," she said

"คุณกำลังพูดถึงเขาอีกแล้ว" เธอกล่าว

"again, you're having a Samana's thoughts"

"คุณกำลังคิดถึงซามานาอีกแล้ว"

Siddhartha said nothing, and they played the game of love

พระสิทธัตถะไม่พูดอะไร และพวกเขาก็เล่นเกมแห่งความรัก

one of the thirty or forty different games Kamala knew

หนึ่งในสามสิบหรือสี่สิบเกมที่แตกต่างกันที่กมลารู้จัก

Her body was flexible like that of a jaguar

ร่างกายของเธอยืดหยุ่นได้เหมือนเสือจากัวร์
flexible like the bow of a hunter
ยืดหยุ่นได้เหมือนคันธนูของนักล่า
he who had learned from her how to make love
ผู้ที่เรียนรู้วิธีการแสดงความรักจากเธอ
he was knowledgeable of many forms of lust
เขามีความรู้เรื่องกิเลสตัณหาหลายประเภท
he that learned from her knew many secrets
ผู้ที่เรียนรู้จากเธอรู้ความลับมากมาย
For a long time, she played with Siddhartha
นางได้เล่นกับพระสิทธัตถะมาเป็นเวลานาน
she enticed him and rejected him
เธอล่อลวงเขาและปฏิเสธเขา
she forced him and embraced him
เธอบังคับเขาและกอดเขา
she enjoyed his masterful skills
เธอสนุกกับทักษะอันเชี่ยวชาญของเขา
until he was defeated and rested exhausted by her side
จนเขาพ่ายแพ้และหมดแรงพักผ่อนอยู่ข้างๆเธอ
The courtesan bent over him
หญิงโสเภณีก้มตัวลงมาหาเขา
she took a long look at his face
เธอจ้องมองใบหน้าของเขาเป็นเวลานาน
she looked at his eyes, which had grown tired
เธอจ้องมองดวงตาของเขาที่เริ่มเหนื่อยล้า
"You are the best lover I have ever seen" she said thoughtfully
"คุณเป็นคนรักที่ดีที่สุดที่ฉันเคยเห็น" เธอกล่าวอย่างครุ่นคิด

"You're stronger than others, more supple, more willing"

"คุณแข็งแกร่งกว่าคนอื่น ยืดหยุ่นกว่า และเต็มใจมากกว่า"

"You've learned my art well, Siddhartha"

"ท่านเรียนรู้ศิลปะของฉันได้ดีแล้ว พระสิทธัตถะ"

"At some time, when I'll be older, I'd want to bear your child"

"เมื่อถึงเวลาหนึ่งเมื่อข้าพเจ้าโตขึ้น

ข้าพเจ้าก็อยากจะคลอดลูกของท่าน"

"And yet, my dear, you've remained a Samana"

"แต่ถึงกระนั้นที่รัก คุณยังคงเป็นสามเณรอยู่"

"and despite this, you do not love me"

"ถึงอย่างนั้นคุณก็ไม่ได้รักฉัน"

"there is nobody that you love"

"ไม่มีใครที่คุณรัก"

"Isn't it so?" asked Kamala

"ไม่ใช่อย่างนั้นเหรอ" กมลาถาม

"It might very well be so," Siddhartha said tiredly

"อาจจะเป็นอย่างนั้นก็ได้" พระสิทธัตถะกล่าวด้วยความเหนื่อยล้า

"I am like you, because you also do not love"

"ฉันก็เป็นเหมือนคุณ เพราะว่าคุณไม่ได้รัก"

"how else could you practise love as a craft?"

"แล้วคุณจะสามารถฝึกฝนความรักเป็นงานฝีมือได้อย่างไร?"

"Perhaps, people of our kind can't love"

"บางทีคนอย่างเราอาจจะรักไม่ได้"

"The childlike people can love, that's their secret"

"คนแบบเด็กๆ ก็สามารถรักได้ นั่นคือความลับของพวกเขา"

Sansara
สันสรา

For a long time, Siddhartha had lived in the world and lust
พระสิทธัตถะทรงดำรงอยู่ในโลกและราคะเป็นเวลานานแล้ว
he lived this way though, without being a part of it
เขาใช้ชีวิตแบบนี้โดยไม่ได้เป็นส่วนหนึ่งของมัน
he had killed this off when he had been a Samana
เขาฆ่าสิ่งนี้ทิ้งไปเมื่อเขายังเป็นสามเณร
but now they had awoken again
แต่ตอนนี้พวกเขาก็ตื่นขึ้นมาอีกครั้งแล้ว
he had tasted riches, lust, and power
เขาได้ลิ้มรสความร่ำรวย ความใคร่ และอำนาจ
for a long time he had remained a Samana in his heart
เขาได้คงความเป็นสามัคคีไว้ในใจเป็นเวลานานแล้ว
Kamala, being smart, had realized this quite right
กมลาเป็นคนฉลาดจึงเข้าใจเรื่องนี้ได้อย่างถูกต้อง
thinking, waiting, and fasting still guided his life
การคิด การรอคอย

และการอดอาหารยังคงเป็นแนวทางในการดำเนินชีวิต
the childlike people remained alien to him
พวกเด็กๆ ยังคงเป็นคนแปลกหน้าสำหรับเขา
and he remained alien to the childlike people
และเขายังคงเป็นคนแปลกหน้าต่อผู้คนที่เป็นเหมือนเด็ก
Years passed by; surrounded by the good life
กาลเวลาผ่านไป รายล้อมไปด้วยชีวิตที่ดี
Siddhartha hardly felt the years fading away

พระสิทธัตถะแทบไม่รู้สึกว่าปีต่างๆ กำลังเลือนหายไป
He had become rich and possessed a house of his own
เขากลายเป็นคนร่ำรวยและมีบ้านเป็นของตัวเอง
he even had his own servants
เขายังมีคนรับใช้ของเขาเองด้วย
he had a garden before the city, by the river
ก่อนถึงเมืองเขามีสวนอยู่ริมแม่น้ำ
The people liked him and came to him for money or advice
ผู้คนชอบเขาและมาหาเขาเพื่อขอเงินหรือคำแนะนำ
but there was nobody close to him, except Kamala
แต่ก็ไม่มีใครใกล้เขาเลย ยกเว้นกมลา
the bright state of being awake
สภาวะที่สดใสของการตื่นอยู่
the feeling which he had experienced at the height of his youth
ความรู้สึกที่เขาได้สัมผัสเมื่อครั้งยังเยาว์วัย
in those days after Gotama's sermon
ในสมัยหลังพระโคดมแสดงธรรมเทศนา
after the separation from Govinda
หลังจากแยกทางจากพระโควินดา
the tense expectation of life
ความคาดหวังอันตึงเครียดของชีวิต
the proud state of standing alone
สถานะอันภาคภูมิใจของการยืนอยู่คนเดียว
being without teachings or teachers
การไม่มีคำสอนหรือครูบาอาจารย์
the supple willingness to listen to the divine voice in his own heart

ความเต็มใจที่จะฟังเสียงศักดิ์สิทธิ์ในใจของตนเอง
all these things had slowly become a memory
สิ่งเหล่านี้ค่อยๆ กลายเป็นความทรงจำไป
the memory had been fleeting, distant, and quiet
ความทรงจำนั้นเป็นเพียงสิ่งเลือนลาง ห่างไกล และเงียบสงบ
the holy source, which used to be near, now only murmured
แหล่งศักดิ์สิทธิ์ที่เคยอยู่ใกล้ๆ ตอนนี้กลับมีเพียงเสียงกระซิบ
the holy source, which used to murmur within himself
แหล่งศักดิ์สิทธิ์ที่เคยกระซิบอยู่ภายในตนเอง
Nevertheless, many things he had learned from the Samanas
อย่างไรก็ตามมีหลายสิ่งที่เขาได้เรียนรู้จากสมณะ
he had learned from Gotama
ท่านได้เรียนมาจากพระโคดม
he had learned from his father the Brahman
ท่านได้เรียนวิชาพราหมณ์จากบิดาของตน
his father had remained within his being for a long time
พ่อของเขายังคงอยู่ในความเป็นอยู่ของเขาเป็นเวลานาน
moderate living, the joy of thinking, hours of meditation
การใช้ชีวิตอย่างพอประมาณ ความสุขในการคิด
ชั่วโมงแห่งการทำสมาธิ
the secret knowledge of the self; his eternal entity
ความรู้ลับของตัวตน; ความเป็นนิรันดร์ของเขา
the self which is neither body nor consciousness
ตัวตนซึ่งมิใช่กายมิใช่จิตสำนึก
Many a part of this he still had
หลายส่วนของนี้เขายังคงมี
but one part after another had been submerged

แต่ส่วนหนึ่งแล้วส่วนหนึ่งก็จมลงไป
and eventually each part gathered dust
และในที่สุดแต่ละส่วนก็กลายเป็นฝุ่นผง
a potter's wheel, once in motion, will turn for a long time
วงล้อของช่างปั้นหม้อ เมื่อหมุนแล้วก็จะหมุนเป็นเวลานาน
it loses its vigour only slowly
มันสูญเสียความแข็งแกร่งอย่างช้าๆ เท่านั้น
and it comes to a stop only after time
และจะหยุดลงเมื่อถึงเวลา
Siddhartha's soul had kept on turning the wheel of asceticism
วิญญาณของพระพุทธเจ้ายังคงหมุนวงล้อแห่งการบำเพ็ญตบะต่อไป
the wheel of thinking had kept turning for a long time
วงล้อแห่งความคิดยังคงหมุนมาเป็นเวลานาน
the wheel of differentiation had still turned for a long time
วงล้อแห่งความแตกต่างยังคงหมุนมาเป็นเวลานานแล้ว
but it turned slowly and hesitantly
แต่ก็หันกลับช้าๆ และลังเล
and it was close to coming to a standstill
และก็ใกล้จะหยุดนิ่งแล้ว
Slowly, like humidity entering the dying stem of a tree
ช้าๆ เหมือนความชื้นที่เข้าสู่ลำต้นไม้ที่กำลังจะตาย
filling the stem slowly and making it rot
เติมลำต้นช้าๆจนเน่าเปื่อย
the world and sloth had entered Siddhartha's soul

โลกและความเกียจคร้านได้เข้ามาสู่ดวงวิญญาณของพระพุทธเจ้าแล้ว

slowly it filled his soul and made it heavy

มันค่อย ๆ เติมเต็มจิตวิญญาณของเขาและทำให้มันหนักอึ้ง

it made his soul tired and put it to sleep

มันทำให้จิตใจของเขาเหนื่อยล้าและหลับใหลไป

On the other hand, his senses had become alive

ในทางกลับกัน ประสาทสัมผัสของเขากลับมีชีวิตชีวาขึ้นมา

there was much his senses had learned

มีสิ่งที่ประสาทสัมผัสของเขาได้เรียนรู้มากมาย

there was much his senses had experienced

มีหลายสิ่งที่เขาสัมผัสได้

Siddhartha had learned to trade

พระสิทธัตถะทรงเรียนรู้ที่จะค้าขาย

he had learned how to use his power over people

เขาได้เรียนรู้วิธีใช้พลังของเขาเหนือผู้อื่น

he had learned how to enjoy himself with a woman

เขาได้เรียนรู้วิธีการสนุกสนานกับผู้หญิง

he had learned how to wear beautiful clothes

เขาได้เรียนรู้วิธีการสวมใส่เสื้อผ้าที่สวยงาม

he had learned how to give orders to servants

เขาได้เรียนรู้วิธีการออกคำสั่งแก่คนรับใช้

he had learned how to bathe in perfumed waters

เขาได้เรียนรู้วิธีการอาบน้ำในน้ำที่มีกลิ่นหอม

He had learned how to eat tenderly and carefully prepared food

เขาได้เรียนรู้วิธีการกินอาหารอย่างนุ่มนวลและปรุงอย่างระมัดระวัง

he even ate fish, meat, and poultry
เขายังกินปลา เนื้อ และสัตว์ปีกด้วย

spices and sweets and wine, which causes sloth and forgetfulness
เครื่องเทศ ขนมหวาน และ ไวน์ ซึ่งทำให้ขี้เกียจและหลงลืม

He had learned to play with dice and on a chess-board
เขาได้เรียนรู้การเล่นลูกเต๋าและกระดานหมากรุก

he had learned to watch dancing girls
เขาได้เรียนรู้ที่จะดูสาวเต้นรำ

he learned to have himself carried about in a sedan-chair
เขาเรียนรู้ที่จะให้ตัวเองถูกพาไปไหนมาไหนด้วยเกวียน

he learned to sleep on a soft bed
เขาเรียนรู้ที่จะนอนบนเตียงนุ่มๆ

But still he felt different from others
แต่เขายังรู้สึกแตกต่างจากคนอื่น

he still felt superior to the others
เขายังรู้สึกว่าตัวเองเหนือกว่าคนอื่น

he always watched them with some mockery
เขาคอยดูพวกเขาด้วยความเยาะเย้ยอยู่เสมอ

there was always some mocking disdain to how he felt about them
เขามักจะแสดงความดูถูกเยาะเย้ยต่อความรู้สึกของเขาที่มีต่อพวกเขาอยู่เสมอ

the same disdain a Samana feels for the people of the world
ความดูถูกเหยียดหยามแบบเดียวกับที่ซามานามีต่อผู้คนในโลก

Kamaswami was ailing and felt annoyed
พระกามสวามีกำลังป่วยและรู้สึกหงุดหงิด
he felt insulted by Siddhartha
เขารู้สึกถูกดูหมิ่นจากพระสิทธัตถะ
and he was vexed by his worries as a merchant
และเขาต้องวิตกกังวลเพราะเป็นพ่อค้า
Siddhartha had always watched these things with mockery
พระสิทธัตถะทรงเฝ้าดูสิ่งเหล่านี้ด้วยความเยาะเย้ยเสมอ
but his mockery had become more tired
แต่การเยาะเย้ยของเขากลับยิ่งเหนื่อยล้ามากขึ้น
his superiority had become more quiet
ความเหนือกว่าของเขาเริ่มเงียบลง
as slowly imperceptible as the rainy season passing by
ช้าจนแทบจะรับรู้ไม่ได้เช่นเดียวกับฤดูฝนที่ผ่านไป
slowly, Siddhartha had assumed something of the childlike people's ways
พระพุทธเจ้าทรงค่อยๆ ประพฤติตนตามแบบเด็กๆ
he had gained some of their childishness
เขาได้รับความเป็นเด็ก ๆ ของพวกเขามาบ้างแล้ว
and he had gained some of their fearfulness
และเขาก็ได้รับความหวาดกลัวจากพวกเขาบ้าง
And yet, the more be become like them the more he envied them
และยิ่งเขาเป็นเหมือนพวกเขาเท่าไร เขาก็ยิ่งอิจฉาพวกเขาเท่านั้น
He envied them for the one thing that was missing from him
เขาอิจฉาพวกเขาเพราะสิ่งเดียวที่เขาขาดหายไป
the importance they were able to attach to their lives

ความสำคัญที่พวกเขาสามารถให้ต่อชีวิตของพวกเขาได้
the amount of passion in their joys and fears
ปริมาณความหลงใหลในความสุขและความกลัวของพวกเขา
the fearful but sweet happiness of being constantly in love
ความสุขที่น่ากลัวแต่แสนหวานของการมีความรักตลอดเวลา
These people were in love with themselves all of the time
คนเหล่านี้รักตัวเองตลอดเวลา
women loved their children, with honours or money
ผู้หญิงรักลูกของตน ไม่ว่าจะด้วยเกียรติยศหรือเงินทอง
the men loved themselves with plans or hopes
ผู้ชายรักตัวเองด้วยแผนหรือความหวัง
But he did not learn this from them
แต่เขาไม่ได้เรียนรู้สิ่งนี้จากพวกเขา
he did not learn the joy of children
เขาไม่ได้เรียนรู้ถึงความสุขของเด็กๆ
and he did not learn their foolishness
และเขาไม่ได้เรียนรู้ถึงความโง่เขลาของพวกเขา
what he mostly learned were their unpleasant things
สิ่งที่เขาเรียนรู้ส่วนใหญ่คือสิ่งที่ไม่พึงประสงค์ของพวกเขา
and he despised these things
และเขาเกลียดสิ่งเหล่านี้
in the morning, after having had company
ตอนเช้าหลังจากมีเพื่อนมา
more and more he stayed in bed for a long time
เขานอนอยู่บนเตียงนานมากขึ้นเรื่อยๆ
he felt unable to think, and was tired
เขารู้สึกคิดอะไรไม่ออกและรู้สึกเหนื่อย

he became angry and impatient when Kamaswami bored him with his worries

เขาโกรธและหมดความอดทนเมื่อกามสวามีเบื่อหน่ายกับความกังวลของเขา

he laughed just too loud when he lost a game of dice

เขาหัวเราะดังเกินไปเมื่อเขาแพ้เกมลูกเต๋า

His face was still smarter and more spiritual than others

ใบหน้าของเขายังคงฉลาดและมีจิตวิญญาณมากกว่าคนอื่น

but his face rarely laughed anymore

แต่หน้าเขากลับไม่ค่อยหัวเราะอีกต่อไป

slowly, his face assumed other features

ใบหน้าของเขาเริ่มมีลักษณะอื่น ๆ ขึ้นเรื่อย ๆ

the features often found in the faces of rich people

ลักษณะที่มักพบบนใบหน้าของคนรวย

features of discontent, of sickliness, of ill-humour

ลักษณะของความไม่พอใจ ความเจ็บป่วย ความอารมณ์ร้าย

features of sloth, and of a lack of love

ลักษณะความขี้เกียจและการขาดความรัก

the disease of the soul which rich people have

โรคของจิตใจที่คนรวยมี

Slowly, this disease grabbed hold of him

โรคนี้ค่อยๆ เข้าครอบงำเขา

like a thin mist, tiredness came over Siddhartha

ความเหนื่อยเหนื่อยเข้าปกคลุมเจ้าชายสิทธัตถะราวกับหมอกบางๆ

slowly, this mist got a bit denser every day

หมอกนี้ค่อยๆ หนาขึ้นทุกวัน

it got a bit murkier every month

มันเริ่มจะคลุมเครือมากขึ้นทุกเดือน

and every year it got a bit heavier
และทุกปีมันก็หนักขึ้นเรื่อยๆ
dresses become old with time
ชุดจะเก่าไปตามกาลเวลา
clothes lose their beautiful colour over time
เสื้อผ้าจะสูญเสียสีสันสวยงามไปตามกาลเวลา
they get stains, wrinkles, worn off at the seams
มีรอยเปื้อน รอยย่น และรอยสึกที่ตะเข็บ
they start to show threadbare spots here and there
เริ่มมีจุดด่างพร้อยให้เห็นบ้างประปราย
this is how Siddhartha's new life was
นี่คือชีวิตใหม่ของพระสิทธัตถะ
the life which he had started after his separation from Govinda
ชีวิตที่เขาเริ่มต้นหลังจากแยกจากโควินดา
his life had grown old and lost colour
ชีวิตของเขาเริ่มเก่าและไร้สีสัน
there was less splendour to it as the years passed by
เมื่อเวลาผ่านไปหลายปีก็ดูไม่สวยงามอีกต่อไป
his life was gathering wrinkles and stains
ชีวิตของเขาเต็มไปด้วยริ้วรอยและรอยด่างพร้อย
and hidden at bottom, disappointment and disgust were waiting
และซ่อนอยู่เบื้องล่างนั้น มีความผิดหวังและความรังเกียจรออยู่
they were showing their ugliness
พวกเขากำลังแสดงความน่าเกลียดของพวกเขา
Siddhartha did not notice these things
พระสิทธัตถะมิได้สังเกตเห็นสิ่งเหล่านี้
he remembered the bright and reliable voice inside of him

เขาจำเสียงที่สดใสและน่าเชื่อถือภายในตัวเขาได้
he noticed the voice had become silent
เขาสังเกตเห็นว่าเสียงนั้นเงียบลง
the voice which had awoken in him at that time
เสียงที่ปลุกขึ้นในตัวเขาในครั้งนั้น
the voice that had guided him in his best times
เสียงที่คอยนำทางเขาในช่วงเวลาที่ดีที่สุด
he had been captured by the world
เขาถูกโลกจับตัวไป
he had been captured by lust, covetousness, sloth
เขาถูกความใคร่ ความโลภ ความเกียจคร้านครอบงำ
and finally he had been captured by his most despised vice
และในที่สุดเขาก็ถูกความชั่วร้ายที่เขาเกลียดชังที่สุดจับตัวไป
the vice which he mocked the most
ความชั่วร้ายที่เขาเยาะเย้ยมากที่สุด
the most foolish one of all vices
ความชั่วร้ายที่โง่เขลาที่สุด
he had let greed into his heart
เขาปล่อยให้ความโลภเข้ามาในใจของเขา
Property, possessions, and riches also had finally captured him
ทรัพย์สิน ทรัพย์สมบัติ
และทรัพย์สมบัติก็เข้ามาครอบครองเขาในที่สุด
having things was no longer a game to him
การมีสิ่งของไม่ใช่เกมสำหรับเขาอีกต่อไป
his possessions had become a shackle and a burden
ทรัพย์สมบัติของเขาได้กลายเป็นโซ่ตรวนและภาระ
It had happened in a strange and devious way

มันเกิดขึ้นในลักษณะที่แปลกและคดโกง
Siddhartha had gotten this vice from the game of dice
พระสิทธัตถะได้รับความชั่วร้ายนี้มาจากการเล่นลูกเต๋า
he had stopped being a Samana in his heart
เขาหยุดเป็นสามเณรในใจแล้ว
and then he began to play the game for money
แล้วเขาก็เริ่มเล่นเกมเพื่อเงิน
first he joined the game with a smile
อันดับแรกเขาเข้าร่วมเกมด้วยรอยยิ้ม
at this time he only played casually
ในเวลานี้เขาเล่นแต่แบบสบายๆ
he wanted to join the customs of the childlike people
เขาอยากร่วมสืบสานประเพณีของชาวเด็กๆ
but now he played with an increasing rage and passion
แต่ตอนนี้เขาเล่นด้วยความโกรธและความหลงใหลที่เพิ่มมากขึ้น
He was a feared gambler among the other merchants
เขาเป็นนักพนันที่น่าเกรงขามท่ามกลางพ่อค้าคนอื่นๆ
his stakes were so audacious that few dared to take him on
เดิมพันของเขานั้นกล้ามากจนแทบไม่มีใครกล้าที่จะสู้กับเขา
He played the game due to a pain of his heart
เขาเล่นเกมนี้เพราะความเจ็บปวดในใจ
losing and wasting his wretched money brought him an angry joy
การสูญเสียและผลาญเงินทองอันน้อยนิดของเขาทำให้เขามีความสุขอย่างโกรธเคือง
he could demonstrate his disdain for wealth in no other way
เขาไม่สามารถแสดงความรังเกียจต่อความร่ำรวยด้วยวิธีอื่นได้
he could not mock the merchants' false god in a better way

เขาไม่สามารถล้อเลียนเทพเจ้าเท็จของพ่อค้าได้ดีกว่านั้น
so he gambled with high stakes
เขาจึงเดิมพันด้วยเงินเดิมพันสูง
he mercilessly hated himself and mocked himself
เขาเกลียดตัวเองและเยาะเย้ยตัวเองอย่างไม่ปรานี
he won thousands, threw away thousands
เขาชนะมาหลายพันแต่ก็ทิ้งไปหลายพัน
he lost money, jewellery, a house in the country
เขาสูญเสียเงิน เครื่องประดับ และบ้านในชนบท
he won it again, and then he lost again
เขาชนะอีกแล้วและเขาก็แพ้อีกแล้ว
he loved the fear he felt while he was rolling the dice
เขารักความกลัวที่เขารู้สึกในขณะที่เขากำลังทอยลูกเต๋า
he loved feeling worried about losing what he gambled
เขาชอบรู้สึกกังวลว่าจะสูญเสียสิ่งที่เขาเดิมพันไป
he always wanted to get this fear to a slightly higher level
เขาต้องการที่จะลดความกลัวนี้ให้อยู่ในระดับที่สูงขึ้นเล็กน้อยเสมอ

he only felt something like happiness when he felt this fear
เขารู้สึกถึงความสุขก็ต่อเมื่อเขารู้สึกกลัวเท่านั้น
it was something like an intoxication
มันเป็นเหมือนอาการมึนเมา
something like an elevated form of life
อะไรบางอย่างที่เหมือนกับรูปแบบชีวิตที่สูงส่ง
something brighter in the midst of his dull life
มีบางสิ่งที่สดใสกว่าท่ามกลางชีวิตที่น่าเบื่อของเขา
And after each big loss, his mind was set on new riches

และหลังจากการสูญเสียครั้งใหญ่แต่ละครั้ง
จิตใจของเขาตั้งมั่นที่จะแสวงหาความร่ำรวยใหม่ๆ
he pursued the trade more zealously
เขามุ่งมั่นในการค้าขายมากขึ้น
he forced his debtors more strictly to pay
เขาบังคับลูกหนี้ให้ชำระเงินอย่างเคร่งครัดมากขึ้น
because he wanted to continue gambling
เพราะเขาต้องการที่จะเล่นการพนันต่อไป
he wanted to continue squandering
เขาต้องการที่จะใช้จ่ายสุรุ่ยสุร่ายต่อไป
he wanted to continue demonstrating his disdain of wealth
เขาต้องการแสดงความเกลียดชังต่อความร่ำรวยต่อไป
Siddhartha lost his calmness when losses occurred
พระสิทธัตถะสูญเสียความสงบเมื่อเกิดความสูญเสีย
he lost his patience when he was not paid on time
เขาหมดความอดทนเมื่อไม่ได้รับเงินตรงเวลา
he lost his kindness towards beggars
เขาสูญเสียความเมตตาต่อขอทาน
He gambled away tens of thousands at one roll of the dice
เขาพนันเงินเป็นหมื่นจากการทอยลูกเต๋าครั้งเดียว
he became more strict and more petty in his business
เขาเริ่มเข้มงวดและคับแคบมากขึ้นในการทำธุรกิจ
occasionally, he was dreaming at night about money!
บางทีเขาก็ฝันถึงเงินตอนกลางคืน!
whenever he woke up from this ugly spell, he continued fleeing

เมื่อใดก็ตามที่เขาตื่นจากมนต์สะกดอันน่าเกลียดชังนี้
เขาก็จะหลบหนีต่อไป

whenever he found his face in the mirror to have aged, he found a new game

เมื่อใดก็ตามที่เขาพบว่าใบหน้าของเขาในกระจกดูแก่ลง
เขาก็พบเกมใหม่

whenever embarrassment and disgust came over him, he numbed his mind

เมื่อใดก็ตามที่ความอับอายและความรังเกียจเข้ามาครอบงำเขา
เขาก็ทำให้จิตใจของเขามึนงง

he numbed his mind with sex and wine

เขาทำให้จิตใจของเขาชาด้วยเซ็กส์และไวน์

and from there he fled back into the urge to pile up and obtain possessions

และจากจุดนั้นเขาก็หนีกลับไปสู่ความต้องการที่จะสะสมและครอบครองสิ่งของต่างๆ

In this pointless cycle he ran

ในวัฏจักรอันไร้จุดหมายนี้ เขาได้วิ่งไป

from his life he grow tired, old, and ill

จากชีวิตของเขาเขาเริ่มเหนื่อย แก่ และเจ็บป่วย

Then the time came when a dream warned him

แล้วเวลาหนึ่งความฝันก็มาถึงเตือนเขา

He had spent the hours of the evening with Kamala

เขาใช้เวลาช่วงเย็นอยู่กับกมลา

he had been in her beautiful pleasure-garden

เขาเคยอยู่ในสวนพักผ่อนอันสวยงามของเธอ

They had been sitting under the trees, talking
พวกเขาได้นั่งคุยกันอยู่ใต้ต้นไม้
and Kamala had said thoughtful words
และกมลาก็ได้กล่าวถ้อยคำอันน่าคิด
words behind which a sadness and tiredness lay hidden
เบื้องหลังถ้อยคำแห่งความเศร้าโศกและความเหนื่อยล้าซ่อนอยู่
She had asked him to tell her about Gotama
นางขอให้เขาเล่าเรื่องพระโคตมให้ฟัง
she could not hear enough of him
เธอไม่สามารถได้ยินเสียงของเขาเพียงพอ
she loved how clear his eyes were
เธอชอบที่ดวงตาของเขาดูแจ่มใส
she loved how still and beautiful his mouth was
เธอชอบที่ปากของเขานิ่งและสวยงาม
she loved the kindness of his smile
เธอรักความใจดีของรอยยิ้มของเขา
she loved how peaceful his walk had been
เธอชอบที่การเดินเล่นของเขาดูสงบเงียบ
For a long time, he had to tell her about the exalted Buddha
เป็นเวลานานที่เขาต้องเล่าเรื่องพระพุทธเจ้าผู้สูงส่งให้เธอฟัง
and Kamala had sighed, and spoke
และกมลาก็ถอนใจแล้วพูดว่า
"One day, perhaps soon, I'll also follow that Buddha"
"สักวันหนึ่งหรืออาจจะเร็วๆ นี้

ข้าพเจ้าก็จะติดตามพระพุทธเจ้าองค์นั้นไป"
"I'll give him my pleasure-garden for a gift"
"ฉันจะมอบสวนพักผ่อนของฉันให้เขาเป็นของขวัญ"
"and I will take my refuge in his teachings"

"และฉันจะพึ่งอาศัยคำสอนของพระองค์"
But after this, she had aroused him
แต่หลังจากนี้เธอได้ปลุกเร้าเขา
she had tied him to her in the act of making love
เธอได้ผูกมัดเขาไว้กับเธอในขณะที่กำลังร่วมรัก
with painful fervour, biting and in tears
ด้วยความเจ็บปวดรวดร้าว กัดกร่อน และน้ำตา
it was as if she wanted to squeeze the last sweet drop out of this wine
ราวกับว่าเธอต้องการจะคั้นน้ำหวานหยดสุดท้ายออกจากไวน์นี้
Never before had it become so strangely clear to Siddhartha
ไม่เคยมีมาก่อนเลยที่มันจะกลายเป็นที่ชัดเจนอย่างแปลกประหลาดต่อพระสิทธัตถะ
he felt how close lust was akin to death
เขารู้สึกว่าความใคร่ใกล้เคียงกับความตายมาก
he laid by her side, and Kamala's face was close to him
เขานอนอยู่ข้างๆ เธอ และหน้าของกมลาก็อยู่ใกล้เขา
under her eyes and next to the corners of her mouth
ใต้ตาและข้างมุมปากของเธอ
it was as clear as never before
มันชัดเจนอย่างที่ไม่เคยเป็นมาก่อน
there read a fearful inscription
มีจารึกที่น่ากลัวอ่านอยู่
an inscription of small lines and slight grooves
จารึกเส้นเล็กและร่องเล็ก ๆ
an inscription reminiscent of autumn and old age
จารึกที่ชวนให้นึกถึงฤดูใบไม้ร่วงและวัยชรา
here and there, gray hairs among his black ones

ที่นี่และที่นั่น ผมหงอกท่ามกลางผมดำของเขา
Siddhartha himself, who was only in his forties, noticed the same thing
พระสิทธัตถะเองซึ่งมีอายุเพียงสี่สิบกว่าปีก็สังเกตเห็นสิ่งเดียวกันนี้
Tiredness was written on Kamala's beautiful face
ความเหนื่อยล้าถูกเขียนไว้บนใบหน้าอันงดงามของกมลา
tiredness from walking a long path
ความเหนื่อยล้าจากการเดินระยะทางไกล
a path which has no happy destination
เส้นทางที่ไม่มีจุดหมายอันสุขสันต์
tiredness and the beginning of withering
ความเหนื่อยล้าและเริ่มเหี่ยวเฉา
fear of old age, autumn, and having to die
ความกลัวในวัยชรา ฤดูใบไม้ร่วง และการต้องตาย
With a sigh, he had bid his farewell to her
เขาถอนหายใจแล้วบอกลาเธอ
the soul full of reluctance, and full of concealed anxiety
จิตใจเต็มไปด้วยความลังเล
และเต็มไปด้วยความวิตกกังวลที่ซ่อนเร้น

Siddhartha had spent the night in his house with dancing girls
พระสิทธัตถะทรงค้างคืนที่บ้านกับเหล่าสาวนักเต้นรำ
he acted as if he was superior to them
เขากระทำราวกับว่าตนเหนือกว่าพวกเขา
he acted superior towards the fellow-members of his caste
เขาทำตัวเหนือกว่าเพื่อนร่วมวรรณะของเขา
but this was no longer true

แต่ตอนนี้มันไม่เป็นความจริงอีกต่อไป

he had drunk much wine that night

คืนนั้นเขาได้ดื่มไวน์ไปมาก

and he went to bed a long time after midnight

และเขาเข้านอนนานหลังเที่ยงคืน

tired and yet excited, close to weeping and despair

เหนื่อยแต่ก็ตื่นเต้นจนแทบจะร้องไห้และหมดหวัง

for a long time he sought to sleep, but it was in vain

เขาพยายามจะนอนหลับอยู่เป็นเวลานานแต่ก็ไร้ผล

his heart was full of misery

หัวใจของเขาเต็มไปด้วยความทุกข์

he thought he could not bear any longer

เขาคิดว่าเขาไม่สามารถทนได้อีกต่อไป

he was full of a disgust, which he felt penetrating his entire body

เขาเต็มไปด้วยความรังเกียจที่รู้สึกแทรกซึมไปทั่วร่างกาย

like the lukewarm repulsive taste of the wine

เหมือนรสชาติของไวน์ที่จืดชืดและน่ารังเกียจ

the dull music was a little too happy

ดนตรีที่น่าเบื่อก็ทำให้มีความสุขมากเกินไป

the smile of the dancing girls was a little too soft

รอยยิ้มของสาวรำก็อ่อนหวานไปนิดหนึ่ง

the scent of their hair and breasts was a little too sweet

กลิ่นผมและหน้าอกของพวกเขาหวานเกินไปหน่อย

But more than by anything else, he was disgusted by himself

แต่เหนือสิ่งอื่นใด เขาเกลียดตัวเองมากกว่า

he was disgusted by his perfumed hair

เขาขยะแขยงผมที่มีกลิ่นหอมของเขา
he was disgusted by the smell of wine from his mouth
เขาขยะแขยงต่อกลิ่นไวน์จากปากของเขา
he was disgusted by the listlessness of his skin
เขาขยะแขยงต่อความไร้เรี่ยวแรงของผิวหนังของเขา
Like when someone who has eaten and drunk far too much
เหมือนคนที่กินดื่มมากเกินไป
they vomit it back up again with agonising pain
พวกเขาอาเจียนมันออกมาอีกครั้งด้วยความเจ็บปวดอย่างแสนสาหัส
but they feel relieved by the vomiting
แต่ก็รู้สึกโล่งใจเมื่ออาเจียนออกมา
this sleepless man wished to free himself of these pleasures
ชายนอนไม่หลับคนนี้ปรารถนาที่จะปลดปล่อยตัวเองจากความสุขเหล่านี้
he wanted to be rid of these habits
เขาต้องการที่จะกำจัดนิสัยเหล่านี้
he wanted to escape all of this pointless life
เขาต้องการหนีจากชีวิตที่ไร้จุดหมายทั้งหมดนี้
and he wanted to escape from himself
และเขาต้องการที่จะหนีจากตัวเอง
it wasn't until the light of the morning when he had slightly fallen sleep
จนกระทั่งรุ่งเช้าเขาจึงหลับไปเล็กน้อย
the first activities in the street were already beginning
กิจกรรมแรกบนถนนก็เริ่มแล้ว
for a few moments he had found a hint of sleep

ชั่วขณะหนึ่งเขาเริ่มรู้สึกง่วงนอน
In those moments, he had a dream
ในช่วงเวลานั้น เขาได้มีความฝัน
Kamala owned a small, rare singing bird in a golden cage
กมลาเป็นเจ้าของนกร้องเพลงตัวเล็กหายากในกรงทอง
it always sung to him in the morning
มันจะร้องเพลงให้เขาฟังในตอนเช้าเสมอ
but then he dreamt this bird had become mute
แต่แล้วเขาก็ฝันว่านกตัวนี้กลายเป็นใบ้
since this arose his attention, he stepped in front of the cage
เมื่อเรื่องนี้ทำให้เขาสนใจ เขาก็ก้าวไปยืนอยู่หน้ากรง
he looked at the bird inside the cage
เขาจ้องมองนกที่อยู่ในกรง
the small bird was dead, and lay stiff on the ground
นกตัวเล็กตายแล้วนอนนิ่งอยู่บนพื้น
He took the dead bird out of its cage
เขาเอาซากนกออกจากกรง
he took a moment to weigh the dead bird in his hand
เขาใช้เวลาสักครู่เพื่อชั่งน้ำหนักนกที่ตายแล้วในมือของเขา
and then threw it away, out in the street
แล้วโยนมันทิ้งไปบนถนน
in the same moment he felt terribly shocked
ในขณะนั้นเองเขาก็รู้สึกตกใจอย่างมาก
his heart hurt as if he had thrown away all value
หัวใจของเขาเจ็บปวดราวกับว่าเขาได้ทิ้งสิ่งมีค่าทั้งหมดไป
everything good had been inside of this dead bird
ทุกสิ่งดีๆ อยู่ในตัวนกที่ตายตัวนี้

Starting up from this dream, he felt encompassed by a deep sadness
เมื่อเริ่มฝันนี้ เขาก็รู้สึกเศร้าโศกอย่างลึกซึ้ง
everything seemed worthless to him
ทุกสิ่งทุกอย่างดูไร้ค่าสำหรับเขา
worthless and pointless was the way he had been going through life
ไร้ค่าและไร้จุดหมายคือวิถีทางที่เขาดำเนินชีวิตมา
nothing which was alive was left in his hands
ไม่มีอะไรที่ยังมีชีวิตเหลืออยู่ในมือของเขา
nothing which was in some way delicious could be kept
ไม่มีอะไรที่อร่อยเลยที่จะเก็บไว้ได้
nothing worth keeping would stay
ไม่มีอะไรที่คุ้มค่าที่จะเก็บไว้
alone he stood there, empty like a castaway on the shore
เขายืนอยู่เพียงลำพังว่างเปล่าเหมือนคนไร้บ้านอยู่ริมฝั่ง

With a gloomy mind, Siddhartha went to his pleasure-garden
พระสิทธัตถะทรงมีจิตใจเศร้าหมอง
จึงเสด็จไปยังสวนพักผ่อนของพระองค์
he locked the gate and sat down under a mango-tree
เขาปิดประตูแล้วนั่งลงใต้ต้นมะม่วง
he felt death in his heart and horror in his chest
เขารู้สึกถึงความตายในหัวใจและความสยองขวัญในอกของเขา
he sensed how everything died and withered in him
เขารู้สึกว่าทุกสิ่งทุกอย่างตายและเหี่ยวเฉาไปในตัวเขา
By and by, he gathered his thoughts in his mind

ไม่นานนักเขาก็รวบรวมความคิดไว้ในใจ

once again, he went through the entire path of his life

เขาได้ผ่านเส้นทางชีวิตของเขาอีกครั้งหนึ่ง

he started with the first days he could remember

เขาเริ่มต้นด้วยวันแรกๆ ที่เขาจำได้

When was there ever a time when he had felt a true bliss?

มีครั้งใดบ้างที่เขาได้สัมผัสถึงความสุขที่แท้จริง?

Oh yes, several times he had experienced such a thing

โอ้ใช่ เขาเคยประสบกับเรื่องแบบนี้มาหลายครั้งแล้ว

In his years as a boy he had had a taste of bliss

ในช่วงวัยเด็ก เขาได้ลิ้มรสความสุข

he had felt happiness in his heart when he obtained praise from the Brahmans

เขาเกิดความสุขในใจเมื่อได้รับคำสรรเสริญจากพราหมณ์

"There is a path in front of the one who has distinguished himself"

"ผู้ที่ประสบความสำเร็จย่อมมีหนทางข้างหน้า"

he had felt bliss reciting the holy verses

เขารู้สึกมีความสุขเมื่อได้อ่านบทกลอนอันศักดิ์สิทธิ์

he had felt bliss disputing with the learned ones

เขาเกิดความสุขใจที่ได้โต้เถียงกับผู้มีปัญญา

he had felt bliss when he was an assistant in the offerings

เขาเคยรู้สึกมีความสุขเมื่อได้เป็นผู้ช่วยในการถวาย

Then, he had felt it in his heart

แล้วเขาก็ได้รู้สึกมันในหัวใจของเขา

"There is a path in front of you"

"มีเส้นทางอยู่ข้างหน้าคุณ"

"you are destined for this path"

- 201 -

"คุณถูกกำหนดให้มาอยู่ในเส้นทางนี้"
"the gods are awaiting you"
"เหล่าเทพกำลังรอคุณอยู่"
And again, as a young man, he had felt bliss
และเมื่อครั้งยังเป็นหนุ่ม เขาก็รู้สึกมีความสุขอีกครั้ง
when his thoughts separated him from those thinking on the same things
เมื่อความคิดของเขาแยกเขาออกจากคนที่คิดเรื่องเดียวกัน
when he wrestled in pain for the purpose of Brahman
เมื่อพระองค์ทรงปล้ำด้วยความเจ็บปวดเพื่อประโยชน์ของพราหมณ์
when every obtained knowledge only kindled new thirst in him
เมื่อความรู้ที่ได้มาทั้งหมดเพียงแต่จุดความกระหายใหม่ขึ้นในตัวเขา

in the midst of the pain he felt this very same thing
ท่ามกลางความเจ็บปวดเขาก็รู้สึกเช่นเดียวกัน
"Go on! You are called upon!"
"ไปต่อเถอะ! คุณถูกเรียกแล้ว!"
He had heard this voice when he had left his home
เขาได้ยินเสียงนี้เมื่อเขาออกจากบ้าน
he heard heard this voice when he had chosen the life of a Samana
ท่านได้ยินเสียงนี้เมื่อเลือกชีวิตสมณะแล้ว
and again he heard this voice when left the Samanas
และได้ยินเสียงนี้อีกครั้งเมื่อออกจากสมณะ
he had heard the voice when he went to see the perfected one

เขาได้ยินเสียงนั้นเมื่อเขาไปพบผู้สมบูรณ์แล้ว

and when he had gone away from the perfected one, he had heard the voice

และเมื่อพระองค์เสด็จออกไปจากผู้สมบูรณ์แล้ว

พระองค์ก็ได้ยินเสียง

he had heard the voice when he went into the uncertain

เขาได้ยินเสียงเมื่อเขาเดินเข้าไปในสิ่งที่ไม่แน่นอน

For how long had he not heard this voice anymore?

เขาไม่ได้ยินเสียงนี้มานานแค่ไหนแล้ว?

for how long had he reached no height anymore?

เหตุใดเขาจึงไม่ถึงจุดสูงสุดเสียที?

how even and dull was the manner in which he went through life?

เขาดำเนินชีวิตอย่างราบรื่นและน่าเบื่อหน่ายเพียงใด?

for many long years without a high goal

เป็นเวลานานหลายปีโดยไม่มีเป้าหมายที่สูงส่ง

he had been without thirst or elevation

เขาไม่กระหายน้ำหรือรู้สึกอิ่มเลย

he had been content with small lustful pleasures

เขาพอใจเพียงแต่ความสุขทางกามเล็กๆ น้อยๆ

and yet he was never satisfied!

แต่เขาก็ไม่เคยพอใจเลย!

For all of these years he had tried hard to become like the others

ตลอดหลายปีที่ผ่านมา

เขาพยายามอย่างหนักเพื่อที่จะเป็นเหมือนคนอื่นๆ

he longed to be one of the childlike people

เขาปรารถนาที่จะเป็นคนแบบเด็กๆ

but he didn't know that that was what he really wanted
แต่เขาไม่รู้ว่านั่นคือสิ่งที่เขาต้องการจริงๆ

his life had been much more miserable and poorer than theirs
ชีวิตของเขาเคยทุกข์ยากและยากจนกว่าพวกเขามาก

because their goals and worries were not his
เพราะเป้าหมายและความกังวลของพวกเขาไม่ใช่ของเขา

the entire world of the Kamaswami-people had only been a game to him
โลกทั้งใบของชาวกามาสวามีเป็นเพียงเกมสำหรับเขาเท่านั้น

their lives were a dance he would watch
ชีวิตของพวกเขาเป็นเหมือนการเต้นรำที่เขาจะดู

they performed a comedy he could amuse himself with
พวกเขาแสดงตลกให้เขาดูเพื่อความบันเทิง

Only Kamala had been dear and valuable to him
มีแต่กมลาเท่านั้นที่รักและมีค่าสำหรับเขา

but was she still valuable to him?
แต่เธอยังมีคุณค่าสำหรับเขาไหม?

Did he still need her?
เขายังต้องการเธออยู่ไหม?

Or did she still need him?
หรือเธอยังต้องการเขาอยู่?

Did they not play a game without an ending?
พวกเขาไม่เล่นเกมโดยไม่มีตอนจบเหรอ?

Was it necessary to live for this?
จำเป็นต้องมีชีวิตอยู่เพื่อสิ่งนี้เหรอ?

No, it was not necessary!
ไม่จำเป็นหรอก!

The name of this game was Sansara

ชื่อของเกมนี้คือ Sansara
a game for children which was perhaps enjoyable to play once
เกมสำหรับเด็กที่ครั้งหนึ่งเคยสนุกที่ได้เล่น
maybe it could be played twice
บางทีอาจจะเล่นได้สองครั้ง
perhaps you could play it ten times
บางทีคุณอาจจะเล่นมันได้สิบครั้ง
but should you play it for ever and ever?
แต่คุณควรเล่นมันตลอดไปเลยหรือเปล่า?
Then, Siddhartha knew that the game was over
แล้วพระพุทธเจ้าทรงทราบว่าเกมจบลงแล้ว
he knew that he could not play it any more
เขารู้ว่าเขาไม่สามารถเล่นมันต่อไปได้
Shivers ran over his body and inside of him
ความสั่นสะท้านวิ่งไปทั่วร่างกายของเขาและภายในตัวของเขา
he felt that something had died
เขารู้สึกว่ามีบางสิ่งบางอย่างตายไป

That entire day, he sat under the mango-tree
วันนั้นเขานั่งอยู่ใต้ต้นมะม่วงตลอดวัน
he was thinking of his father
เขากำลังคิดถึงพ่อของเขา
he was thinking of Govinda
เขาคิดถึงโกวินดา
and he was thinking of Gotama
และท่านก็ทรงนึกถึงพระโคดม
Did he have to leave them to become a Kamaswami?

เขาต้องออกจากพวกเขามาเป็นกามาสวามีเหรอ?

He was still sitting there when the night had fallen
เมื่อคืนเขายังคงนั่งอยู่ตรงนั้น

he caught sight of the stars, and thought to himself
เขาเห็นดวงดาวแล้วคิดในใจ

"Here I'm sitting under my mango-tree in my pleasure-garden"
"นี่ฉันกำลังนั่งอยู่ใต้ต้นมะม่วงในสวนสนุกของฉัน"

He smiled a little to himself
เขายิ้มกับตัวเองเล็กน้อย

was it really necessary to own a garden?
จำเป็นต้องมีสวนเป็นของตัวเองจริงหรือ?

was it not a foolish game?
มันไม่ใช่เกมที่โง่เขลาเหรอ?

did he need to own a mango-tree?
เขาจำเป็นต้องมีต้นมะม่วงมั้ย?

He also put an end to this
พระองค์ก็ทรงยุติเรื่องนี้ด้วย

this also died in him
นี่ก็ตายในตัวเขาด้วย

He rose and bid his farewell to the mango-tree
เขาลุกขึ้นและอำลาต้นมะม่วง

he bid his farewell to the pleasure-garden
เขาอำลาสวนสนุก

Since he had been without food this day, he felt strong hunger
เนื่องจากวันนี้เขาไม่ได้กินอาหารเลย เขาจึงรู้สึกหิวมาก

and he thought of his house in the city

และเขาคิดถึงบ้านของเขาในเมือง

he thought of his chamber and bed

เขาคิดถึงห้องและเตียงของเขา

he thought of the table with the meals on it

เขาคิดถึงโต๊ะที่มีอาหารวางอยู่

He smiled tiredly, shook himself, and bid his farewell to these things

เขายิ้มอย่างเหนื่อยอ่อน ส่ายตัว และกล่าวอำลาสิ่งเหล่านี้

In the same hour of the night, Siddhartha left his garden

ในชั่วโมงเดียวกันนั้นเอง

พระสิทธัตถะเสด็จออกจากสวนของพระองค์

he left the city and never came back

เขาออกจากเมืองไปแล้วไม่กลับมาอีกเลย

For a long time, Kamaswami had people look for him

กามสวามีได้ให้คนตามหาเขาเป็นเวลานาน

they thought he had fallen into the hands of robbers

พวกเขาคิดว่าเขาตกไปอยู่ในมือของพวกโจร

Kamala had no one look for him

กมลาไม่มีใครตามหาเขา

she was not astonished by his disappearance

เธอไม่ได้ประหลาดใจกับการหายตัวไปของเขา

Did she not always expect it?

เธอไม่ได้คาดหวังเช่นนั้นเสมอไปเหรอ?

Was he not a Samana?

เขามิใช่สมณะหรือ?

a man who was at home nowhere, a pilgrim

ชายคนหนึ่งซึ่งไม่อยู่บ้าน เป็นนักแสวงบุญ

she had felt this the last time they had been together

เธอรู้สึกแบบนี้เมื่อครั้งสุดท้ายที่พวกเขาอยู่ด้วยกัน

she was happy despite all the pain of the loss

เธอมีความสุขแม้จะต้องเจ็บปวดจากการสูญเสีย

she was happy she had been with him one last time

เธอมีความสุขที่ได้อยู่กับเขาเป็นครั้งสุดท้าย

she was happy she had pulled him so affectionately to her heart

เธอมีความสุขที่ได้ดึงเขาเข้ามาสู่หัวใจของเธอด้วยความรัก

she was happy she had felt completely possessed and penetrated by him

เธอมีความสุขที่รู้สึกว่าตัวเองถูกเขาเข้าสิงและแทรกซึมเข้าไปอย่างสมบูรณ์

When she received the news, she went to the window

เมื่อเธอได้ยินข่าวเธอก็เดินไปที่หน้าต่าง

at the window she held a rare singing bird

ที่หน้าต่างเธอถือนกที่ร้องเพลงได้หายาก

the bird was held captive in a golden cage

นกถูกจับขังไว้ในกรงทอง

She opened the door of the cage

เธอเปิดประตูกรง

she took the bird out and let it fly

เธอเอาตัวนกออกมาแล้วปล่อยให้มันบินไป

For a long time, she gazed after it

นางจ้องมองมันอยู่นาน

From this day on, she received no more visitors

ตั้งแต่วันนั้นเป็นต้นมาเธอไม่ได้รับผู้มาเยี่ยมเยียนอีกเลย

and she kept her house locked
และเธอก็ล็อคบ้านของเธอไว้
But after some time, she became aware that she was pregnant
แต่หลังจากนั้นไม่นานเธอก็รู้ว่าเธอกำลังตั้งครรภ์
she was pregnant from the last time she was with Siddhartha
เธอตั้งครรภ์ตั้งแต่ครั้งสุดท้ายที่อยู่กับพระสิทธัตถะ

By the River
ริมแม่น้ำ

Siddhartha walked through the forest
พระสิทธัตถะเสด็จเดินผ่านป่า
he was already far from the city
เขาอยู่ไกลจากเมืองมากแล้ว
and he knew nothing but one thing
และเขาไม่รู้อะไรเลยนอกจากสิ่งหนึ่ง
there was no going back for him
เขาไม่มีทางกลับอีกแล้ว
the life that he had lived for many years was over
ชีวิตที่เขาดำเนินมานานหลายปีก็สิ้นสุดลงแล้ว
he had tasted all of this life
เขาได้ลิ้มรสชีวิตทั้งหมดนี้แล้ว
he had sucked everything out of this life
เขาได้ดูดทุกสิ่งทุกอย่างออกไปจากชีวิตนี้แล้ว
until he was disgusted with it
จนเขาเกิดความรังเกียจต่อมัน
the singing bird he had dreamt of was dead
นกที่ร้องเพลงที่เขาฝันถึงนั้นตายไปแล้ว
and the bird in his heart was dead too
และนกในใจของเขาก็ตายด้วย
he had been deeply entangled in Sansara
เขาติดอยู่ในวังวนแห่งความผูกพันอย่างลึกซึ้ง
he had sucked up disgust and death into his body
เขาได้ดูดเอาความรังเกียจและความตายเข้าไปในร่างกายของเขา
like a sponge sucks up water until it is full

เหมือนฟองน้ำดูดน้ำจนเต็ม
he was full of misery and death
เขาเต็มไปด้วยความทุกข์และความตาย
there was nothing left in this world which could have attracted him
ไม่มีอะไรเหลือในโลกนี้ที่จะดึงดูดเขาได้อีกแล้ว
nothing could have given him joy or comfort
ไม่มีสิ่งใดที่สามารถมอบความสุขและความสบายใจให้กับเขาได้
he passionately wished to know nothing about himself anymore
เขาปรารถนาอย่างแรงกล้าที่จะไม่รู้จักตัวเองอีกต่อไป
he wanted to have rest and be dead
เขาอยากพักผ่อนและตายไป
he wished there was a lightning-bolt to strike him dead!
เขาหวังว่าจะมีสายฟ้าฟาดลงมาฆ่าเขา!
If there only was a tiger to devour him!
หากมีเสือสักตัวมาขย้ำมันก็คงดี!
If there only was a poisonous wine which would numb his senses
ถ้าเพียงแต่มีไวน์พิษสักชนิดที่จะทำให้ประสาทสัมผัสของเขาชาไป
a wine which brought him forgetfulness and sleep
ไวน์ที่ทำให้เขาลืมและหลับใหล
a wine from which he wouldn't awake from
ไวน์ที่เขาจะไม่ตื่นจากมัน
Was there still any kind of filth he had not soiled himself with?
ยังมีสิ่งสกปรกใด ๆ ที่เขายังไม่ได้ทำให้เปื้อนอยู่อีกหรือไม่?
was there a sin or foolish act he had not committed?

มีบาปหรือความโง่เขลาที่เขาไม่ได้ก่อไว้หรือไม่?

was there a dreariness of the soul he didn't know?

มีสิ่งเศร้าหมองในจิตใจที่เขาไม่รู้จักหรือไม่?

was there anything he had not brought upon himself?

มีอะไรที่เขาไม่ได้นำมาให้ตัวเองบ้าง?

Was it still at all possible to be alive?

มันยังเป็นไปได้เลยที่จะมีชีวิตอยู่ต่อไปใช่ไหม?

Was it possible to breathe in again and again?

สามารถหายใจเข้าซ้ำแล้วซ้ำเล่าได้หรือไม่?

Could he still breathe out?

เขาจะยังหายใจออกได้อีกไหม?

was he able to bear hunger?

เขาสามารถทนความหิวได้ไหม?

was there any way to eat again?

มีทางไหนที่จะกินได้อีกไหม?

was it possible to sleep again?

จะสามารถนอนหลับได้อีกครั้งไหม?

could he sleep with a woman again?

เขาจะนอนกับผู้หญิงอีกครั้งได้ไหม?

had this cycle not exhausted itself?

วัฏจักรนี้ยังไม่สิ้นสุดหรือ?

were things not brought to their conclusion?

เรื่องราวยังไม่ถูกนำมาสู่ข้อสรุปหรือ?

Siddhartha reached the large river in the forest

พระสิทธัตถะเสด็จมาถึงแม่น้ำใหญ่ในป่า

it was the same river he crossed when he had still been a young man

เป็นแม่น้ำสายเดียวกับที่เขาข้ามเมื่อครั้งยังเป็นชายหนุ่ม

it was the same river he crossed from the town of Gotama

แม่น้ำสายเดียวกับที่เขาข้ามมาจากเมืองโคตมะ

he remembered a ferryman who had taken him over the river

เขาจำได้ว่ามีคนพายเรือพาเขาข้ามแม่น้ำ

By this river he stopped, and hesitantly he stood at the bank

พระองค์ได้ทรงหยุดพักอยู่ริมฝั่งแม่น้ำนี้ และทรงยืนลังเลอยู่

Tiredness and hunger had weakened him

ความเหนื่อยและความหิวทำให้เขาอ่อนแอ

"what should I walk on for?"

"ฉันควรเดินด้วยอะไร?"

"to what goal was there left to go?"

"จะเหลือเป้าหมายอะไรอีก?"

No, there were no more goals

ไม่ครับ ไม่มีประตูอีกแล้ว

there was nothing left but a painful yearning to shake off this dream

ไม่เหลืออะไรอีกแล้วนอกจากความปรารถนาอันเจ็บปวดที่จะสลัด

ความฝันนี้ทิ้งไป

he yearned to spit out this stale wine

เขาปรารถนาที่จะคายไวน์เก่านี้ออกไป

he wanted to put an end to this miserable and shameful life

เขาต้องการจะยุติชีวิตอันน่าสังเวชและน่าละอายนี้

a coconut-tree bent over the bank of the river

ต้นมะพร้าวโค้งงออยู่ริมฝั่งแม่น้ำ

Siddhartha leaned against its trunk with his shoulder

พระสิทธัตถะทรงพิงพระวรกายด้วยไหล่

he embraced the trunk with one arm
เขาโอบลำต้นด้วยแขนข้างหนึ่ง
and he looked down into the green water
และเขามองลงไปในน้ำสีเขียว
the water ran under him
น้ำก็ไหลผ่านใต้ตัวเขา
he looked down and found himself to be entirely filled with the wish to let go
เขามองลงไปแล้วพบว่าตัวเองเต็มไปด้วยความปรารถนาที่จะปล่อยวาง
he wanted to drown in these waters
เขาอยากจมน้ำตายในน้ำเหล่านี้
the water reflected a frightening emptiness back at him
น้ำสะท้อนความว่างเปล่าอันน่ากลัวกลับมาที่เขา
the water answered to the terrible emptiness in his soul
น้ำตอบสนองต่อความว่างเปล่าที่น่ากลัวในจิตวิญญาณของเขา
Yes, he had reached the end
ใช่แล้ว เขามาถึงจุดสิ้นสุดแล้ว
There was nothing left for him, except to annihilate himself
ไม่มีอะไรเหลือให้เขาอีกแล้วนอกจากทำลายตัวเอง
he wanted to smash the failure into which he had shaped his life
เขาต้องการทำลายความล้มเหลวที่หล่อหลอมชีวิตของเขาไว้
he wanted to throw his life before the feet of mockingly laughing gods
เขาอยากจะโยนชีวิตของตนลงต่อหน้าเทพเจ้าที่หัวเราะเยาะเย้ย
This was the great vomiting he had longed for; death
นี่คือการอาเจียนอันยิ่งใหญ่ที่เขาโหยหา ความตาย
the smashing to bits of the form he hated

- 214 -

การทุบทำลายเป็นชิ้นเล็กชิ้นน้อยของรูปแบบที่เขาเกลียด
Let him be food for fishes and crocodiles
ให้มันเป็นอาหารของปลาและจระเข้
Siddhartha the dog, a lunatic
เจ้าสิทธัตถะ สุนัขบ้า

a depraved and rotten body; a weakened and abused soul!
ร่างกายที่เสื่อมทรามและเน่าเปื่อย; จิตใจที่อ่อนแอและถูกทารุณ!
let him be chopped to bits by the daemons
ปล่อยให้เขาถูกปีศาจสับเป็นชิ้นเล็กชิ้นน้อย
With a distorted face, he stared into the water
เขามองจ้องลงไปในน้ำด้วยใบหน้าบิดเบี้ยว
he saw the reflection of his face and spat at it
เขามองเห็นเงาสะท้อนของใบหน้าของเขาและถุยน้ำลายใส่มัน
In deep tiredness, he took his arm away from the trunk of the tree
ด้วยความเหนื่อยล้าอย่างมาก เขาจึงเอามือออกจากลำต้นไม้
he turned a bit, in order to let himself fall straight down
เขาหันตัวเล็กน้อยเพื่อให้ตัวเองล้มลงตรงๆ
in order to finally drown in the river
เพื่อจะได้จมน้ำตายในแม่น้ำในที่สุด
With his eyes closed, he slipped towards death
เขาหลับตาแล้วลื่นไถลไปสู่ความตาย
Then, out of remote areas of his soul, a sound stirred up
จากนั้นมีเสียงหนึ่งดังขึ้นจากบริเวณอันห่างไกลในจิตวิญญาณของเขา
a sound stirred up out of past times of his now weary life
เสียงที่ดังขึ้นจากอดีตของชีวิตที่เหนื่อยล้าของเขา
It was a singular word, a single syllable

มันเป็นคำเดี่ยว พยางค์เดียว
without thinking he spoke the voice to himself
โดยไม่ได้คิดเขาก็พูดเสียงนั้นกับตัวเอง
he slurred the beginning and the end of all prayers of the Brahmans
ท่านได้ท่องบทสวดเริ่มต้นและจบของบทสวดของพราหมณ์ทั้งหลายไม่ชัด
he spoke the holy Om
ท่านได้กล่าวคำโอมอันศักดิ์สิทธิ์
"that what is perfect" or "the completion"
"นั่นคือสิ่งที่สมบูรณ์แบบ" หรือ "ความสมบูรณ์แบบ"
And in the moment he realized the foolishness of his actions
และในขณะนั้นเองเขาได้ตระหนักถึงความโง่เขลาของการกระทำของเขา
the sound of Om touched Siddhartha's ear
เสียงโอมกระทบหูของสิทธัตถะ
his dormant spirit suddenly woke up
วิญญาณที่หลับใหลของเขากลับตื่นขึ้นมาอย่างกะทันหัน
Siddhartha was deeply shocked
พระสิทธัตถะตกใจอย่างยิ่ง
he saw this was how things were with him
เขาเห็นว่าสิ่งต่างๆ เป็นเช่นนี้กับเขา
he was so doomed that he had been able to seek death
เขาถูกสาปให้ต้องแสวงหาความตาย
he had lost his way so much that he wished the end
เขาหลงทางมากจนปรารถนาให้จบสิ้น
the wish of a child had been able to grow in him

ความปรารถนาของเด็กก็สามารถเติบโตในตัวเขาได้

he had wished to find rest by annihilating his body!
เขาปรารถนาที่จะหาความสงบสุขโดยการทำลายร่างกายของเขา!

all the agony of recent times
ความทุกข์ทรมานทั้งหมดในช่วงเวลาที่ผ่านมา

all sobering realizations that his life had created
ความตระหนักอันน่าสะเทือนใจทั้งหมดที่ชีวิตของเขาสร้างขึ้น

all the desperation that he had felt
ความสิ้นหวังทั้งหมดที่เขาเคยรู้สึก

these things did not bring about this moment
สิ่งเหล่านี้ไม่ได้ทำให้ช่วงเวลานี้เกิดขึ้น

when the Om entered his consciousness he became aware of himself
เมื่อโอมเข้าสู่จิตสำนึกของเขา เขาก็ตระหนักรู้ถึงตัวเอง

he realized his misery and his error
เขาตระหนักถึงความทุกข์และความผิดพลาดของเขา

Om! he spoke to himself
โอม! เขาพูดกับตัวเอง

Om! and again he knew about Brahman
โอม! และได้รู้เกี่ยวกับพราหมณ์อีกครั้ง

Om! he knew about the indestructibility of life
โอม! เขารู้ถึงความไม่สามารถทำลายชีวิตได้

Om! he knew about all that is divine, which he had forgotten
โอม! เขารู้ถึงสิ่งที่เป็นทิพย์ทั้งหมดที่เขาลืมไปแล้ว

But this was only a moment that flashed before him
แต่นี่เป็นเพียงช่วงเวลาสั้นๆ ที่ฉายผ่านหน้าเขาไป

By the foot of the coconut-tree, Siddhartha collapsed

พระสิทธัตถะทรงล้มลงที่เชิงต้นมะพร้าว

he was struck down by tiredness

เขาเกิดความเหนื่อยล้า

mumbling "Om", he placed his head on the root of the tree

พึมพำว่า "โอม" แล้วเอาหัวไปวางไว้บนโคนต้นไม้

and he fell into a deep sleep

และเขาก็หลับสนิทไป

Deep was his sleep, and without dreams

เขาหลับลึกและไม่ได้ฝัน

for a long time he had not known such a sleep any more

เป็นเวลานานแล้วที่เขาไม่เคยรู้จักการนอนหลับเช่นนี้อีกต่อไป

When he woke up after many hours, he felt as if ten years had passed

เมื่อเขาตื่นขึ้นหลังจากผ่านไปหลายชั่วโมง

เขารู้สึกเหมือนว่าเวลาผ่านไปสิบปีแล้ว

he heard the water quietly flowing

เขาได้ยินเสียงน้ำไหลอย่างเงียบ ๆ

he did not know where he was

เขาไม่ทราบว่าเขาอยู่ที่ไหน

and he did not know who had brought him here

และเขาไม่ทราบว่าใครเป็นคนพาเขามาที่นี่

he opened his eyes and looked with astonishment

เขาเปิดตาขึ้นและมองด้วยความประหลาดใจ

there were trees and the sky above him

มีต้นไม้และท้องฟ้าอยู่เหนือเขา

he remembered where he was and how he got here

เขาจำได้ว่าเขาอยู่ที่ไหนและมาที่นี่ได้อย่างไร
But it took him a long while for this
แต่เขาก็ใช้เวลาค่อนข้างนานสำหรับเรื่องนี้
the past seemed to him as if it had been covered by a veil
อดีตดูเหมือนถูกปกปิดไว้ด้วยม่าน
infinitely distant, infinitely far away, infinitely meaningless
ห่างไกลอย่างไม่มีที่สิ้นสุด, ห่างไกลอย่างไม่มีที่สิ้นสุด,
ไร้ความหมายอย่างไม่มีที่สิ้นสุด
He only knew that his previous life had been abandoned
เขาเพียงรู้ว่าชีวิตก่อนหน้านี้ของเขาถูกละทิ้งไปแล้ว
this past life seemed to him like a very old, previous incarnation
ชาติที่แล้วนี้ดูเหมือนชาติที่แล้วที่เก่าแก่มาก
this past life felt like a pre-birth of his present self
ชาติที่แล้วนี้รู้สึกเหมือนเกิดก่อนชาติปัจจุบันของเขา
full of disgust and wretchedness, he had intended to throw his life away
เต็มไปด้วยความรังเกียจและความทุกข์ยาก
เขาตั้งใจที่จะละทิ้งชีวิตของตนไป
he had come to his senses by a river, under a coconut-tree
เขารู้สึกตัวขึ้นที่ริมแม่น้ำใต้ต้นมะพร้าว
the holy word "Om" was on his lips
พระคำศักดิ์สิทธิ์ "โอม" อยู่บนริมฝีปากของพระองค์
he had fallen asleep and had now woken up
เขาได้หลับไปแล้วและตอนนี้ได้ตื่นขึ้นแล้ว
he was looking at the world as a new man
เขามองโลกในฐานะคนใหม่
Quietly, he spoke the word "Om" to himself

เขาพูดคำว่า "โอม" เบาๆ กับตัวเอง
the "Om" he was speaking when he had fallen asleep
"โอม" ที่เขาพูดขณะที่เขากำลังจะหลับ
his sleep felt like nothing more than a long meditative recitation of "Om"
การนอนหลับของเขาไม่ต่างอะไรกับการท่องบทสวด "โอม" อย่างยาวนาน
all his sleep had been a thinking of "Om"
เขาหลับไปทั้งๆ ที่ยังคิดถึง "โอม"
a submergence and complete entering into "Om"
การจมลงสู่สภาวะ "โอม" อย่างสมบูรณ์
a going into the perfected and completed
การไปสู่สิ่งที่สมบูรณ์และสมบูรณ์แล้ว
What a wonderful sleep this had been!
การนอนหลับนี้ช่างวิเศษจริงๆ!
he had never before been so refreshed by sleep
เขาไม่เคยรู้สึกสดชื่นจากการนอนหลับมาก่อน
Perhaps, he really had died
บางทีเขาอาจจะตายจริงๆ
maybe he had drowned and was reborn in a new body?
บางทีเขาอาจจะจมน้ำตายแล้วเกิดใหม่ในร่างใหม่?
But no, he knew himself and who he was
แต่เปล่าเลย เขารู้จักตัวเองและรู้ว่าเขาเป็นใคร
he knew his hands and his feet
เขารู้จักมือและเท้าของเขา
he knew the place where he lay
เขารู้สถานที่ที่เขานอนอยู่
he knew this self in his chest

เขาเองก็รู้ถึงตัวตนนี้ในอกของเขา

Siddhartha the eccentric, the weird one

พระสิทธัตถะผู้ประหลาดและประหลาด

but this Siddhartha was nevertheless transformed

แต่พระพุทธเจ้าก็ทรงเปลี่ยนไป

he was strangely well rested and awake

เขาพักผ่อนและตื่นตัวดีอย่างน่าประหลาดใจ

and he was joyful and curious

และเขาก็มีความสุขและอยากรู้อยากเห็น

Siddhartha straightened up and looked around

พระสิทธัตถะทรงยืดกายขึ้นแล้วมองไปรอบ ๆ

then he saw a person sitting opposite to him

แล้วเขาก็เห็นคนคนหนึ่งนั่งอยู่ตรงข้ามกับเขา

a monk in a yellow robe with a shaven head

พระภิกษุสวมจีวรสีเหลืองโกนศีรษะ

he was sitting in the position of pondering

เขาอยู่ในท่านั่งคิดพิจารณา

He observed the man, who had neither hair on his head nor a beard

เขาสังเกตเห็นชายคนหนึ่งซึ่งไม่มีผมหรือเคราบนศีรษะของเขา

he had not observed him for long when he recognised this monk

เขาเพิ่งสังเกตเห็นพระภิกษุรูปนี้ไม่นานก็จำพระองค์ได้

it was Govinda, the friend of his youth

เป็นโควินดาเพื่อนสมัยเด็กของเขา

Govinda, who had taken his refuge with the exalted Buddha

พระโควินทะซึ่งได้เข้าพึ่งพระพุทธเจ้าเป็นที่พึ่ง

Like Siddhartha, Govinda had also aged

เช่นเดียวกับพระสิทธัตถะ พระโควินดาก็ทรงชราภาพเช่นกัน

but his face still bore the same features

แต่ใบหน้าของเขาก็ยังคงมีลักษณะเหมือนเดิม

his face still expressed zeal and faithfulness

ใบหน้ายังคงแสดงถึงความกระตือรือร้นและความซื่อสัตย์

you could see he was still searching, but timidly

คุณจะเห็นว่าเขายังคงค้นหาอยู่แต่ด้วยความขี้อาย

Govinda sensed his gaze, opened his eyes, and looked at him

โควินดาสัมผัสได้ถึงสายตาของเขา จึงลืมตาขึ้นและมองดูเขา

Siddhartha saw that Govinda did not recognise him

พระสิทธัตถะทรงเห็นว่าพระโควินทะไม่รู้จักพระองค์

Govinda was happy to find him awake

โควินดาดีใจที่พบว่าเขายังตื่นอยู่

apparently, he had been sitting here for a long time

ดูเหมือนว่าเขาจะนั่งอยู่ที่นี่เป็นเวลานานแล้ว

he had been waiting for him to wake up

เขาได้รอให้เขาตื่น

he waited, although he did not know him

เขาคอยอยู่แม้ว่าเขาจะไม่รู้จักเขาก็ตาม

"I have been sleeping" said Siddhartha

“ข้าพเจ้าได้นอนหลับแล้ว” พระสิทธัตถะกล่าว

"How did you get here?"

“คุณมาที่นี่ได้ยังไง?”

"You have been sleeping" answered Govinda

“คุณนอนหลับอยู่” โกวินดาตอบ

"It is not good to be sleeping in such places"

"การนอนในสถานที่เช่นนี้ไม่ดี"
"snakes and the animals of the forest have their paths here"
"งูและสัตว์ในป่ามีทางมาที่นี่"
"I, oh sir, am a follower of the exalted Gotama"
"ข้าพเจ้าเป็นสาวกของพระโคดมผู้สูงส่ง"
"I was on a pilgrimage on this path"
"ผมกำลังแสวงบุญอยู่บนเส้นทางนี้"
"I saw you lying and sleeping in a place where it is dangerous to sleep"
"ฉันเห็นคุณนอนอยู่ในที่ซึ่งอันตราย"
"Therefore, I sought to wake you up"
"เพราะฉะนั้นข้าพเจ้าจึงอยากปลุกท่าน"
"but I saw that your sleep was very deep"
"แต่ฉันเห็นว่าท่านหลับลึกมาก"
"so I stayed behind from my group"
"ดังนั้นฉันจึงอยู่ห่างจากกลุ่มของฉัน"
"and I sat with you until you woke up"
"และฉันนั่งอยู่กับคุณจนกระทั่งคุณตื่น"
"And then, so it seems, I have fallen asleep myself"
"แล้วดูเหมือนตัวฉันเองก็เผลอหลับไป"
"I, who wanted to guard your sleep, fell asleep"
"ฉันผู้ต้องการเฝ้ายามการหลับใหลของคุณก็ได้หลับไป"
"Badly, I have served you"
"ฉันรับใช้คุณไม่ดีเลย"
"tiredness had overwhelmed me"
"ความเหนื่อยล้าเข้ามาครอบงำฉัน"
"But since you're awake, let me go to catch up with my brothers"

- 223 -

"แต่เมื่อคุณตื่นแล้ว ให้ฉันไปตามพี่ชายของฉันก่อนเถอะ"

"I thank you, Samana, for watching out over my sleep" spoke Siddhartha

"ข้าพเจ้าขอขอบคุณท่าน สมานา ที่ดูแลการนอนหลับของข้าพเจ้า" พระสิทธัตถะตรัส

"You're friendly, you followers of the exalted one"

"ท่านเป็นผู้มีอัธยาศัยดี ท่านผู้เป็นสาวกของพระองค์"

"Now you may go to them"

"ตอนนี้คุณไปหาพวกเขาได้แล้ว"

"I'm going, sir. May you always be in good health"

"ผมไปแล้วนะครับท่าน ขอให้ท่านมีสุขภาพแข็งแรงตลอดไป"

"I thank you, Samana"

"ขอบคุณนะคะ สมานา"

Govinda made the gesture of a salutation and said "Farewell"

โควินดาทำท่าทักทายและกล่าว "ลาก่อน"

"Farewell, Govinda" said Siddhartha

"ลาก่อนนะ โควินดา" เจ้าชายสิทธัตถะกล่าว

The monk stopped as if struck by lightning

พระภิกษุหยุดนิ่งราวกับถูกฟ้าผ่า

"Permit me to ask, sir, from where do you know my name?"

"ขอถามหน่อยเถอะท่าน ท่านรู้จักชื่อผมได้จากที่ไหน"

Siddhartha smiled, "I know you, oh Govinda, from your father's hut"

พระสิทธัตถะยิ้ม "ข้าพเจ้ารู้จักท่าน โอ พระโควินทะ จากกระท่อมของบิดาท่าน"

"and I know you from the school of the Brahmans"

"และฉันรู้จักคุณจากโรงเรียนพราหมณ์"

"and I know you from the offerings"

"และฉันรู้จักคุณจากเครื่องบูชา"

"and I know you from our walk to the Samanas"

"และฉันรู้จักคุณจากการเดินของเราไปยังซามานัส"

"and I know you from when you took refuge with the exalted one"

"และฉันรู้จักคุณตั้งแต่ครั้งที่คุณไปพึ่งพระผู้ทรงสูงส่ง"

"You're Siddhartha," Govinda exclaimed loudly, "Now, I recognise you"

"ท่านคือพระสิทธัตถะ" พระโควินดาอุทานเสียงดัง

"ตอนนี้ฉันจำท่านได้แล้ว"

"I don't comprehend how I couldn't recognise you right away"

"ฉันไม่เข้าใจว่าเหตุใดฉันถึงจำคุณไม่ได้ทันที"

"Siddhartha, my joy is great to see you again"

"สิทธัตถะ ฉันดีใจมากที่ได้พบคุณอีกครั้ง"

"It also gives me joy, to see you again" spoke Siddhartha

"ข้าพเจ้าก็มีความสุขเช่นกันที่ได้พบท่านอีกครั้ง"

พระสิทธัตถะตรัส

"You've been the guard of my sleep"

"คุณคอยเฝ้ายามการนอนของฉัน"

"again, I thank you for this"

"ฉันขอขอบคุณคุณอีกครั้งสำหรับสิ่งนี้"

"but I wouldn't have required any guard"

"แต่ฉันไม่ต้องการการเฝ้ายามใดๆ"

"Where are you going to, oh friend?"

"จะไปไหนเหรอเพื่อน?"

"I'm going nowhere," answered Govinda

"ฉันจะไม่ไปไหนทั้งนั้น" โกวินดาตอบ

"We monks are always travelling"

"พวกเราพระภิกษุเดินทางอยู่ตลอดเวลา"

"whenever it is not the rainy season, we move from one place to another"

"เมื่อไรก็ตามที่ไม่ใช่ฤดูฝน เราก็จะย้ายสถานที่"

"we live according to the rules of the teachings passed on to us"

"เราดำเนินชีวิตตามกฎแห่งคำสอนที่ถ่ายทอดมา"

"we accept alms, and then we move on"

"เรารับทานแล้วจึงไปต่อ"

"It is always like this"

"มันก็เป็นอย่างนี้เสมอ"

"But you, Siddhartha, where are you going to?"

"แล้วท่านล่ะ พระสิทธัตถะ ท่านจะไปไหน?"

"for me it is as it is with you"

"สำหรับฉันมันก็เหมือนกับที่เป็นกับคุณ"

"I'm going nowhere; I'm just travelling"

"ฉันไม่ได้ไปไหนหรอก ฉันแค่กำลังเดินทาง"

"I'm also on a pilgrimage"

"ฉันก็กำลังจาริกแสวงบุญเหมือนกัน"

Govinda spoke "You say you're on a pilgrimage, and I believe you"

พระโควินดาพูดว่า "คุณบอกว่าคุณกำลังแสวงบุญ

และฉันก็เชื่อคุณ

"But, forgive me, oh Siddhartha, you do not look like a pilgrim"

"แต่ข้าขออภัยด้วยเถิด พระสิทธัตถะ
พระองค์ดูไม่เหมือนผู้แสวงบุญเลย"
"You're wearing a rich man's garments"
"คุณสวมเสื้อผ้าของคนรวย"
"you're wearing the shoes of a distinguished gentleman"
"คุณสวมรองเท้าของสุภาพบุรุษผู้มีเกียรติ"
"and your hair, with the fragrance of perfume, is not a pilgrim's hair"
"และผมของคุณซึ่งมีกลิ่นหอมของน้ำหอมนั้นก็ไม่ใช่ผมของผู้แสวงบุญ"
"you do not have the hair of a Samana"
"ท่านไม่ได้มีผมเหมือนพระสมณะ"
"you are right, my dear"
"คุณพูดถูกนะที่รัก"
"you have observed things well"
"ท่านได้สังเกตสิ่งต่างๆ ได้ดีแล้ว"
"your keen eyes see everything"
"ดวงตาอันแหลมคมของคุณมองเห็นทุกสิ่ง"
"But I haven't said to you that I was a Samana"
"แต่ฉันไม่ได้บอกคุณว่าฉันเป็นสามเณร"
"I said I'm on a pilgrimage"
"ฉันบอกว่าฉันกำลังไปแสวงบุญ"
"And so it is, I'm on a pilgrimage"
"และแล้วฉันก็ได้เดินทางแสวงบุญ"
"You're on a pilgrimage" said Govinda
"คุณกำลังแสวงบุญ" โกวินดากล่าว
"But few would go on a pilgrimage in such clothes"

"แต่มีเพียงไม่กี่คนที่ไปแสวงบุญในชุดเช่นนี้"
"few would pilger in such shoes"
"มีเพียงไม่กี่คนที่สวมรองเท้าแบบนี้"
"and few pilgrims have such hair"
"และมีผู้แสวงบุญเพียงไม่กี่คนเท่านั้นที่มีผมเช่นนี้"
"I have never met such a pilgrim"
"ผมไม่เคยเจอผู้แสวงบุญแบบนี้มาก่อน"
"and I have been a pilgrim for many years"
"และฉันก็เป็นผู้แสวงบุญมานานหลายปีแล้ว"
"I believe you, my dear Govinda"
"ฉันเชื่อคุณนะ โกวินดาที่รัก"
"But now, today, you've met a pilgrim just like this"
"แต่บัดนี้ วันนี้ท่านได้พบผู้แสวงบุญเช่นนี้แล้ว"
"a pilgrim wearing these kinds of shoes and garment"
"ผู้แสวงบุญที่สวมรองเท้าและเสื้อผ้าประเภทนี้"
"Remember, my dear, the world of appearances is not eternal"
"จำไว้นะที่รัก โลกแห่งการปรากฏนั้นไม่คงอยู่ชั่วนิรันดร์"
"our shoes and garments are anything but eternal"
"รองเท้าและเสื้อผ้าของเราไม่ใช่ของนิรันดร์"
"our hair and bodies are not eternal either"
"เส้นผมและร่างกายของเราก็มิได้คงอยู่ชั่วนิรันดร์เช่นกัน"
I'm wearing a rich man's clothes"
ฉันใส่เสื้อผ้าคนรวย
"you've seen this quite right"
"คุณเห็นสิ่งนี้ถูกต้องแล้ว"
"I'm wearing them, because I have been a rich man"
"ผมใส่มันเพราะว่าผมเป็นคนรวย"

"and I'm wearing my hair like the worldly and lustful people"

"และฉันไว้ผมทรงคนโลกสวยและคนมีกิเลส"

"because I have been one of them"

"เพราะฉันก็เป็นหนึ่งในนั้น"

"And what are you now, Siddhartha?" Govinda asked

"แล้วตอนนี้ท่านเป็นอย่างไรบ้าง พระสิทธัตถะ" พระโควินดาถาม

"I don't know it, just like you"

"ฉันก็ไม่รู้เหมือนกันเหมือนคุณ"

"I was a rich man, and now I am not a rich man anymore"

"ฉันเคยเป็นเศรษฐี แต่ตอนนี้ฉันไม่รวยอีกต่อไปแล้ว"

"and what I'll be tomorrow, I don't know"

"แล้วพรุ่งนี้ฉันจะเป็นยังไงฉันไม่รู้"

"You've lost your riches?" asked Govinda

"คุณสูญเสียทรัพย์สมบัติของคุณไปแล้วหรือ" โกวินดาถาม

"I've lost my riches, or they have lost me"

"ฉันสูญเสียความร่ำรวยของฉันไป หรือพวกเขาสูญเสียฉันไป"

"My riches somehow happened to slip away from me"

"ความร่ำรวยของฉันบังเอิญหลุดลอยไปจากฉัน"

"The wheel of physical manifestations is turning quickly, Govinda"

"วงล้อแห่งการแสดงออกทางกายกำลังหมุนอย่างรวดเร็ว โควินดา"

"Where is Siddhartha the Brahman?"

"พระสิทธัตถะพราหมณ์อยู่ที่ไหน?"

"Where is Siddhartha the Samana?"

"พระพุทธเจ้าทรงสามเณรอยู่ที่ไหน?"

"Where is Siddhartha the rich man?"

“สิทธัตถะเศรษฐีอยู่ที่ไหน?”

"Non-eternal things change quickly, Govinda, you know it"

“สิ่งที่ไม่คงอยู่ย่อมเปลี่ยนแปลงอย่างรวดเร็ว โกวินดา คุณรู้ดี”

Govinda looked at the friend of his youth for a long time

โกวินดาจ้องมองเพื่อนสมัยหนุ่มของเขาเป็นเวลานาน

he looked at him with doubt in his eyes

เขาจ้องมองเขาด้วยความสงสัยในดวงตาของเขา

After that, he gave him the salutation which one would use on a gentleman

จากนั้นพระองค์ก็ทรงประทานคำทักทายแบบที่สุภาพบุรุษพึงปฏิบัติ

and he went on his way, and continued his pilgrimage

และท่านก็ออกเดินทางไปแสวงบุญต่อไป

With a smiling face, Siddhartha watched him leave

พระสิทธัตถะทรงมองดูเขาจากไปโดยยิ้มแย้ม

he loved him still, this faithful, fearful man

เขายังรักชายผู้ซื่อสัตย์และหวาดกลัวคนนี้อยู่

how could he not have loved everybody and everything in this moment?

เป็นไปได้อย่างไรที่เขาจะไม่รักทุกคนและทุกสิ่งในขณะนี้?

in the glorious hour after his wonderful sleep, filled with Om!

ในชั่วโมงอันรุ่งโรจน์ภายหลังการหลับอันแสนวิเศษของพระองค์ซึ่งเต็มไปด้วยโอม!

The enchantment, which had happened inside of him in his sleep

ความมหัศจรรย์ที่เกิดขึ้นภายในตัวเขาขณะหลับใหล

this enchantment was everything that he loved

มนต์เสน่ห์นี้คือทุกสิ่งที่เขารัก
he was full of joyful love for everything he saw
เขาเต็มไปด้วยความรักอันเปี่ยมสุขต่อทุกสิ่งที่เขาเห็น
exactly this had been his sickness before
นี่ก็เคยเป็นอาการป่วยของเขามาก่อน
he had not been able to love anybody or anything
เขาไม่สามารถรักใครหรือสิ่งใดได้
With a smiling face, Siddhartha watched the leaving monk
พระสิทธัตถะทรงมองดูพระภิกษุที่กำลังจากไปด้วยพระพักตร์ยิ้มแย้ม

The sleep had strengthened him a lot
การนอนหลับทำให้เขาแข็งแรงขึ้นมาก
but hunger gave him great pain
แต่ความหิวทำให้เขาเจ็บปวดมาก
by now he had not eaten for two days
ตอนนี้เขาไม่ได้กินอะไรมาสองวันแล้ว
the times were long past when he could resist such hunger
สมัยที่เขาไม่สามารถต้านทานความหิวโหยเช่นนั้นได้ผ่านมานานแล้ว
With sadness, and yet also with a smile, he thought of that time
ด้วยความเศร้าโศกแต่ก็มีรอยยิ้มเมื่อนึกถึงเวลานั้น
In those days, so he remembered, he had boasted of three things to Kamala
ในสมัยนั้น เขาจำได้ว่า เขาคุยอวดเรื่องสามเรื่องกับกมลา
he had been able to do three noble and undefeatable feats

เขาสามารถทำสิ่งอันสูงส่งและไม่สามารถเอาชนะได้สามประการ

he was able to fast, wait, and think

เขาสามารถอดอาหาร รอคอย และคิดได้

These had been his possessions; his power and strength

สิ่งเหล่านี้เป็นทรัพย์สมบัติของเขา

อำนาจและความแข็งแกร่งของเขา

in the busy, laborious years of his youth, he had learned these three feats

ในช่วงวัยหนุ่มที่ยุ่งวุ่นวายและเหน็ดเหนื่อย

เขาได้เรียนรู้ความสำเร็จสามประการนี้

And now, his feats had abandoned him

และตอนนี้ ความสำเร็จของเขาได้หายไปจากเขาแล้ว

none of his feats were his any more

ความสำเร็จของเขาไม่มีอีกแล้ว

neither fasting, nor waiting, nor thinking

ไม่อดอาหาร ไม่รอคอย ไม่ไตร่ตรอง

he had given them up for the most wretched things

เขายอมสละสิ่งเลวร้ายที่สุดให้แก่พวกเขา

what is it that fades most quickly?

อะไรที่จางหายเร็วที่สุด?

sensual lust, the good life, and riches!

ความใคร่ ความมีชีวิตที่ดี และความร่ำรวย!

His life had indeed been strange

ชีวิตของเขาช่างแปลกประหลาดจริงๆ

And now, so it seemed, he had really become a childlike person

และตอนนี้ดูเหมือนว่าเขาจะกลายเป็นคนเหมือนเด็กจริงๆ แล้ว

Siddhartha thought about his situation

พระสิทธัตถะทรงคิดถึงสถานการณ์ของพระองค์

Thinking was hard for him now

ตอนนี้การคิดก็ยากสำหรับเขาแล้ว

he did not really feel like thinking

เขาไม่ได้รู้สึกอยากจะคิดจริงๆ

but he forced himself to think

แต่เขาบังคับตัวเองให้คิด

"all these most easily perishing things have slipped from me"

"สิ่งที่เน่าเปื่อยง่ายที่สุดเหล่านี้ได้หลุดลอยไปจากฉันแล้ว"

"again, now I'm standing here under the sun"

"ตอนนี้ฉันยืนอยู่ที่นี่ภายใต้ดวงอาทิตย์อีกครั้ง"

"I am standing here just like a little child"

"ฉันยืนอยู่ตรงนี้เหมือนเด็กน้อย"

"nothing is mine, I have no abilities"

"ไม่มีอะไรเป็นของฉัน ฉันไม่มีความสามารถ"

"there is nothing I could bring about"

"ไม่มีอะไรที่ฉันจะทำให้เกิดขึ้นได้"

"I have learned nothing from my life"

"ฉันไม่เรียนรู้อะไรเลยจากชีวิตของฉัน"

"How wondrous all of this is!"

"นี่มันมหัศจรรย์มากจริงๆ!"

"it's wondrous that I'm no longer young"

"มันน่าอัศจรรย์มากที่ฉันไม่เด็กอีกต่อไปแล้ว"

"my hair is already half gray and my strength is fading"

"ผมของฉันหงอกไปครึ่งหนึ่งแล้ว

และความแข็งแกร่งของฉันก็กำลังลดลง"

"and now I'm starting again at the beginning, as a child!"

"แล้วตอนนี้ฉันก็เริ่มต้นใหม่ตั้งแต่ต้นเหมือนเด็ก!"

Again, he had to smile to himself
เขาก็ต้องยิ้มให้กับตัวเองอีกครั้ง

Yes, his fate had been strange!
ใช่แล้ว ชะตากรรมของเขาช่างแปลกประหลาด!

Things were going downhill with him
ทุกสิ่งทุกอย่างกำลังแย่ลงกับเขา

and now he was again facing the world naked and stupid
และตอนนี้เขาต้องเผชิญโลกอีกครั้งอย่างเปลือยเปล่าและโง่เขลา

But he could not feel sad about this
แต่เขาก็ไม่รู้สึกเสียใจเกี่ยวกับเรื่องนี้

no, he even felt a great urge to laugh
ไม่เลย เขาถึงกับรู้สึกอยากหัวเราะมาก

he felt an urge to laugh about himself
เขารู้สึกอยากหัวเราะเยาะตัวเอง

he felt an urge to laugh about this strange, foolish world
เขารู้สึกอยากหัวเราะให้กับโลกที่แปลกประหลาดและโง่เขลาแห่งนี้

"Things are going downhill with you!" he said to himself
"ทุกอย่างกำลังแย่ลงกับคุณ!" เขาพูดกับตัวเอง

and he laughed about his situation
แล้วเขาก็หัวเราะกับสถานการณ์ของเขา

as he was saying it he happened to glance at the river
ขณะที่เขากำลังพูดอยู่นั้น เขาได้บังเอิญเหลือบไปเห็นแม่น้ำ

and he also saw the river going downhill
และยังเห็นแม่น้ำไหลลงเนินด้วย

it was singing and being happy about everything

มันก็ร้องเพลงและมีความสุขกับทุกสิ่งทุกอย่าง

He liked this, and kindly he smiled at the river

เขาชอบสิ่งนี้และยิ้มอย่างใจดีให้กับแม่น้ำ

Was this not the river in which he had intended to drown himself?

นี่ไม่ใช่แม่น้ำที่เขาตั้งใจจะจมน้ำตายหรือ?

in past times, a hundred years ago

ในอดีตกาลเมื่อร้อยปีที่แล้ว

or had he dreamed this?

หรือเขาฝันไปว่าสิ่งนี้เกิดขึ้น?

"Wondrous indeed was my life" he thought

"ชีวิตของข้าพเจ้าช่างอัศจรรย์จริง ๆ" เขาคิด

"my life has taken wondrous detours"

"ชีวิตของฉันได้ผ่านเส้นทางที่น่าอัศจรรย์"

"As a boy, I only dealt with gods and offerings"

"เมื่อเป็นเด็ก ข้าพเจ้าทำแต่เรื่องเทพเจ้าและเครื่องบูชาเท่านั้น"

"As a youth, I only dealt with asceticism"

"เมื่อครั้งเยาว์วัย ข้าพเจ้าก็ปฏิบัติแต่เพียงความเป็นนักพรตเท่านั้น"

"I spent my time in thinking and meditation"

"ฉันใช้เวลาในการคิดและทำสมาธิ"

"I was searching for Brahman

"ข้าพเจ้าได้ค้นหาพราหมณ์

"and I worshipped the eternal in the Atman"

"และฉันก็บูชาสิ่งนิรันดร์ในอาตมัน"

"But as a young man, I followed the penitents"

"แต่เมื่อครั้งยังเป็นหนุ่ม ฉันก็ติดตามพวกผู้สำนึกผิด"

"I lived in the forest and suffered heat and frost"

"ฉันอาศัยอยู่ในป่าและต้องทนทุกข์กับความร้อนและน้ำค้างแข็ง"

"there I learned how to overcome hunger"
"ที่นั่นฉันได้เรียนรู้วิธีเอาชนะความหิวโหย"
"and I taught my body to become dead"
"และฉันสอนร่างกายของฉันให้ตายไป"
"Wonderfully, soon afterwards, insight came towards me"
"น่าอัศจรรย์ที่ไม่นานหลังจากนั้น ฉันก็ได้รับความรู้แจ้ง"
"insight in the form of the great Buddha's teachings"
"ปัญญาญาณตามพระธรรมคำสอนของพระพุทธเจ้า"
"I felt the knowledge of the oneness of the world"
"ฉันสัมผัสได้ถึงความรู้ถึงความเป็นหนึ่งเดียวของโลก"
"I felt it circling in me like my own blood"
"ฉันรู้สึกว่ามันวนเวียนอยู่ในตัวฉันเหมือนกับเลือดของฉันเอง"
"But I also had to leave Buddha and the great knowledge"
"แต่ฉันก็ต้องละทิ้งพระพุทธเจ้าและความรู้อันยิ่งใหญ่ไปด้วย"
"I went and learned the art of love with Kamala"
"ฉันไปเรียนรู้ศิลปะแห่งความรักกับกมลา"
"I learned trading and business with Kamaswami"
"ฉันเรียนรู้การค้าขายและธุรกิจกับกามาสวามี"
"I piled up money, and wasted it again"
"ฉันสะสมเงินไว้แล้วก็ใช้ไปอย่างสิ้นเปลืองอีกแล้ว"
"I learned to love my stomach and please my senses"
"ฉันเรียนรู้ที่จะรักกระเพาะอาหารของฉันและทำให้ประสาทสัมผัสของฉันพึงพอใจ"
"I had to spend many years losing my spirit"
"ฉันต้องเสียเวลาหลายปีในการสูญเสียจิตวิญญาณ"
"and I had to unlearn thinking again"
"และฉันก็ต้องเลิกคิดแบบเดิมอีกครั้ง"
"there I had forgotten the oneness"

"ที่นั่นฉันลืมความเป็นหนึ่งเดียวไปแล้ว"

"Isn't it just as if I had turned slowly from a man into a child"?

"มันเหมือนกับว่าฉันค่อยๆ เปลี่ยนแปลงจากผู้ชายมาเป็นเด็กใช่ไหม"

"from a thinker into a childlike person"

"จากนักคิดกลายเป็นบุคคลที่เป็นเหมือนเด็ก"

"And yet, this path has been very good"

"แต่เส้นทางนี้ก็ดีมาก"

"and yet, the bird in my chest has not died"

"แต่เจ้านกในอกข้าก็ยังไม่ตาย"

"what a path has this been!"

"นี่มันเส้นทางอะไรเนี่ย!"

"I had to pass through so much stupidity"

"ฉันต้องผ่านความโง่เขลามามากมาย"

"I had to pass through so much vice"

"ฉันต้องผ่านความชั่วร้ายมามากมาย"

"I had to make so many errors"

"ฉันต้องทำผิดพลาดหลายครั้ง"

"I had to feel so much disgust and disappointment"

"ผมต้องรู้สึกขยะแขยงและผิดหวังมาก"

"I had to do all this to become a child again"

"ฉันต้องทำทั้งหมดนี้เพื่อที่จะได้เป็นเด็กอีกครั้ง"

"and then I could start over again"

"แล้วฉันก็สามารถเริ่มต้นใหม่อีกครั้ง"

"But it was the right way to do it"

"แต่มันเป็นวิธีที่ถูกต้องที่จะทำมัน"

"my heart says yes to it and my eyes smile to it"

"หัวใจของฉันบอกว่าใช่และดวงตาของฉันก็ยิ้มให้กับมัน"
"I've had to experience despair"
"ฉันเคยประสบกับความสิ้นหวัง"
"I've had to sink down to the most foolish of all thoughts"
"ฉันต้องจมลงสู่ความคิดที่โง่เขลาที่สุด"
"I've had to think to the thoughts of suicide"
"ฉันต้องคิดถึงเรื่องฆ่าตัวตาย"
"only then would I be able to experience divine grace"
"เมื่อนั้นเท่านั้นฉันจึงจะสามารถสัมผัสพระคุณอันศักดิ์สิทธิ์ได้"
"only then could I hear Om again"
"แล้วผมจึงได้ยินเสียงโอมอีกครั้ง"
"only then would I be able to sleep properly and awake again"
"เมื่อนั้นเท่านั้นฉันจะสามารถนอนหลับได้สนิทและตื่นขึ้นอีกครั้ง"

"I had to become a fool, to find Atman in me again"
"ฉันต้องกลายเป็นคนโง่เพื่อค้นพบอัตมันในตัวฉันอีกครั้ง"
"I had to sin, to be able to live again"
"ฉันต้องทำบาปเพื่อที่จะมีชีวิตอีกครั้งได้"
"Where else might my path lead me to?"
"เส้นทางของฉันอาจนำฉันไปสู่ที่ใดอีก?"
"It is foolish, this path, it moves in loops"
"มันเป็นเรื่องโง่เขลา เส้นทางนี้มันวนเวียนไปมา"
"perhaps it is going around in a circle"
"บางทีมันอาจจะหมุนเป็นวงกลม"
"Let this path go where it likes"
"ปล่อยให้เส้นทางนี้ไปตามที่มันชอบ"
"where ever this path goes, I want to follow it"

"ไม่ว่าเส้นทางนี้จะไปที่ไหน ฉันก็อยากจะตามมันไป"
he felt joy rolling like waves in his chest
เขารู้สึกมีความสุขเหมือนคลื่นซัดเข้าที่อก
he asked his heart, "from where did you get this happiness?"
เขาถามหัวใจว่า "คุณได้ความสุขนี้มาจากไหน?"
"does it perhaps come from that long, good sleep?"
"บางทีอาจเป็นผลมาจากการนอนหลับอันยาวนานและดีเช่นนั้นหรือ?"
"the sleep which has done me so much good"
"การนอนหลับที่ทำให้ฉันมีความสุขมาก"
"or does it come from the word Om, which I said?"
"หรือว่ามันมาจากคำว่า โอม ที่ฉันกล่าวออกมา?"
"Or does it come from the fact that I have escaped?"
"หรือว่ามันมาจากการที่ฉันหนีออกมาได้?"
"does this happiness come from standing like a child under the sky?"
"ความสุขนี้จะเกิดจากการที่ได้ยืนเป็นเด็กๆ ใต้ฟ้าใช่ไหม?"
"Oh how good is it to have fled"
"โอ้ การหนีออกไปมันช่างดีเหลือเกิน"
"it is great to have become free!"
"มันดีจริงๆ ที่ได้เป็นอิสระ!"
"How clean and beautiful the air here is"
"ที่นี่อากาศบริสุทธิ์และสวยงามมาก"
"the air is good to breath"
"อากาศดีเหมาะแก่การหายใจ"
"where I ran away from everything smelled of ointments"
"ที่ฉันวิ่งหนีทุกสิ่งทุกอย่างมีกลิ่นของขี้ผึ้ง"
"spices, wine, excess, sloth"

"เครื่องเทศ ไวน์ ความมากเกินไป ความขี้เกียจ"
"How I hated this world of the rich"
"ฉันเกลียดโลกของคนรวยนี้มากขนาดไหน"
"I hated those who revel in fine food and the gamblers!"
"ฉันเกลียดพวกที่หลงใหลในอาหารรสเลิศและนักพนัน!"
"I hated myself for staying in this terrible world for so long!
"ฉันเกลียดตัวเองที่ต้องอยู่ในโลกที่เลวร้ายนี้มาเป็นเวลานาน!"
"I have deprived, poisoned, and tortured myself"
"ฉันได้กีดกันตัวเอง วางยาพิษ และทรมานตัวเอง"
"I have made myself old and evil!"
"ฉันทำให้ตัวเองแก่และชั่วร้าย!"
"No, I will never again do the things I liked doing so much"
"ไม่ ฉันจะไม่ทำสิ่งที่ฉันชอบทำอีกต่อไป"
"I won't delude myself into thinking that Siddhartha was wise!"
"ฉันจะไม่หลอกตัวเองว่าพระพุทธเจ้าทรงฉลาด!"
"But this one thing I have done well"
"แต่มีสิ่งหนึ่งที่ฉันทำได้ดี"
"this I like, this I must praise"
"อันนี้ฉันชอบ อันนี้ฉันต้องชม"
"I like that there is now an end to that hatred against myself"
"ฉันชอบที่ตอนนี้ความเกลียดชังต่อตัวเองสิ้นสุดลงแล้ว"
"there is an end to that foolish and dreary life!"
"ชีวิตอันโง่เขลาและน่าเบื่อหน่ายนี้ต้องสิ้นสุดแล้ว!"
"I praise you, Siddhartha, after so many years of foolishness"
"ข้าพเจ้าขอสรรเสริญพระองค์ พระสิทธัตถะ
หลังจากที่ได้ประพฤติตัวโง่เขลามานานหลายปี"
"you have once again had an idea"

"คุณก็มีความคิดอีกครั้งแล้ว"
"you have heard the bird in your chest singing"
"คุณเคยได้ยินนกในอกของคุณร้องเพลง"
"and you followed the song of the bird!"
"แล้วคุณก็ตามเสียงร้องของนกไป!"
with these thoughts he praised himself
ด้วยความคิดดังกล่าวนี้ เขาก็สรรเสริญตัวเอง
he had found joy in himself again
เขาพบความสุขในตัวเองอีกครั้ง
he listened curiously to his stomach rumbling with hunger
เขาฟังเสียงท้องของเขาร้องด้วยความหิวอย่างอยากรู้อยากเห็น
he had tasted and spat out a piece of suffering and misery
เขาได้ลิ้มรสความทุกข์ยากแสนสาหัสและคายออกมา
in these recent times and days, this is how he felt
ในช่วงเวลาและวันที่ผ่านมานี้ เขาได้รู้สึกเช่นนี้
he had devoured it up to the point of desperation and death
เขากินมันจนหมดแรงและตายไป
how everything had happened was good
สิ่งที่เกิดขึ้นทั้งหมดก็ดี
he could have stayed with Kamaswami for much longer
เขาสามารถอยู่กับกามสวามีได้นานกว่านี้มาก
he could have made more money, and then wasted it
เขาสามารถหาเงินได้มากกว่านี้แล้วใช้มันไปอย่างเปล่าประโยชน์
he could have filled his stomach and let his soul die of thirst
เขาสามารถอิ่มท้องและปล่อยให้วิญญาณของเขาตายด้วยความกระหายได้
he could have lived in this soft upholstered hell much longer

เขาสามารถมีชีวิตอยู่ในนรกอันอ่อนนุ่มนี้ได้นานกว่านี้มาก

if this had not happened, he would have continued this life

ถ้าไม่ได้เกิดเหตุการณ์นี้ขึ้น เขาก็คงจะดำเนินชีวิตต่อไป

the moment of complete hopelessness and despair

ช่วงเวลาแห่งความสิ้นหวังและความสิ้นหวังอย่างที่สุด

the most extreme moment when he hung over the rushing waters

วินาทีสุดขีดเมื่อเขาแขวนคอตายเหนือน้ำที่ไหลเชี่ยว

the moment he was ready to destroy himself

ขณะที่เขาพร้อมที่จะทำลายตัวเอง

the moment he had felt this despair and deep disgust

ขณะที่เขาได้รู้สึกถึงความสิ้นหวังและความรังเกียจอย่างลึกซึ้ง

he had not succumbed to it

เขาไม่ได้ยอมจำนนต่อมัน

the bird was still alive after all

นกก็ยังคงมีชีวิตอยู่

this was why he felt joy and laughed

นี่คือเหตุที่เขารู้สึกมีความสุขและหัวเราะ

this was why his face was smiling brightly under his hair

นี่คือเหตุผลว่าทำไมใบหน้าของเขาถึงยิ้มอย่างสดใสภายใต้เส้นผมของเขา

his hair which had now turned gray

ผมของเขาซึ่งตอนนี้กลายเป็นสีเทาแล้ว

"It is good," he thought, "to get a taste of everything for oneself"

"การได้ลิ้มรสชาติทุกอย่างด้วยตนเองนั้นก็ดี" เขาคิด

"everything which one needs to know"

"ทุกสิ่งที่จำเป็นต้องรู้"

"lust for the world and riches do not belong to the good things"
"ความหลงไหลในโลกและความร่ำรวยมิได้เป็นของสิ่งที่ดี"
"I have already learned this as a child"
"ฉันเรียนรู้เรื่องนี้มาตั้งแต่เด็กแล้ว"
"I have known it for a long time"
"ฉันรู้เรื่องนี้มานานแล้ว"
"but I hadn't experienced it until now"
"แต่ฉันไม่เคยได้สัมผัสมันมาก่อนจนกระทั่งตอนนี้"
"And now that I I've experienced it I know it"
"และตอนนี้ที่ฉันได้ประสบกับมัน ฉันก็รู้แล้ว"
"I don't just know it in my memory, but in my eyes, heart, and stomach"
"ฉันไม่ได้รู้แค่เพียงในความทรงจำเท่านั้น แต่รู้ด้วยสายตา หัวใจ และท้องของฉันด้วย"
"it is good for me to know this!"
"การรู้เรื่องนี้เป็นเรื่องที่ดีสำหรับฉัน!"

For a long time, he pondered his transformation
เขาครุ่นคิดถึงการเปลี่ยนแปลงของตัวเองอยู่เป็นเวลานาน
he listened to the bird, as it sang for joy
เขาฟังเสียงนกร้องด้วยความยินดี
Had this bird not died in him?
นกตัวนี้คงไม่ตายอยู่กับเขาหรอกใช่ไหม?
had he not felt this bird's death?
เขามิได้รู้สึกถึงความตายของนกตัวนี้ดอกหรือ?
No, something else from within him had died
ไม่ มีสิ่งอื่นภายในตัวเขาตายไปแล้ว

something which yearned to die had died
สิ่งที่ปรารถนาจะตายก็ได้ตายไปแล้ว

Was it not this that he used to intend to kill?
นี่มิใช่สิ่งที่เขาเคยตั้งใจจะฆ่าหรือ?

Was it not his his small, frightened, and proud self that had died?
ไม่ใช่ตัวเขาที่ตัวเล็ก หวาดกลัว และภาคภูมิใจที่ตายไปหรือ?

he had wrestled with his self for so many years
เขาดิ้นรนกับตัวเองมานานหลายปี

the self which had defeated him again and again
ตัวตนที่เคยเอาชนะเขามาแล้วครั้งแล้วครั้งเล่า

the self which was back again after every killing
ตัวตนที่กลับมาอีกครั้งหลังจากการฆ่าทุกครั้ง

the self which prohibited joy and felt fear?
ตัวตนที่ห้ามไม่ให้เกิดความยินดีและรู้สึกกลัว?

Was it not this self which today had finally come to its death?
ไม่ใช่ตัวตนนี้เองหรือที่วันนี้ในที่สุดก็มาถึงจุดตาย?

here in the forest, by this lovely river
ที่นี่ในป่า ริมแม่น้ำอันสวยงามแห่งนี้

Was it not due to this death, that he was now like a child?
เพราะความตายนี้มิใช่หรือที่ทำให้เขากลายเป็นเหมือนเด็ก?

so full of trust and joy, without fear
เต็มไปด้วยความศรัทธาและความยินดี ไร้ความกลัว

Now Siddhartha also got some idea of why he had fought this self in vain
ตอนนี้พระพุทธเจ้าทรงทราบแล้วว่าเหตุใดพระองค์จึงทรงต่อสู้กับตนเองโดยไร้ผล

he knew why he couldn't fight his self as a Brahman

เขารู้ว่าเหตุใดเขาจึงต่อสู้กับตนเองในฐานะพราหมณ์ไม่ได้

Too much knowledge had held him back

ความรู้มากเกินไปทำให้เขาถอยหลัง

too many holy verses, sacrificial rules, and self-castigation

มีบทสวดมากเกินไป มีกฎการบูชายัญ และตำหนิตนเอง

all these things held him back

สิ่งเหล่านี้ทำให้เขาถอยหลัง

so much doing and striving for that goal!

มีหลายอย่างที่ต้องทำและมุ่งมั่นเพื่อบรรลุเป้าหมายนั้น!

he had been full of arrogance

เขาเต็มไปด้วยความเย่อหยิ่ง

he was always the smartest

เขาเป็นคนฉลาดที่สุดเสมอ

he was always working the most

เขาทำงานมากที่สุดเสมอ

he had always been one step ahead of all others

เขามักจะก้าวไปข้างหน้าเหนือคนอื่นเสมอ

he was always the knowing and spiritual one

เขาเป็นผู้รอบรู้และมีจิตวิญญาณอยู่เสมอ

he was always considered the priest or wise one

เขาได้รับการยกย่องว่าเป็นพระสงฆ์หรือนักปราชญ์เสมอ

his self had retreated into being a priest, arrogance, and spirituality

ตนเองได้ถอยกลับไปเป็นนักบวช มีความเย่อหยิ่ง และมีจิตวิญญาณ

there it sat firmly and grew all this time

มันนั่งอยู่ที่นั่นอย่างมั่นคงและเติบโตขึ้นตลอดเวลา

and he had thought he could kill it by fasting

และเขาคิดว่าเขาจะฆ่ามันได้ด้วยการอดอาหาร
Now he saw his life as it had become
ตอนนี้เขาเห็นชีวิตของเขาอย่างที่มันเป็น
he saw that the secret voice had been right
เขาเห็นว่าเสียงลับนั้นถูกต้อง
no teacher would ever have been able to bring about his salvation
ไม่มีครูคนใดจะสามารถช่วยให้เขารอดได้
Therefore, he had to go out into the world
เขาจึงต้องออกไปสู่โลกภายนอก
he had to lose himself to lust and power
เขาต้องละทิ้งตัวเองให้กับความใคร่และอำนาจ
he had to lose himself to women and money
เขาต้องเสียสละตัวเองให้กับผู้หญิงและเงิน
he had to become a merchant, a dice-gambler, a drinker
เขาต้องกลายเป็นพ่อค้า นักพนันลูกเต๋า นักดื่ม
and he had to become a greedy person
และเขาก็ต้องกลายเป็นคนโลภมาก
he had to do this until the priest and Samana in him was dead
เขาต้องทำอย่างนี้จนกระทั่งพระสงฆ์และสมณะในตัวเขาสิ้นชีวิต
Therefore, he had to continue bearing these ugly years
ดังนั้นเขาจึงต้องทนแบกรับปีที่เลวร้ายเหล่านี้ต่อไป
he had to bear the disgust and the teachings
เขาต้องทนรับความรังเกียจและคำสอนต่างๆ
he had to bear the pointlessness of a dreary and wasted life
เขาต้องทนกับความไร้จุดหมายของชีวิตที่น่าเบื่อหน่ายและสูญเปล่า

he had to conclude it up to its bitter end
เขาต้องสรุปเรื่องนี้จนถึงจุดจบอันขมขื่น
he had to do this until Siddhartha the lustful could also die
เขาต้องทำอย่างนี้จนกระทั่งเจ้าชายสิทธัตถะผู้มีความใคร่จะต้องสิ้นพระชนม์
He had died and a new Siddhartha had woken up from the sleep
พระองค์ได้สิ้นพระชนม์แล้ว
และพระสิทธัตถะองค์ใหม่ได้ตื่นขึ้นจากนิทรา
this new Siddhartha would also grow old
พระสิทธัตถะองค์ใหม่นี้ก็จะแก่ลงด้วย
he would also have to die eventually
เขาก็ต้องตายในที่สุดเช่นกัน
Siddhartha was still mortal, as is every physical form
พระสิทธัตถะยังคงเป็นมนุษย์เช่นเดียวกับรูปกายอื่นๆ
But today he was young and a child and full of joy
แต่วันนี้เขายังเด็กและเต็มไปด้วยความสุข
He thought these thoughts to himself
เขาคิดเรื่องเหล่านี้กับตัวเอง
he listened with a smile to his stomach
เขาฟังแล้วยิ้มจนท้องแข็ง
he listened gratefully to a buzzing bee
เขาฟังเสียงผึ้งบินด้วยความซาบซึ้งใจ
Cheerfully, he looked into the rushing river
เขามองดูแม่น้ำที่ไหลเชี่ยวอย่างชื่นบาน
he had never before liked a water as much as this one
เขาไม่เคยชอบน้ำมากเท่ากับน้ำนี้มาก่อน
he had never before perceived the voice so stronger

- 247 -

เขาไม่เคยรับรู้มาก่อนว่าเสียงจะดังขนาดนี้

he had never understood the parable of the moving water so strongly

เขาไม่เคยเข้าใจคำอุปมาเรื่องน้ำที่ไหลแรงเท่านี้มาก่อน

he had never before noticed how beautifully the river moved

เขาไม่เคยสังเกตมาก่อนเลยว่าแม่น้ำไหลได้สวยงามเพียงใด

It seemed to him, as if the river had something special to tell him

ดูเหมือนแม่น้ำจะมีเรื่องพิเศษบางอย่างที่จะบอกเขา

something he did not know yet, which was still awaiting him

สิ่งหนึ่งที่เขายังไม่รู้ซึ่งยังรอเขาอยู่

In this river, Siddhartha had intended to drown himself

ในแม่น้ำสายนี้ พระสิทธัตถะมีเจตนาจะจมน้ำตาย

in this river the old, tired, desperate Siddhartha had drowned today

ในแม่น้ำสายนี้ เจ้าชายสิทธัตถะผู้ชรา เหนื่อยล้า และสิ้นหวังได้จมน้ำตายในวันนี้

But the new Siddhartha felt a deep love for this rushing water

แต่พระพุทธเจ้าองค์ใหม่ทรงมีความรักอันลึกซึ้งต่อสายน้ำที่ไหลเชี่ยวนี้

and he decided for himself, not to leave it very soon

และเขาตัดสินใจเองว่าจะไม่ละทิ้งมันเร็ว ๆ นี้

The Ferryman
คนเรือข้ามฟาก

"By this river I want to stay," thought Siddhartha

"ข้าพเจ้าต้องการอยู่ริมแม่น้ำนี้" พระสิทธัตถะคิด

"it is the same river which I have crossed a long time ago"

"เป็นแม่น้ำสายเดียวกับที่ข้าพเจ้าข้ามไปเมื่อนานมาแล้ว"

"I was on my way to the childlike people"

"ฉันกำลังจะไปหาพวกเด็กๆ"

"a friendly ferryman had guided me across the river"

"คนเรือข้ามฟากที่เป็นมิตรได้พาฉันข้ามแม่น้ำ"

"he is the one I want to go to"

"เขาคือคนที่ฉันอยากไป"

"starting out from his hut, my path led me to a new life"

"เริ่มต้นจากกระท่อมของเขา เส้นทางของฉันนำฉันไปสู่ชีวิตใหม่"

"a path which had grown old and is now dead"

"เส้นทางที่เก่าแก่และบัดนี้ก็ตายไปแล้ว"

"my present path shall also take its start there!"

"เส้นทางปัจจุบันของข้าพเจ้าก็จะเริ่มต้นที่นั่นเช่นกัน!"

Tenderly, he looked into the rushing water

เขาจ้องมองน้ำที่ไหลเชี่ยวอย่างอ่อนโยน

he looked into the transparent green lines the water drew

เขาจ้องมองไปที่เส้นสีเขียวใสๆ ที่น้ำวาดไว้

the crystal lines of water were rich in secrets

เส้นคริสตัลของน้ำนั้นอุดมไปด้วยความลับ

he saw bright pearls rising from the deep

เขาเห็นไข่มุกสีสดใสผุดขึ้นมาจากใต้ทะเลลึก

quiet bubbles of air floating on the reflecting surface

ฟองอากาศอันเงียบสงบลอยอยู่บนพื้นผิวสะท้อนแสง
the blue of the sky depicted in the bubbles
สีฟ้าของท้องฟ้าที่แสดงอยู่ในฟองอากาศ
the river looked at him with a thousand eyes
แม่น้ำมองดูเขาด้วยสายตานับพัน
the river had green eyes and white eyes
แม่น้ำมีดวงตาสีเขียวและดวงตาสีขาว
the river had crystal eyes and sky-blue eyes
แม่น้ำมีดวงตาที่ใสราวกับคริสตัลและดวงตาสีฟ้าเหมือนท้องฟ้า
he loved this water very much, it delighted him
เขาชอบน้ำนี้มาก มันทำให้เขาพอใจ
he was grateful to the water
เขารู้สึกขอบคุณน้ำ
In his heart he heard the voice talking
ในใจเขาได้ยินเสียงพูด
"Love this water! Stay near it!"
"ชอบน้ำนี้มาก! อยู่ใกล้ๆ ไว้!"
"Learn from the water!" his voice commanded him
"เรียนรู้จากน้ำ!" เสียงของเขาสั่งเขา
Oh yes, he wanted to learn from it
โอ้ใช่ เขาอยากเรียนรู้จากมัน
he wanted to listen to the water
เขาอยากฟังเสียงน้ำ
He who would understand this water's secrets
ผู้ใดจะเข้าใจความลับของน้ำนี้
he would also understand many other things
เขายังเข้าใจสิ่งอื่นๆ อีกมากมาย
this is how it seemed to him

นั่นคือสิ่งที่เขาคิด

But out of all secrets of the river, today he only saw one

แต่จากความลับทั้งหมดของแม่น้ำ วันนี้เขาเห็นเพียงหนึ่งเดียว

this secret touched his soul

ความลับนี้กระทบจิตใจของเขา

this water ran and ran, incessantly

น้ำนี้ไหลไปไหลมาไม่หยุดหย่อน

the water ran, but nevertheless it was always there

น้ำก็ไหลแต่ก็ยังคงอยู่ที่นั่นเสมอ

the water always, at all times, was the same

น้ำก็ยังคงเป็นน้ำเหมือนเดิมทุกเมื่อ

and at the same time it was new in every moment

และในเวลาเดียวกันก็เป็นสิ่งใหม่ในทุกขณะ

he who could grasp this would be great

ใครก็ตามที่เข้าใจสิ่งนี้ได้ก็จะเป็นผู้ยิ่งใหญ่

but he didn't understand or grasp it

แต่เขาไม่เข้าใจหรือเข้าใจมัน

he only felt some idea of it stirring

เขาเพียงรู้สึกบางอย่างว่ามันกำลังเคลื่อนไหว

it was like a distant memory, a divine voices

มันเหมือนเป็นความทรงจำอันห่างไกล เสียงอันศักดิ์สิทธิ์

Siddhartha rose as the workings of hunger in his body became unbearable

พระสิทธัตถะทรงลุกขึ้นเพราะความหิวโหยในร่างกายของพระองค์ไม่อาจทนได้

In a daze he walked further away from the city

เขาเดินออกไปไกลจากเมืองด้วยความมึนงง

he walked up the river along the path by the bank

เขาเดินขึ้นแม่น้ำไปตามเส้นทางริมฝั่ง

he listened to the current of the water

เขาฟังเสียงกระแสน้ำ

he listened to the rumbling hunger in his body

เขาฟังเสียงหิวโหยที่ดังก้องอยู่ในร่างกายของเขา

When he reached the ferry, the boat was just arriving

เมื่อถึงท่าเรือเฟอร์รี่ เรือก็มาถึงพอดี

the same ferryman who had once transported the young Samana across the river

คนพายเรือคนเดียวกันที่เคยพาซามานาหนุ่มข้ามแม่น้ำ

he stood in the boat and Siddhartha recognised him

พระองค์ยืนอยู่ในเรือและพระสิทธัตถะก็จำพระองค์ได้

he had also aged very much

เขาก็แก่ลงมากเช่นกัน

the ferryman was astonished to see such an elegant man walking on foot

คนพายเรือรู้สึกประหลาดใจเมื่อเห็นชายสง่างามเดินด้วยเท้า

"Would you like to ferry me over?" he asked

“คุณอยากจะไปส่งฉันไหม” เขาถาม

he took him into his boat and pushed it off the bank

เขาพาเขาขึ้นเรือแล้วผลักมันออกจากฝั่ง

"It's a beautiful life you have chosen for yourself" the passenger spoke

“เป็นชีวิตที่สวยงามที่คุณเลือกเอง” ผู้โดยสารกล่าว

"It must be beautiful to live by this water every day"

“การได้อยู่ริมน้ำแห่งนี้ทุกวันคงจะงดงามไม่น้อย”

"and it must be beautiful to cruise on it on the river"

"และคงจะสวยงามมากหากได้ล่องเรือไปตามแม่น้ำ"

With a smile, the man at the oar moved from side to side

ชายที่พายเรือเคลื่อนตัวไปมาด้วยรอยยิ้ม

"It is as beautiful as you say, sir"

"มันงดงามอย่างที่คุณพูดเลยครับท่าน"

"But isn't every life and all work beautiful?"

"แต่ชีวิตและงานทุกอย่างก็งดงามไม่ใช่หรือ?"

"This may be true" replied Siddhartha

"เรื่องนี้อาจจะเป็นจริง" พระสิทธัตถะตอบ

"But I envy you for your life"

"แต่ฉันอิจฉาคุณที่มีชีวิตอยู่"

"Ah, you would soon stop enjoying it"

"อาห์ เจ้าคงจะหยุดสนุกไปเสียแล้ว"

"This is no work for people wearing fine clothes"

"นี่ไม่ใช่การทำงานสำหรับคนใส่เสื้อผ้าดีๆ"

Siddhartha laughed at the observation

พระสิทธัตถะทรงหัวเราะเมื่อทรงสังเกตเห็น

"Once before, I have been looked upon today because of my clothes"

"เมื่อก่อนนี้ฉันถูกมองเพราะเสื้อผ้าของฉัน"

"I have been looked upon with distrust"

"ฉันถูกมองด้วยความไม่ไว้วางใจ"

"they are a nuisance to me"

"พวกมันเป็นตัวกวนใจฉัน"

"Wouldn't you, ferryman, like to accept these clothes"

"คุณคนเรือ คุณคงอยากรับเสื้อผ้าพวกนี้ใช่ไหม"

"because you must know, I have no money to pay your fare"

"เพราะคุณต้องรู้ว่าฉันไม่มีเงินจ่ายค่าโดยสารให้คุณ"

"You're joking, sir," the ferryman laughed
"ท่านล้อเล่นนะท่าน" คนพายเรือหัวเราะ

"I'm not joking, friend"
"ฉันไม่ได้ล้อเล่นนะเพื่อน"

"once before you have ferried me across this water in your boat"
"ครั้งหนึ่งก่อนที่คุณจะพาฉันข้ามน้ำนี้ด้วยเรือของคุณ"

"you did it for the immaterial reward of a good deed"
"คุณทำมันเพื่อผลตอบแทนที่ไม่สำคัญของการทำความดี"

"ferry me across the river and accept my clothes for it"
"พาฉันข้ามแม่น้ำไปและเอาเสื้อผ้าของฉันไปด้วย"

"And do you, sir, intent to continue travelling without clothes?"
"แล้วท่านยังจะเดินทางต่อไปโดยไม่สวมเสื้อผ้าอีกหรือ?"

"Ah, most of all I wouldn't want to continue travelling at all"
"อา...ฉันไม่อยากเดินทางต่อเลย"

"I would rather you gave me an old loincloth"
"ฉันอยากให้คุณให้ผ้าเตี่ยวเก่าๆ แก่ฉันมากกว่า"

"I would like it if you kept me with you as your assistant"
"ฉันจะยินดีมากหากคุณให้ฉันเป็นผู้ช่วยของคุณต่อไป"

"or rather, I would like if you accepted me as your trainee"
"หรือว่าฉันต้องการให้คุณรับฉันเป็นลูกศิษย์ของคุณ"

"because first I'll have to learn how to handle the boat"
"เพราะว่าก่อนอื่นฉันจะต้องเรียนรู้วิธีการควบคุมเรือเสียก่อน"

For a long time, the ferryman looked at the stranger
คนพายเรือมองดูคนแปลกหน้าเป็นเวลานาน

he was searching in his memory for this strange man
เขาค้นหาความทรงจำของเขาเกี่ยวกับชายแปลกหน้าคนนี้

"Now I recognise you," he finally said

"ตอนนี้ฉันจำคุณได้แล้ว" ในที่สุดเขาก็พูด
"At one time, you've slept in my hut"
"ครั้งหนึ่งคุณเคยมานอนในกระท่อมของฉัน"
"this was a long time ago, possibly more than twenty years"
"เรื่องนี้เกิดขึ้นเมื่อนานมาแล้ว อาจมากกว่ายี่สิบปีได้"
"and you've been ferried across the river by me"
"และฉันก็พาคุณข้ามแม่น้ำมา"
"that day we parted like good friends"
"วันนั้นเราแยกทางกันเหมือนเพื่อนที่ดีต่อกัน"
"Haven't you been a Samana?"
"ท่านไม่เคยเป็นสมณะหรือ?"
"I can't think of your name anymore"
"ฉันนึกชื่อคุณไม่ออกแล้ว"
"My name is Siddhartha, and I was a Samana"
"ฉันชื่อสิทธัตถะ และฉันเป็นสามเณร"
"I had still been a Samana when you last saw me"
"ฉันยังคงเป็นชาวซามานาเมื่อคุณเห็นฉันครั้งสุดท้าย"
"So be welcome, Siddhartha. My name is Vasudeva"
"ยินดีต้อนรับท่านสิทธัตถะ ฉันชื่อวาสุเทพ"
"You will, so I hope, be my guest today as well"
"ฉันหวังว่าวันนี้คุณคงจะมาเป็นแขกของฉันด้วย"
"and you may sleep in my hut"
"และคุณก็สามารถนอนในกระท่อมของฉันได้"
"and you may tell me, where you're coming from"
"แล้วคุณบอกฉันได้ว่าคุณมาจากไหน"
"and you may tell me why these beautiful clothes are such a nuisance to you"

"แล้วคุณคงบอกฉันได้ว่าทำไมเสื้อผ้าสวยๆ
เหล่านี้ถึงทำให้คุณรำคาญนัก"
They had reached the middle of the river
พวกเขามาถึงกลางแม่น้ำแล้ว
Vasudeva pushed the oar with more strength
นางวาสุเทพทรงใช้กำลังมากขึ้นในการผลักดันเรือพาย
in order to overcome the current
เพื่อจะเอาชนะกระแสในปัจจุบัน
He worked calmly, with brawny arms
เขาทำงานอย่างสงบด้วยแขนที่แข็งแรง
his eyes were fixed in on the front of the boat
สายตาของเขาจ้องไปที่หัวเรือ
Siddhartha sat and watched him
พระสิทธัตถะทรงนั่งเฝ้าดูพระองค์
he remembered his time as a Samana
เขาจำช่วงเวลาที่เขาเป็นสามเณรได้
he remembered how love for this man had stirred in his heart
เขาจำได้ว่าความรักที่มีต่อชายคนนี้ได้ก่อตัวขึ้นในใจของเขาอย่างไร
Gratefully, he accepted Vasudeva's invitation
ด้วยความซาบซึ้งใจ
พระองค์ทรงรับคำเชิญชวนของพระองค์วาสุเทพ
When they had reached the bank, he helped him to tie the boat to the stakes
เมื่อถึงฝั่งแล้ว เขาก็ช่วยผูกเรือไว้กับเสา
after this, the ferryman asked him to enter the hut

หลังจากนั้นคนพายเรือก็ขอให้เขาเข้าไปในกระท่อม

he offered him bread and water, and Siddhartha ate with eager pleasure

พระองค์ทรงถวายขนมปังและน้ำให้พระองค์

และพระสิทธัตถะทรงเสวยด้วยความยินดี

and he also ate with eager pleasure of the mango fruits Vasudeva offered him

และพระองค์ก็ทรงเสวยผลมะม่วงที่พระวาสุเทพทรงถวายด้วยควา

มยินดี

Afterwards, it was almost the time of the sunset

หลังจากนั้นก็เกือบถึงเวลาพระอาทิตย์ตกดินแล้ว

they sat on a log by the bank

พวกเขานั่งอยู่บนท่อนไม้ริมฝั่ง

Siddhartha told the ferryman about where he originally came from

พระสิทธัตถะทรงเล่าให้คนพายเรือฟังว่าพระองค์มาจากไหน

he told him about his life as he had seen it today

เขาเล่าให้เขาฟังเกี่ยวกับชีวิตของเขาตามที่เขาเห็นในวันนี้

the way he had seen it in that hour of despair

อย่างที่เขาได้เห็นในชั่วโมงแห่งความสิ้นหวังนั้น

the tale of his life lasted late into the night

เรื่องราวชีวิตของเขาดำเนินไปจนดึกดื่น

Vasudeva listened with great attention

พระวาสุเทพทรงฟังด้วยความสนใจอย่างยิ่ง

Listening carefully, he let everything enter his mind

เขาฟังอย่างตั้งใจแล้วปล่อยให้ทุกสิ่งเข้าสู่จิตใจของเขา

birthplace and childhood, all that learning

บ้านเกิดและวัยเด็ก การเรียนรู้ทั้งหมด
all that searching, all joy, all distress
การค้นหาทั้งหมด ความสุขทั้งหมด ความทุกข์ทั้งหมด
This was one of the greatest virtues of the ferryman
นี่คือคุณธรรมอันยิ่งใหญ่ประการหนึ่งของคนพายเรือ
like only a few, he knew how to listen
เหมือนมีเพียงไม่กี่คน เขารู้จักวิธีฟัง
he did not have to speak a word
เขาไม่จำเป็นต้องพูดอะไรสักคำ
but the speaker sensed how Vasudeva let his words enter his mind
แต่ผู้พูดสัมผัสได้ว่าพระวาสุเทพปล่อยให้ถ้อยคำของตนเข้ามาในใจ
his mind was quiet, open, and waiting
จิตใจของเขาสงบ เปิดกว้าง และรอคอย
he did not lose a single word
เขาไม่ได้สูญเสียคำเดียว
he did not await a single word with impatience
เขาไม่รอคำเดียวด้วยความใจร้อน
he did not add his praise or rebuke
พระองค์ไม่ทรงเพิ่มคำสรรเสริญหรือตำหนิ
he was just listening, and nothing else
เขาแค่ฟังและไม่มีอะไรอื่น
Siddhartha felt what a happy fortune it is to confess to such a listener
พระสิทธัตถะทรงรู้สึกว่าเป็นโชคดีเพียงไรที่ได้สารภาพกับผู้ฟังเช่นนี้
he felt fortunate to bury in his heart his own life

เขารู้สึกโชคดีที่ได้ฝังชีวิตของตัวเองไว้ในใจ

he buried his own search and suffering

เขาฝังการค้นหาและความทุกข์ทรมานของตนเองไว้

he told the tale of Siddhartha's life

เขาเล่าเรื่องชีวิตของเจ้าชายสิทธัตถะ

when he spoke of the tree by the river

เมื่อพระองค์ตรัสถึงต้นไม้ที่อยู่ริมแม่น้ำ

when he spoke of his deep fall

เมื่อเขาพูดถึงการตกต่ำอย่างลึกซึ้งของเขา

when he spoke of the holy Om

เมื่อพระองค์ตรัสถึงพระโอมอันศักดิ์สิทธิ์

when he spoke of how he had felt such a love for the river

เมื่อเขาเล่าถึงความรู้สึกที่เขามีต่อแม่น้ำ

the ferryman listened to these things with twice as much attention

คนข้ามฟากฟังเรื่องเหล่านี้ด้วยความสนใจมากขึ้นสองเท่า

he was entirely and completely absorbed by it

เขาหมกมุ่นอยู่กับเรื่องนี้โดยสิ้นเชิง

he was listening with his eyes closed

เขาฟังโดยหลับตา

when Siddhartha fell silent a long silence occurred

เมื่อพระสิทธัตถะทรงนิ่งเงียบไป ก็เกิดความเงียบยาวนาน

then Vasudeva spoke "It is as I thought"

แล้วพระวาสุเทพก็ตรัสว่า "เป็นอย่างที่เราคิด"

"The river has spoken to you"

"แม่น้ำได้พูดกับคุณแล้ว"

"the river is your friend as well"

"แม่น้ำก็เป็นเพื่อนของคุณเช่นกัน"

"the river speaks to you as well"
"แม่น้ำก็พูดกับคุณเหมือนกัน"
"That is good, that is very good"
"นั่นก็ดี นั่นก็ดีมาก"
"Stay with me, Siddhartha, my friend"
"อยู่กับฉันนะสิทธัตถะ เพื่อนของฉัน"
"I used to have a wife"
"ผมเคยมีภรรยา"
"her bed was next to mine"
"เตียงของเธออยู่ข้างๆ เตียงของฉัน"
"but she has died a long time ago"
"แต่เธอก็ตายไปนานแล้ว"
"for a long time, I have lived alone"
"ฉันอยู่คนเดียวมานานแล้ว"
"Now, you shall live with me"
"ตอนนี้เจ้าจะต้องอยู่กับฉัน"
"there is enough space and food for both of us"
"มีพื้นที่และอาหารเพียงพอสำหรับเราทั้งสองคน"
"I thank you," said Siddhartha
"ข้าพเจ้าขอขอบพระคุณท่าน" พระสิทธัตถะกล่าว
"I thank you and accept"
"ผมขอขอบคุณและขอรับ"
"And I also thank you for this, Vasudeva"
"และขอขอบพระคุณท่านสำหรับสิ่งนี้ด้วย ท่านวาสุเทพ"
"I thank you for listening to me so well"
"ฉันขอบคุณที่คุณรับฟังฉันเป็นอย่างดี"
"people who know how to listen are rare"
"คนที่รู้จักฟังนั้นหายาก"

- 260 -

"I have not met a single person who knew it as well as you do"

"ฉันไม่เคยพบใครสักคนที่รู้เรื่องนี้ดีเท่าคุณเลย"

"I will also learn in this respect from you"

"ฉันจะเรียนรู้เรื่องนี้จากคุณเช่นกัน"

"You will learn it," spoke Vasudeva

"เจ้าจะได้เรียนรู้สิ่งนี้" วาสุเทพตรัส

"but you will not learn it from me"

"แต่คุณจะไม่เรียนรู้มันจากฉัน"

"The river has taught me to listen"

"แม่น้ำสอนให้ฉันรู้จักฟัง"

"you will learn to listen from the river as well"

"คุณจะได้เรียนรู้การฟังจากแม่น้ำด้วยเช่นกัน"

"It knows everything, the river"

"มันรู้ทุกอย่าง แม่น้ำ"

"everything can be learned from the river"

"ทุกสิ่งสามารถเรียนรู้ได้จากแม่น้ำ"

"See, you've already learned this from the water too"

"ดูสิ คุณก็เรียนรู้เรื่องนี้จากน้ำแล้วเหมือนกัน"

"you have learned that it is good to strive downwards"

"คุณได้เรียนรู้แล้วว่าการดิ้นรนลงไปนั้นเป็นสิ่งที่ดี"

"you have learned to sink and to seek depth"

"คุณได้เรียนรู้ที่จะจมและค้นหาความลึก"

"The rich and elegant Siddhartha is becoming an oarsman's servant"

"เจ้าชายสิทธัตถะผู้มั่งมีและสง่างามได้กลายมาเป็นข้ารับใช้ของชาวพาย"

"the learned Brahman Siddhartha becomes a ferryman"

"สิทธัตถะพราหมณ์ผู้รอบรู้กลายเป็นคนพายเรือ"
"this has also been told to you by the river"
"เรื่องนี้ก็ได้รับการบอกเล่าจากแม่น้ำให้คุณทราบแล้ว"
"You'll learn the other thing from it as well"
"คุณจะได้เรียนรู้สิ่งอื่นๆ จากมันเช่นกัน"
Siddhartha spoke after a long pause
พระสิทธัตถะตรัสหลังจากเงียบไปนาน
"What other things will I learn, Vasudeva?"
"ข้าพเจ้าจะได้เรียนรู้สิ่งใดอีกบ้าง วาสุเทพ"
Vasudeva rose. "It is late," he said
วาสุเทพลุกขึ้น "สายแล้ว" เขากล่าว
and Vasudeva proposed going to sleep
และพระวาสุเทพได้ทรงเสนอให้ไปนอน
"I can't tell you that other thing, oh friend"
"ฉันบอกคุณเรื่องอื่นไม่ได้หรอกเพื่อน"
"You'll learn the other thing, or perhaps you know it already"
"คุณจะได้เรียนรู้สิ่งอื่นๆ หรือบางทีคุณอาจรู้มันแล้ว"
"See, I'm no learned man"
"ดูสิ ฉันไม่ได้เป็นคนมีการศึกษา"
"I have no special skill in speaking"
"ผมไม่มีทักษะพิเศษในการพูด"
"I also have no special skill in thinking"
"ฉันก็ไม่มีความสามารถพิเศษในการคิดเหมือนกัน"
"All I'm able to do is to listen and to be godly"
"สิ่งเดียวที่ฉันทำได้คือฟังและเป็นผู้เลื่อมใสในพระเจ้า"
"I have learned nothing else"
"ฉันไม่ได้เรียนรู้อะไรเพิ่มเติมอีกเลย"

"If I was able to say and teach it, I might be a wise man"

"ถ้าฉันสามารถพูดและสอนได้ ฉันคงกลายเป็นคนฉลาด"

"but like this I am only a ferryman"

"แต่ฉันก็เป็นเพียงคนพายเรือเท่านั้น"

"and it is my task to ferry people across the river"

"และเป็นหน้าที่ของฉันที่จะขนคนข้ามแม่น้ำ"

"I have transported many thousands of people"

"ผมได้ขนส่งผู้คนนับพันคน"

"and to all of them, my river has been nothing but an obstacle"

"และสำหรับพวกเขาทั้งหมด

แม่น้ำของฉันเป็นเพียงอุปสรรคเท่านั้น"

"it was something that got in the way of their travels"

"มันเป็นอะไรบางอย่างที่ขัดขวางการเดินทางของพวกเขา"

"they travelled to seek money and business"

"พวกเขาเดินทางเพื่อหาเงินและธุรกิจ"

"they travelled for weddings and pilgrimages"

"พวกเขาเดินทางไปร่วมงานแต่งงานและงานแสวงบุญ"

"and the river was obstructing their path"

"และแม่น้ำก็ขวางทางพวกเขาอยู่"

"the ferryman's job was to get them quickly across that obstacle"

"หน้าที่ของคนพายเรือคือพาพวกเขาข้ามสิ่งกีดขวางนั้นอย่างรวดเร็ว"

"But for some among thousands, a few, the river has stopped being an obstacle"

"แต่สำหรับบางคนจากหลายพันคน

แม่น้ำก็ไม่ได้เป็นอุปสรรคอีกต่อไป"

"they have heard its voice and they have listened to it"
"พวกเขาได้ยินเสียงของมันและพวกเขาก็ฟังมัน"
"and the river has become sacred to them"
"และแม่น้ำก็กลายเป็นสิ่งศักดิ์สิทธิ์สำหรับพวกเขา"
"it become sacred to them as it has become sacred to me"
"มันกลายเป็นสิ่งศักดิ์สิทธิ์สำหรับพวกเขาเหมือนอย่างที่มันกลายเป็นสิ่งศักดิ์สิทธิ์สำหรับฉัน"
"for now, let us rest, Siddhartha"
"ตอนนี้ขอพักผ่อนก่อนนะ พระสิทธัตถะ"

Siddhartha stayed with the ferryman and learned to operate the boat
พระสิทธัตถะทรงอยู่กับคนพายเรือและเรียนรู้การบังคับเรือ
when there was nothing to do at the ferry, he worked with Vasudeva in the rice-field
เมื่อไม่มีอะไรทำที่ท่าเรือก็ไปทำงานกับพระวาสุเทพในนาข้าว
he gathered wood and plucked the fruit off the banana-trees
เขาเก็บไม้มาเด็ดผลจากต้นกล้วย
He learned to build an oar and how to mend the boat
เขาได้เรียนรู้วิธีสร้างเรือพายและวิธีซ่อมเรือ
he learned how to weave baskets and repaid the hut
เขาเรียนรู้วิธีสานตะกร้าและคืนเงินให้กระท่อม
and he was joyful because of everything he learned
และเขามีความยินดีเพราะทุกสิ่งที่เขาได้เรียนรู้
the days and months passed quickly
วันและเดือนผ่านไปอย่างรวดเร็ว
But more than Vasudeva could teach him, he was taught by the river

แต่สิ่งที่วาสุเทพสอนเขาได้นั้น มีเพียงแม่น้ำเท่านั้นที่สอนเขาได้
Incessantly, he learned from the river
เขาเรียนรู้จากแม่น้ำอย่างไม่หยุดหย่อน
Most of all, he learned to listen
ที่สำคัญที่สุดเขาได้เรียนรู้ที่จะฟัง
he learned to pay close attention with a quiet heart
เขาเรียนรู้ที่จะใส่ใจอย่างใกล้ชิดด้วยหัวใจที่เงียบสงบ
he learned to keep a waiting, open soul
เขาเรียนรู้ที่จะรอคอยและเปิดใจ
he learned to listen without passion
เขาเรียนรู้ที่จะฟังโดยไม่รู้สึกหลงใหล
he learned to listen without a wish
เขาเรียนรู้ที่จะฟังโดยไม่ต้องมีความปรารถนา
he learned to listen without judgement
เขาเรียนรู้ที่จะฟังโดยไม่ตัดสิน
he learned to listen without an opinion
เขาเรียนรู้ที่จะฟังโดยไม่ต้องมีความคิดเห็น

In a friendly manner, he lived side by side with Vasudeva
พระองค์ทรงอยู่เคียงข้างพระวาสุเทพด้วยไมตรีอันเป็นมิตร
occasionally they exchanged some words
บางครั้งก็แลกเปลี่ยนคำพูดกันบ้าง
then, at length, they thought about the words
แล้วในที่สุดพวกเขาก็คิดถึงคำพูดนั้น
Vasudeva was no friend of words
พระวาสุเทพมิใช่มิตรแห่งคำพูด
Siddhartha rarely succeeded in persuading him to speak

พระสิทธัตถะไม่ค่อยจะประสบความสำเร็จในการโน้มน้าวให้เขาพูด

"did you too learn that secret from the river?"

"คุณก็เรียนรู้ความลับนั้นจากแม่น้ำเหมือนกันเหรอ?"

"the secret that there is no time?"

"ความลับที่ว่าไม่มีเวลา?"

Vasudeva's face was filled with a bright smile

ใบหน้าของพระวาสุเทพเต็มไปด้วยรอยยิ้มอันสดใส

"Yes, Siddhartha," he spoke

"ครับ ท่านสิทธัตถะ" พระองค์ตรัส

"I learned that the river is everywhere at once"

"ฉันเรียนรู้ว่าแม่น้ำอยู่ทุกหนทุกแห่งในเวลาเดียวกัน"

"it is at the source and at the mouth of the river"

"มันอยู่ที่ต้นน้ำและที่ปากแม่น้ำ"

"it is at the waterfall and at the ferry"

"อยู่ที่น้ำตกและที่เรือข้ามฟาก"

"it is at the rapids and in the sea"

"อยู่ที่แก่งน้ำและในทะเล"

"it is in the mountains and everywhere at once"

"มันอยู่ในภูเขาและทุกที่ในเวลาเดียวกัน"

"and I learned that there is only the present time for the river"

"และฉันได้เรียนรู้ว่ามีเพียงเวลาปัจจุบันเท่านั้นสำหรับแม่น้ำ"

"it does not have the shadow of the past"

"มันไม่มีเงาของอดีต"

"and it does not have the shadow of the future"

"และมันไม่ได้มีเงาของอนาคต"

"is this what you mean?" he asked

"นี่คือสิ่งที่คุณหมายถึงใช่ไหม" เขาถาม

"This is what I meant," said Siddhartha

"นี่คือสิ่งที่ฉันหมายถึง" พระสิทธัตถะกล่าว

"And when I had learned it, I looked at my life"

"และเมื่อฉันได้เรียนรู้สิ่งนี้แล้ว ฉันก็มองดูชีวิตของฉัน"

"and my life was also a river"

"และชีวิตของฉันก็เป็นสายน้ำ"

"the boy Siddhartha was only separated from the man Siddhartha by a shadow"

"เด็กน้อยสิทธัตถะถูกแยกจากชายสิทธัตถะเพียงเงา"

"and a shadow separated the man Siddhartha from the old man Siddhartha"

"และเงาก็แยกชายชราสิทธัตถะออกจากชายชราสิทธัตถะ"

"things are separated by a shadow, not by something real"

"สิ่งต่างๆ ถูกแยกจากกันด้วยเงา ไม่ใช่ด้วยสิ่งที่มีจริง"

"Also, Siddhartha's previous births were not in the past"

"แม้ชาติก่อนๆ ของพระองค์สิทธัตถะก็มิได้เป็นชาติก่อน"

"and his death and his return to Brahma is not in the future"

"และการตายและการกลับคืนสู่พรหมของพระองค์นั้นไม่มีอยู่ในอนาคต"

"nothing was, nothing will be, but everything is"

"ไม่มีอะไรเคยเป็น ไม่มีอะไรจะเป็น แต่ทุกสิ่งมีอยู่"

"everything has existence and is present"

"ทุกสิ่งทุกอย่างมีอยู่และปรากฏอยู่"

Siddhartha spoke with ecstasy

พระสิทธัตถะตรัสด้วยความปีติยินดี

this enlightenment had delighted him deeply

การตรัสรู้ครั้งนี้ทำให้เขาพอใจอย่างยิ่ง

"was not all suffering time?"
"ความทุกข์ทั้งหมดมิใช่เป็นเวลาของเราหรือ?"
"were not all forms of tormenting oneself a form of time?"
"การทรมานตัวเองทุกรูปแบบไม่ใช่เป็นรูปแบบของกาลเวลาหรอกหรือ?"
"was not everything hard and hostile because of time?"
"ทุกอย่างไม่ใช่ยากลำบากและเป็นศัตรูเพราะกาลเวลาหรือ?"
"is not everything evil overcome when one overcomes time?"
"เมื่อเราสามารถเอาชนะเวลา
สิ่งชั่วร้ายทั้งหลายก็จะไม่เอาชนะได้หรอกหรือ?"
"as soon as time leaves the mind, does suffering leave too?"
"เมื่อเวลาออกไปจากใจ ความทุกข์ก็ออกไปจากใจด้วยใช่หรือไม่"
Siddhartha had spoken in ecstatic delight
พระสิทธัตถะได้ตรัสด้วยความปีติยินดี
but Vasudeva smiled at him brightly and nodded in confirmation
แต่พระวาสุเทพทรงยิ้มให้เขาอย่างสดใสและพยักหน้ายืนยัน
silently he nodded and brushed his hand over Siddhartha's shoulder
เขาพยักหน้าเงียบ ๆ และแตะมือบนไหล่ของพระพุทธเจ้า
and then he turned back to his work
แล้วเขาก็หันกลับไปทำงานของตน

And Siddhartha asked Vasudeva again another time
และเจ้าชายสิทธัตถะทรงถามพระวาสุเทพอีกครั้งหนึ่ง
the river had just increased its flow in the rainy season
แม่น้ำเพิ่งจะเพิ่มปริมาณน้ำในฤดูฝน
and it made a powerful noise

และมันก็ส่งเสียงดังมาก

"Isn't it so, oh friend, the river has many voices?"

"ไม่ใช่อย่างนั้นหรอกเพื่อนเอ๋ย แม่น้ำมีหลายเสียงใช่ไหม"

"Hasn't it the voice of a king and of a warrior?"

"มันไม่ใช่เสียงของกษัตริย์และนักรบหรือ?"

"Hasn't it the voice of of a bull and of a bird of the night?"

"มิใช่เสียงของกระทิงและเสียงนกแห่งราตรีหรือ?"

"Hasn't it the voice of a woman giving birth and of a sighing man?"

"ไม่ใช่เสียงผู้หญิงกำลังคลอดลูกและเสียงผู้ชายกำลังถอนหายใจหรือ?"

"and does it not also have a thousand other voices?"

"แล้วมันก็มีเสียงอื่นอีกนับพันเสียงมิใช่หรือ?"

"it is as you say it is," Vasudeva nodded

"เป็นอย่างที่คุณพูด" วาสุเทพพยักหน้า

"all voices of the creatures are in its voice"

"เสียงของสรรพสัตว์ทั้งหลายก็อยู่ในเสียงของมัน"

"And do you know..." Siddhartha continued

"แล้วคุณรู้ไหมว่า..." พระสิทธัตถะกล่าวต่อ

"what word does it speak when you succeed in hearing all of voices at once?"

"คำว่าอะไรเอ่ยเมื่อคุณสามารถได้ยินเสียงทั้งหมดพร้อมกันได้?"

Happily, Vasudeva's face was smiling

ใบหน้าของพระวาสุเทพยิ้มอย่างมีความสุข

he bent over to Siddhartha and spoke the holy Om into his ear

เขาโน้มตัวไปหาพระสิทธัตถะแล้วพูดโอมอันศักดิ์สิทธิ์เข้าที่หูของพระองค์

And this had been the very thing which Siddhartha had also been hearing

และนี่ก็เป็นสิ่งที่พระสิทธัตถะได้ยินมาเช่นกัน

time after time, his smile became more similar to the ferryman's

ครั้งแล้วครั้งเล่า

รอยยิ้มของเขาเริ่มคล้ายกับรอยยิ้มของคนพายเรือมากขึ้น

his smile became almost just as bright as the ferryman's

รอยยิ้มของเขาสดใสเกือบเท่ากับรอยยิ้มของคนพายเรือ

it was almost just as thoroughly glowing with bliss

มันเกือบจะเปล่งประกายด้วยความสุขอย่างแท้จริง

shining out of thousand small wrinkles

เปล่งประกายจากริ้วรอยเล็กๆ นับพัน

just like the smile of a child

เหมือนกับรอยยิ้มของเด็ก

just like the smile of an old man

เหมือนกับรอยยิ้มของชายชรา

Many travellers, seeing the two ferrymen, thought they were brothers

นักเดินทางหลายคนเมื่อเห็นคนพายเรือทั้งสองคนก็คิดว่าเป็นพี่น้อ

งกัน

Often, they sat in the evening together by the bank

บ่อยครั้งพวกเขาจะมานั่งด้วยกันริมฝั่งตอนเย็น

they said nothing and both listened to the water

พวกเขาไม่พูดอะไรและทั้งสองก็ฟังเสียงน้ำ

the water, which was not water to them

น้ำซึ่งมิใช่น้ำสำหรับเขา

it wasn't water, but the voice of life
มันไม่ใช่น้ำ แต่เป็นเสียงแห่งชีวิต
the voice of what exists and what is eternally taking shape
เสียงของสิ่งที่ดำรงอยู่และสิ่งที่กำลังก่อรูปขึ้นอย่างนิรันดร์
it happened from time to time that both thought of the same thing
มันเกิดขึ้นเป็นครั้งคราวที่ทั้งสองคิดเรื่องเดียวกัน
they thought of a conversation from the day before
พวกเขาคิดถึงบทสนทนาจากวันก่อน
they thought of one of their travellers
พวกเขาคิดถึงนักเดินทางคนหนึ่งของพวกเขา
they thought of death and their childhood
พวกเขาคิดถึงความตายและวัยเด็กของพวกเขา
they heard the river tell them the same thing
พวกเขาได้ยินแม่น้ำบอกเรื่องเดียวกันนี้กับพวกเขา
both delighted about the same answer to the same question
ทั้งสองดีใจกับคำตอบเดียวกันต่อคำถามเดียวกัน
There was something about the two ferrymen which was transmitted to others
มีบางอย่างเกี่ยวกับคนข้ามฟากสองคนที่ถ่ายทอดไปยังผู้อื่น
it was something which many of the travellers felt
มันเป็นสิ่งที่นักเดินทางหลายคนรู้สึก
travellers would occasionally look at the faces of the ferrymen
นักเดินทางจะมองดูใบหน้าของคนพายเรือเป็นครั้งคราว
and then they told the story of their life
แล้วพวกเขาก็เล่าเรื่องชีวิตของพวกเขา
they confessed all sorts of evil things
พวกเขาสารภาพเรื่องชั่วร้ายสารพัด

and they asked for comfort and advice
และขอคำปลอบใจและคำแนะนำ
occasionally someone asked for permission to stay for a night
บางครั้งมีคนขออนุญาตพักค้างคืนหนึ่งคืน
they also wanted to listen to the river
พวกเขายังอยากฟังเสียงแม่น้ำด้วย
It also happened that curious people came
ยังมีคนอยากรู้อยากเห็นมาด้วย
they had been told that there were two wise men
พวกเขาได้ยินมาว่ามีปราชญ์สองคน
or they had been told there were two sorcerers
หรือเขาได้ยินมาว่ามีหมอผีอยู่สองคน
The curious people asked many questions
ผู้คนต่างสงสัยและถามคำถามมากมาย
but they got no answers to their questions
แต่พวกเขาไม่ได้รับคำตอบต่อคำถามของพวกเขา
they found neither sorcerers nor wise men
พวกเขาก็ไม่พบหมอผีหรือนักปราชญ์
they only found two friendly little old men, who seemed to be mute
พวกเขาพบเพียงชายชราสองคนที่เป็นมิตรซึ่งดูเหมือนจะเป็นใบ้
they seemed to have become a bit strange in the forest by themselves
ดูเหมือนพวกเขาจะแปลก ๆ หน่อยในป่าเอง
And the curious people laughed about what they had heard
และผู้คนที่อยากรู้อยากเห็นก็หัวเราะกับสิ่งที่ได้ยินมา
they said common people were foolishly spreading empty rumours

พวกเขากล่าวว่าคนทั่วไปนั้นโง่เขลาที่แพร่กระจายข่าวลือที่ว่างเปล่า

The years passed by, and nobody counted them
ปีที่ผ่านไปและไม่มีใครนับ
Then, at one time, monks came by on a pilgrimage
คราวหนึ่งมีพระภิกษุเดินทางมาจาริกแสวงบุญ
they were followers of Gotama, the Buddha
พวกเขาเป็นสาวกของพระโคดมพระพุทธเจ้า
they asked to be ferried across the river
พวกเขาขอให้เรือข้ามแม่น้ำไป
they told them they were in a hurry to get back to their wise teacher
พวกเขาบอกพวกเขาว่าพวกเขากำลังรีบกลับไปหาครูผู้ชาญฉลาดของพวกเขา
news had spread the exalted one was deadly sick
ข่าวได้แพร่สะพัดไปทั่วว่าผู้สูงศักดิ์นั้นป่วยหนัก
he would soon die his last human death
เขาจะต้องตายเป็นครั้งสุดท้ายในชีวิตมนุษย์
in order to become one with the salvation
เพื่อที่จะได้เป็นหนึ่งเดียวกับความรอด
It was not long until a new flock of monks came
ไม่นานนักก็มีพระภิกษุรูปใหม่มา
they were also on their pilgrimage
พวกเขาก็อยู่ระหว่างการเดินทางแสวงบุญเช่นกัน
most of the travellers spoke of nothing other than Gotama

ผู้เดินทางส่วนใหญ่ไม่ได้พูดถึงเรื่องอื่นใดนอกจากพระโคตมพุทธเจ้า

his impending death was all they thought about
ความตายอันใกล้เข้ามาของเขาคือสิ่งเดียวที่พวกเขาคิดถึง

if there had been war, just as many would travel
ถ้าเกิดสงครามก็คงจะเดินทางกันมาก

just as many would come to the coronation of a king
เช่นเดียวกันกับคนจำนวนมากที่มาร่วมพิธีราชาภิเษกของกษัตริย์

they gathered like ants in droves
พวกมันรวมตัวกันเป็นฝูงเหมือนมด

they flocked, like being drawn onwards by a magic spell
พวกมันแห่กันมาเหมือนถูกดึงดูดด้วยมนต์สะกด

they went to where the great Buddha was awaiting his death
พวกเขาได้ไปยังที่ซึ่งพระพุทธเจ้าองค์ใหญ่กำลังรอวันปรินิพพาน

the perfected one of an era was to become one with the glory
ผู้ที่สมบูรณ์แบบแห่งยุคสมัยหนึ่งจะต้องเป็นหนึ่งเดียวกับความรุ่งโรจน์

Often, Siddhartha thought in those days of the dying wise man
บ่อยครั้งในสมัยนั้น

พระสิทธัตถะทรงนึกถึงปราชญ์ที่ใกล้จะสิ้นใจว่า

the great teacher whose voice had admonished nations
ครูผู้ยิ่งใหญ่ผู้มีเสียงตักเตือนชาติต่างๆ

the one who had awoken hundreds of thousands
ผู้ที่ปลุกคนเป็นแสนให้ตื่น

a man whose voice he had also once heard
ชายคนหนึ่งซึ่งเขาเคยได้ยินเสียงของเขามาก่อน

a teacher whose holy face he had also once seen with respect
ครูผู้หนึ่งซึ่งครั้งหนึ่งพระองค์ก็ทรงเห็นพระพักตร์อันศักดิ์สิทธิ์ด้วยความเคารพ

Kindly, he thought of him
เขาคิดถึงเขาด้วยความเมตตา

he saw his path to perfection before his eyes
เขาเห็นเส้นทางสู่ความสมบูรณ์แบบของตัวเองต่อหน้าต่อตา

and he remembered with a smile those words he had said to him
และเขานึกถึงคำพูดที่เขาเคยพูดกับเขาด้วยรอยยิ้ม

when he was a young man and spoke to the exalted one
เมื่อพระองค์ยังทรงเป็นชายหนุ่ม และได้สนทนากับพระผู้มีพระภาคเจ้า

They had been, so it seemed to him, proud and precious words
คำพูดเหล่านั้นดูภาคภูมิใจและมีค่าสำหรับเขา

with a smile, he remembered the the words
ด้วยรอยยิ้มเขาจำคำพูดนั้นได้

he knew that there was nothing standing between Gotama and him any more
เขารู้ว่าไม่มีอะไรขวางกั้นระหว่างพระโคดมกับพระองค์อีกต่อไป

he had known this for a long time already
เขารู้เรื่องนี้มานานแล้ว

though he was still unable to accept his teachings
แม้ว่าเขายังคงไม่สามารถยอมรับคำสอนของเขาได้

there was no teaching a truly searching person
ไม่มีการสอนให้คนค้นหาอย่างแท้จริง

someone who truly wanted to find, could accept

คนที่อยากเจอจริงๆก็รับได้

But he who had found the answer could approve of any teaching

แต่ผู้ที่พบคำตอบแล้วย่อมยอมรับคำสอนใดๆ

every path, every goal, they were all the same

ทุกเส้นทาง ทุกเป้าหมาย ก็เหมือนกันหมด

there was nothing standing between him and all the other thousands any more

ไม่มีอะไรขวางกั้นระหว่างเขาและคนนับพันคนอีกต่อไป

the thousands who lived in that what is eternal

คนนับพันที่อาศัยอยู่ในสิ่งที่เป็นนิรันดร์

the thousands who breathed what is divine

คนนับพันที่หายใจสิ่งที่ศักดิ์สิทธิ์

On one of these days, Kamala also went to him

วันหนึ่งกมลาก็ไปหาท่านด้วย

she used to be the most beautiful of the courtesans

เธอเคยเป็นหญิงโสเภณีที่สวยที่สุด

A long time ago, she had retired from her previous life

เมื่อนานมาแล้วเธอได้เกษียณจากชีวิตเดิมของเธอ

she had given her garden to the monks of Gotama as a gift

นางได้มอบสวนของตนให้แก่ภิกษุสงฆ์แห่งเมืองโคตมะเป็นของขวัญ

she had taken her refuge in the teachings

เธอได้อาศัยคำสอนเป็นที่พึ่ง

she was among the friends and benefactors of the pilgrims

เธอเป็นหนึ่งในบรรดามิตรสหายและผู้อุปถัมภ์ของผู้แสวงบุญ

she was together with Siddhartha, the boy

นางอยู่กับเจ้าชายสิทธัตถะ

Siddhartha the boy was her son

เด็กชายสิทธัตถะเป็นลูกชายของเธอ

she had gone on her way due to the news of the near death of Gotama

นางได้ออกเดินทางเพราะข่าวการสิ้นพระชนม์ของพระโคตมพุทธเจ้า

she was in simple clothes and on foot

เธอสวมเสื้อผ้าเรียบง่ายและเดินเท้า

and she was With her little son

และเธอก็อยู่กับลูกชายตัวน้อยของเธอ

she was travelling by the river

เธอกำลังเดินทางผ่านแม่น้ำ

but the boy had soon grown tired

แต่ไม่นานเด็กชายก็เหนื่อยแล้ว

he desired to go back home

เขาปรารถนาที่จะกลับบ้าน

he desired to rest and eat

เขาปรารถนาที่จะพักผ่อนและรับประทานอาหาร

he became disobedient and started whining

เขาเริ่มไม่เชื่อฟังและเริ่มบ่น

Kamala often had to take a rest with him

กมลาก็ต้องไปพักผ่อนกับเขาบ่อยๆ

he was accustomed to getting what he wanted

เขาเคยชินกับการได้รับสิ่งที่เขาต้องการ

she had to feed him and comfort him

เธอต้องเลี้ยงดูเขาและปลอบใจเขา

she had to scold him for his behaviour

เธอต้องดุเขาเรื่องพฤติกรรมของเขา

He did not comprehend why he had to go on this exhausting pilgrimage

เขาไม่เข้าใจว่าทำไมเขาต้องไปแสวงบุญที่เหนื่อยยากเช่นนี้

he did not know why he had to go to an unknown place

เขาไม่ทราบว่าเหตุใดจึงต้องไปยังสถานที่ที่ไม่รู้จัก

he did know why he had to see a holy dying stranger

เขารู้ว่าทำไมเขาต้องพบกับคนแปลกหน้าที่กำลังจะตาย

"So what if he died?" he complained

"แล้วไงถ้าเขาตาย" เขาบ่น

why should this concern him?

เหตุใดเขาจึงต้องกังวลเกี่ยวกับเรื่องนี้?

The pilgrims were getting close to Vasudeva's ferry

พวกผู้แสวงบุญกำลังเข้าใกล้ท่าเรือข้ามฟากของพระเจ้าวาสุเทพ

little Siddhartha once again forced his mother to rest

พระสิทธัตถะน้อยทรงบังคับมารดาให้พักผ่อนอีกครั้ง

Kamala had also become tired

กมลาก็เริ่มเหนื่อยแล้ว

while the boy was chewing a banana, she crouched down on the ground

ขณะที่เด็กชายกำลังเคี้ยวกล้วย เธอก็หมอบลงกับพื้น

she closed her eyes a bit and rested

เธอหลับตาลงเล็กน้อยแล้วพักผ่อน

But suddenly, she uttered a wailing scream

แต่ทันใดนั้นเธอก็ส่งเสียงร้องโหยหวนออกมา

the boy looked at her in fear

เด็กชายมองดูเธอด้วยความกลัว

he saw her face had grown pale from horror

เขาเห็นหน้าเธอซีดเผือดจากความหวาดกลัว
and from under her dress, a small, black snake fled
และจากใต้ชุดของเธอมีงูสีดำตัวเล็กวิ่งหนีไป
a snake by which Kamala had been bitten
งูที่กมลาถูกกัด
Hurriedly, they both ran along the path, to reach people
ทั้งสองรีบวิ่งไปตามทางเพื่อไปหาผู้คน
they got near to the ferry and Kamala collapsed
พวกเขามาใกล้ท่าเรือแล้วกมลาก็ล้มลง
she was not able to go any further
เธอไม่สามารถไปต่อได้
the boy started crying miserably
เด็กชายเริ่มร้องไห้สะอื้นอย่างน่าสงสาร
his cries were only interrupted when he kissed his mother
เสียงร้องไห้ของเขาถูกขัดจังหวะเมื่อเขาจูบแม่ของเขา
she also joined his loud screams for help
เธอยังร่วมตะโกนขอความช่วยเหลืออันดังของเขาด้วย
she screamed until the sound reached Vasudeva's ears
นางกรีดร้องจนเสียงดังไปถึงหูของนางวาสุเทพ
Vasudeva quickly came and took the woman on his arms
พระวาสุเทพรีบเข้ามาอุ้มนางไว้บนแขน
he carried her into the boat and the boy ran along
เขาพาเธอขึ้นเรือแล้วเด็กชายก็วิ่งตามไป
soon they reached the hut, where Siddhartha stood by the stove
ไม่นานพวกเขาก็มาถึงกระท่อมซึ่งพระสิทธัตถะยืนอยู่ข้างเตาไฟ
he was just lighting the fire
เขาแค่กำลังจุดไฟ

He looked up and first saw the boy's face
เขามองขึ้นไปและเห็นใบหน้าของเด็กชายเป็นครั้งแรก
it wondrously reminded him of something
มันทำให้เขานึกถึงบางสิ่งบางอย่างอย่างน่าอัศจรรย์
like a warning to remember something he had forgotten
เหมือนเป็นการเตือนให้จำสิ่งที่ลืมไปแล้ว
Then he saw Kamala, whom he instantly recognised
แล้วเขาก็เห็นกมลาซึ่งเขาจำได้ทันที
she lay unconscious in the ferryman's arms
เธอนอนหมดสติอยู่ในอ้อมแขนของคนพายเรือ
now he knew that it was his own son
ตอนนี้เขารู้แล้วว่านั่นคือลูกชายของเขาเอง
his son whose face had been such a warning reminder to him
ลูกชายของเขาที่มีใบหน้าที่คอยเตือนสติเขาอยู่เสมอ
and the heart stirred in his chest
และหัวใจก็เต้นระรัวในอก
Kamala's wound was washed, but had already turned black
แผลของกมลาได้รับการล้างแล้วแต่กลายเป็นสีดำไปแล้ว
and her body was swollen
และร่างกายของเธอก็บวม
she was made to drink a healing potion
เธอถูกบังคับให้ดื่มยารักษาโรค
Her consciousness returned and she lay on Siddhartha's bed
นางก็ฟื้นสติขึ้นมาและนอนลงบนเตียงของพระสิทธัตถะ
Siddhartha stood over Kamala, who he used to love so much
พระสิทธัตถะทรงยืนอยู่เหนือกมลาซึ่งพระองค์เคยทรงรักมาก
It seemed like a dream to her

มันดูเหมือนเป็นความฝันของเธอ
with a smile, she looked at her friend's face
เธอมองหน้าเพื่อนด้วยรอยยิ้ม
slowly she realized her situation
เธอค่อยๆ ตระหนักถึงสถานการณ์ของเธอ
she remembered she had been bitten
เธอจำได้ว่าเธอถูกกัด
and she timidly called for her son
แล้วนางก็เรียกลูกชายของนางด้วยความอาย
"He's with you, don't worry," said Siddhartha
"ท่านอยู่กับคุณ ไม่ต้องกังวล" พระสิทธัตถะกล่าว
Kamala looked into his eyes
กมลาจ้องมองเข้าไปในดวงตาของเขา
She spoke with a heavy tongue, paralysed by the poison
เธอพูดจาด้วยลิ้นหนัก แข็งเป็นอัมพาตเพราะพิษ
"You've become old, my dear," she said
"คุณแก่แล้วที่รัก" เธอกล่าว
"you've become gray," she added
"คุณกลายเป็นสีเทาแล้ว" เธอกล่าวเสริม
"But you are like the young Samana, who came without clothes"
"แต่เจ้าเป็นเหมือนหนุ่มสมานที่เข้ามาโดยไม่สวมเสื้อผ้า"
"you're like the Samana who came into my garden with dusty feet"
"คุณเป็นเหมือนซามานาที่เข้ามาในสวนของฉันด้วยเท้าที่เปื้อนฝุ่น"
"You are much more like him than you were when you left me"

"คุณเหมือนเขามากขึ้นกว่าตอนที่คุณทิ้งฉันไป"

"In the eyes, you're like him, Siddhartha"

"ในสายตาคุณเหมือนพระองค์นะสิ พระสิทธัตถะ"

"Alas, I have also grown old"

"โอ้ ฉันก็แก่แล้วเหมือนกัน"

"could you still recognise me?"

"คุณยังจำฉันได้ไหม?"

Siddhartha smiled, "Instantly, I recognised you, Kamala, my dear"

พระสิทธัตถะยิ้ม "ฉันจำคุณได้ทันที คะมลา ที่รัก"

Kamala pointed to her boy

กมลาชี้ไปที่ลูกชายของเธอ

"Did you recognise him as well?"

"คุณจำเขาได้ด้วยเหรอ?"

"He is your son," she confirmed

"เขาเป็นลูกชายของคุณ" เธอยืนยัน

Her eyes became confused and fell shut

เธอเริ่มสับสนและหลับตาลง

The boy wept and Siddhartha took him on his knees

เด็กน้อยร้องไห้และพระสิทธัตถะก็ทรงอุ้มเขาให้คุกเข่า

he let him weep and petted his hair

เขาปล่อยให้เขาร้องไห้และลูบผมของเขา

at the sight of the child's face, a Brahman prayer came to his mind

เมื่อเห็นหน้าเด็กก็เกิดความคิดอธิษฐานพราหมณ์ขึ้น

a prayer which he had learned a long time ago

คำอธิษฐานที่เขาได้เรียนรู้มานานแล้ว

a time when he had been a little boy himself

ช่วงเวลาที่เขายังเป็นเด็กเล็กอยู่
Slowly, with a singing voice, he started to speak
เขาเริ่มพูดด้วยน้ำเสียงร้องเพลงอย่างช้าๆ
from his past and childhood, the words came flowing to him
จากอดีตและวัยเด็กของเขา คำพูดเหล่านั้นก็หลั่งไหลมาถึงเขา
And with that song, the boy became calm
และด้วยเพลงนั้นเด็กชายก็สงบลง
he was only now and then uttering a sob
เขาเพิ่งจะสะอื้นไห้อยู่บ้าง
and finally he fell asleep
แล้วสุดท้ายเขาก็หลับไป
Siddhartha placed him on Vasudeva's bed
พระสิทธัตถะทรงวางพระองค์ลงบนเตียงของพระวาสุเทพ
Vasudeva stood by the stove and cooked rice
พระวาสุเทพทรงยืนอยู่ใกล้เตาไฟและข้าวสุก
Siddhartha gave him a look, which he returned with a smile
พระสิทธัตถะทรงมองดูเขา และทรงตอบด้วยรอยยิ้ม
"She'll die," Siddhartha said quietly
"นางจะต้องตาย" พระสิทธัตถะกล่าวอย่างเงียบๆ
Vasudeva knew it was true, and nodded
พระวาสุเทพทรงทราบว่าเป็นความจริง จึงทรงพยักหน้า
over his friendly face ran the light of the stove's fire
แสงไฟจากเตาส่องลงมาบนใบหน้าอันเป็นมิตรของเขา
once again, Kamala returned to consciousness
กมลาได้กลับคืนสู่สติอีกครั้ง
the pain of the poison distorted her face
ความเจ็บปวดจากพิษทำให้ใบหน้าของเธอบิดเบี้ยว
Siddhartha's eyes read the suffering on her mouth

ดวงตาของพระสิทธัตถะอ่านความทุกข์ทรมานในปากของเธอ
from her pale cheeks he could see that she was suffering
จากแก้มอันซีดเซียวของเธอ เขาเห็นได้ว่าเธอกำลังทุกข์ทรมาน
Quietly, he read the pain in her eyes
เขาอ่านความเจ็บปวดในดวงตาของเธออย่างเงียบๆ
attentively, waiting, his mind become one with her suffering
คอยเอาใจใส่จนจิตของเขาเป็นหนึ่งเดียวกับความทุกข์ของเธอ
Kamala felt it and her gaze sought his eyes
กมลาสัมผัสได้ถึงมันและจ้องมองไปที่ดวงตาของเขา
Looking at him, she spoke
เธอมองดูเขาแล้วพูดว่า
"Now I see that your eyes have changed as well"
"ตอนนี้ฉันรู้แล้วว่าดวงตาของคุณก็เปลี่ยนไปเช่นกัน"
"They've become completely different"
"พวกเขากลายเป็นคนละคนกันไปเลย"
"what do I still recognise in you that is Siddhartha?
"ข้าพเจ้ายังจำสิ่งใดในตัวท่านได้อีกเล่า ที่เป็นพระสิทธัตถะ?
"It's you, and it's not you"
"เป็นคุณ และไม่ใช่คุณ"
Siddhartha said nothing, quietly his eyes looked at hers
พระสิทธัตถะไม่พูดอะไร แต่จ้องมองเธออย่างเงียบๆ
"You have achieved it?" she asked
"คุณทำสำเร็จแล้วเหรอ?" เธอถาม
"You have found peace?"
"คุณพบความสงบแล้วหรือ?"
He smiled and placed his hand on hers
เขายิ้มและวางมือของเขาบนมือของเธอ
"I'm seeing it" she said

“ฉันเห็นมัน” เธอกล่าว
"I too will find peace"
“ฉันก็จะพบกับความสงบเช่นกัน”
"You have found it," Siddhartha spoke in a whisper
“ท่านพบมันแล้ว” พระสิทธัตถะตรัสด้วยเสียงกระซิบ
Kamala never stopped looking into his eyes
กมลาไม่เคยหยุดมองเข้าไปในดวงตาของเขา
She thought about her pilgrimage to Gotama
นางคิดถึงการเดินทางไปแสวงบุญที่โคตมะ
the pilgrimage which she wanted to take
การเดินทางแสวงบุญที่เธอต้องการจะไป
in order to see the face of the perfected one
เพื่อจะได้เห็นหน้าผู้สมบูรณ์แล้ว
in order to breathe his peace
เพื่อจะได้หายใจอย่างสงบสุข
but she had now found it in another place
แต่ตอนนี้เธอได้พบมันในสถานที่อื่นแล้ว
and this she thought that was good too
และเธอคิดว่านั่นก็ดีเหมือนกัน
it was just as good as if she had seen the other one
มันก็ดีเหมือนกับว่าเธอได้เห็นอีกอันหนึ่ง
She wanted to tell this to him
เธออยากจะบอกเรื่องนี้กับเขา
but her tongue no longer obeyed her will
แต่ลิ้นของเธอไม่เชื่อฟังความต้องการของเธออีกต่อไป
Without speaking, she looked at him
เธอไม่พูดอะไรแต่มองดูเขา
he saw the life fading from her eyes

เขาเห็นชีวิตของเธอค่อยๆ หายไปจากดวงตาของเธอ
the final pain filled her eyes and made them grow dim
ความเจ็บปวดครั้งสุดท้ายทำให้ดวงตาของเธอพร่ามัวลง
the final shiver ran through her limbs
ความสั่นสะท้านครั้งสุดท้ายวิ่งผ่านแขนขาของเธอ
his finger closed her eyelids
นิ้วของเขาปิดเปลือกตาของเธอ

For a long time, he sat and looked at her peacefully dead face
เขานั่งมองดูใบหน้าที่ตายอย่างสงบของเธอเป็นเวลานาน
For a long time, he observed her mouth
เขาสังเกตปากของเธอเป็นเวลานาน
her old, tired mouth, with those lips, which had become thin
ปากที่แก่และเหนื่อยล้าของเธอพร้อมกับริมฝีปากที่บางลง
he remembered he used to compare this mouth with a freshly cracked fig
เขาจำได้ว่าเคยเปรียบเทียบปากนี้กับมะกอกที่เพิ่งแตกใหม่ๆ
this was in the spring of his years
นี้เป็นช่วงฤดูใบไม้ผลิของปีของเขา
For a long time, he sat and read the pale face
เขานั่งอ่านหน้าซีดๆ นั้นอยู่นาน
he read the tired wrinkles
เขาอ่านริ้วรอยที่เหนื่อยล้า
he filled himself with this sight
เขาเต็มตัวไปด้วยสายตานี้
he saw his own face in the same manner
เขาเห็นหน้าตัวเองในลักษณะเดียวกัน

he saw his face was just as white

เขาเห็นว่าหน้าของเขาขาวซีดเช่นกัน

he saw his face was just as quenched out

เขาเห็นใบหน้าของเขาดับลงเช่นกัน

at the same time he saw his face and hers being young

ในเวลาเดียวกันเขาก็เห็นหน้าของเขาและเธอยังเด็กอยู่

their faces with red lips and fiery eyes

ใบหน้าของพวกเขามีริมฝีปากสีแดงและดวงตาที่ร้อนแรง

the feeling of both being real at the same time

ความรู้สึกที่ทั้งสองเป็นจริงในเวลาเดียวกัน

the feeling of eternity completely filled every aspect of his being

ความรู้สึกแห่งความเป็นนิรันดร์ได้เติมเต็มทุกแง่มุมของความเป็นเ

ขาอย่างสมบูรณ์

in this hour he felt more deeply than than he had ever felt before

ในเวลานี้เขารู้สึกได้ลึกซึ้งยิ่งกว่าที่เคยรู้สึกมาก่อน

he felt the indestructibility of every life

เขาสัมผัสได้ถึงความไม่สามารถทำลายล้างได้ของทุกชีวิต

he felt the eternity of every moment

เขารู้สึกถึงความเป็นนิรันดร์ของทุกช่วงเวลา

When he rose, Vasudeva had prepared rice for him

เมื่อเขาลุกขึ้น พระวาสุเทพได้เตรียมข้าวสารไว้ให้

But Siddhartha did not eat that night

แต่คืนนั้นพระสิทธัตถะไม่ได้รับประทานอาหาร

In the stable their goat stood

ในคอกมีแพะของพวกเขายืนอยู่

the two old men prepared beds of straw for themselves

ชายชราทั้งสองเตรียมเตียงฟางไว้สำหรับตนเอง
Vasudeva laid himself down to sleep
พระวาสุเทพทรงนอนลงหลับไป
But Siddhartha went outside and sat before the hut
แต่พระสิทธัตถะเสด็จออกไปนั่งอยู่หน้ากระท่อม
he listened to the river, surrounded by the past
เขาฟังเสียงแม่น้ำที่ล้อมรอบไปด้วยอดีต
he was touched and encircled by all times of his life at the same time
พระองค์ทรงได้รับการสัมผัสและโอบล้อมด้วยทุกช่วงเวลาของชีวิตในเวลาเดียวกัน
occasionally he rose and he stepped to the door of the hut
บางครั้งเขาก็ลุกขึ้นและก้าวไปที่ประตูกระท่อม
he listened whether the boy was sleeping
เขาฟังว่าเด็กชายกำลังนอนหลับหรือไม่

before the sun could be seen, Vasudeva came out of the stable
ก่อนจะเห็นพระอาทิตย์ได้ วาสุเทพก็ออกมาจากคอกม้า
he walked over to his friend
เขาเดินไปหาเพื่อนของเขา
"You haven't slept," he said
"คุณไม่ได้นอน" เขากล่าว
"No, Vasudeva. I sat here"
"ไม่นะ วาสุเทพ ฉันนั่งอยู่ตรงนี้"
"I was listening to the river"
"ผมกำลังฟังเสียงแม่น้ำ"
"the river has told me a lot"

"แม่น้ำได้บอกฉันมากมาย"

"it has deeply filled me with the healing thought of oneness"

"มันทำให้ฉันรู้สึกถึงความคิดอันเป็นหนึ่งเดียวอันช่วยเยียวยาจิตใจได้อย่างล้ำลึก"

"You've experienced suffering, Siddhartha"

"ท่านได้ประสบความทุกข์แล้ว พระสิทธัตถะ"

"but I see no sadness has entered your heart"

"แต่ข้าพเจ้าไม่เห็นความเศร้าโศกใดๆ เข้ามาในใจท่านเลย"

"No, my dear, how should I be sad?"

"ไม่นะที่รัก ฉันจะเสียใจได้อย่างไร"

"I, who have been rich and happy"

"ฉันผู้มั่งมีและมีความสุข"

"I have become even richer and happier now"

"ตอนนี้ฉันยิ่งร่ำรวยและมีความสุขมากขึ้น"

"My son has been given to me"

"ลูกชายของฉันได้ถูกมอบให้กับฉันแล้ว"

"Your son shall be welcome to me as well"

"ลูกชายของฉันก็ยินดีต้อนรับเช่นกัน"

"But now, Siddhartha, let's get to work"

"แต่ตอนนี้ เจ้าชายสิทธัตถะ เรามาลงมือทำงานกันเถอะ"

"there is much to be done"

"ยังมีอะไรอีกมากมายที่ต้องทำ"

"Kamala has died on the same bed on which my wife had died"

"กมลาเสียชีวิตบนเตียงเดียวกับที่ภรรยาของฉันเสียชีวิต"

"Let us build Kamala's funeral pile on the hill"

"เรามาสร้างกองศพกมลาไว้บนเนินเขากันเถอะ"

"the hill on which I my wife's funeral pile is"

"เนินเขาที่กองศพของภรรยาฉันอยู่"
While the boy was still asleep, they built the funeral pile
ขณะที่เด็กชายยังหลับอยู่ พวกเขาก็สร้างกองศพขึ้นมา

The Son
ลูกชาย

Timid and weeping, the boy had attended his mother's funeral
เด็กชายขี้อายและร้องไห้ไปร่วมงานศพแม่ของเขา
gloomy and shy, he had listened to Siddhartha
เศร้าหมองและขี้อาย เขาจึงฟังพระสิทธัตถะ
Siddhartha greeted him as his son
พระสิทธัตถะทรงต้อนรับพระองค์ว่าเป็นพระโอรส
he welcomed him at his place in Vasudeva's hut
พระองค์ทรงต้อนรับเขาไปยังที่พักของเขาในกระท่อมของพระเจ้าวาสุเทพ
Pale, he sat for many days by the hill of the dead
หน้าซีด นั่งอยู่บนเนินเขาแห่งความตายหลายวัน
he did not want to eat
เขาไม่อยากกิน
he did not look at anyone
เขาไม่ได้มองใครเลย
he did not open his heart
เขาไม่ได้เปิดใจของเขา
he met his fate with resistance and denial
เขาเผชิญชะตากรรมด้วยการต่อต้านและการปฏิเสธ
Siddhartha spared giving him lessons
พระสิทธัตถะทรงเว้นที่จะทรงสอนบทเรียนแก่พระองค์
and he let him do as he pleased
และพระองค์ก็ทรงปล่อยให้เขาทำตามที่พระองค์พอใจ
Siddhartha honoured his son's mourning

พระสิทธัตถะทรงไว้อาลัยแด่พระโอรสของพระองค์

he understood that his son did not know him

เขาเข้าใจว่าลูกชายของเขาไม่รู้จักเขา

he understood that he could not love him like a father

เขาเข้าใจว่าเขาไม่สามารถรักเขาได้เหมือนพ่อ

Slowly, he also understood that the eleven-year-old was a pampered boy

ช้าๆ

เขาก็เริ่มเข้าใจว่าเด็กอายุสิบเอ็ดขวบเป็นเด็กที่ได้รับการเอาใจใส่เป็นอย่างดี

he saw that he was a mother's boy

เขาเห็นว่าตนเองเป็นเด็กติดแม่

he saw that he had grown up in the habits of rich people

เขาเห็นว่าตนเติบโตมาด้วยนิสัยของคนรวย

he was accustomed to finer food and a soft bed

เขาเคยชินกับอาหารชั้นเลิศและเตียงนอนนุ่มๆ

he was accustomed to giving orders to servants

เขาเคยชินกับการสั่งคนรับใช้

the mourning child could not suddenly be content with a life among strangers

เด็กที่กำลังโศกเศร้าไม่อาจพอใจกับชีวิตท่ามกลางคนแปลกหน้าได้ทันที

Siddhartha understood the pampered child would not willingly be in poverty

พระสิทธัตถะทรงเข้าใจว่าเด็กที่ได้รับการเอาใจใส่เป็นอย่างดีจะไม่เต็มใจอยู่ในความยากจน

He did not force him to do these these things

พระองค์มิได้ทรงบังคับให้เขาทำสิ่งเหล่านี้

Siddhartha did many chores for the boy

พระสิทธัตถะทรงทำภารกิจต่างๆ มากมายให้เด็กน้อย

he always saved the best piece of the meal for him

เขามักจะเก็บส่วนที่ดีที่สุดของมื้ออาหารไว้ให้เขาเสมอ

Slowly, he hoped to win him over, by friendly patience

เขาค่อย ๆ หวังว่าจะชนะใจเขาได้ด้วยความอดทนที่เป็นมิตร

Rich and happy, he had called himself, when the boy had come to him

เขาเรียกตัวเองว่าร่ำรวยและมีความสุขเมื่อเด็กชายมาหาเขา

Since then some time had passed

ตั้งแต่นั้นมาก็ผ่านไปสักระยะหนึ่ง

but the boy remained a stranger and in a gloomy disposition

แต่เด็กชายยังคงเป็นคนแปลกหน้าและมีอารมณ์เศร้าหมอง

he displayed a proud and stubbornly disobedient heart

เขาแสดงหัวใจที่หยิ่งผยองและดื้อรั้นไม่เชื่อฟัง

he did not want to do any work

เขาไม่อยากทำอะไรเลย

he did not pay his respect to the old men

เขาไม่เคารพผู้เฒ่าเหล่านั้น

he stole from Vasudeva's fruit-trees

เขาขโมยจากต้นผลของพระวาสุเทพ

his son had not brought him happiness and peace

ลูกชายของเขาไม่ได้นำความสุขและความสงบมาให้เขา

the boy had brought him suffering and worry

เด็กชายได้นำความทุกข์และความกังวลมาให้แก่เขา

slowly Siddhartha began to understand this

พระพุทธเจ้าทรงเริ่มเข้าใจเรื่องนี้ช้าๆ

But he loved him regardless of the suffering he brought him
แต่พระองค์ยังทรงรักเขาไม่ว่าจะต้องทนทุกข์ทรมานสักเพียงไร
he preferred the suffering and worries of love over happiness and joy without the boy
เขาชอบความทุกข์และความกังวลของความรักมากกว่าความสุขและความยินดีที่ไม่มีเด็กน้อย
from when young Siddhartha was in the hut the old men had split the work
ตั้งแต่เมื่อเจ้าชายสิทธัตถะยังอยู่ในกระท่อม คนแก่ก็แบ่งงานกันทำ
Vasudeva had again taken on the job of the ferryman
พระเจ้าวาสุเทพทรงรับหน้าที่เป็นคนพายเรืออีกครั้ง
and Siddhartha, in order to be with his son, did the work in the hut and the field
และสิทธัตถะเพื่อจะอยู่กับลูกชายจึงทำงานในกระท่อมและในทุ่งนา

for long months Siddhartha waited for his son to understand him
พระสิทธัตถะทรงรอคอยให้พระโอรสเข้าใจพระองค์เป็นเวลานานหลายเดือน
he waited for him to accept his love
เขารอให้เขายอมรับความรักของเขา
and he waited for his son to perhaps reciprocate his love
และเขารอให้ลูกชายของเขาตอบแทนความรักของเขา
For long months Vasudeva waited, watching
พระวาสุเทพทรงคอยเฝ้าดูอยู่เป็นเวลานานหลายเดือน
he waited and said nothing
เขาได้รอและไม่พูดอะไร

One day, young Siddhartha tormented his father very much

วันหนึ่งเจ้าชายสิทธัตถะยังเด็กได้ทรมานบิดาของตนมาก

he had broken both of his rice-bowls

เขาได้หักชามข้าวทั้งสองใบของเขา

Vasudeva took his friend aside and talked to him

พระวาสุเทพทรงเรียกเพื่อนมาคุยเป็นการส่วนตัว

"Pardon me," he said to Siddhartha

"ขออภัยด้วย" พระองค์ตรัสแก่พระสิทธัตถะ

"from a friendly heart, I'm talking to you"

"จากใจที่เป็นมิตร ฉันกำลังคุยกับคุณ"

"I'm seeing that you are tormenting yourself"

"ฉันเห็นว่าคุณกำลังทรมานตัวเองอยู่"

"I'm seeing that you're in grief"

"ผมเห็นว่าคุณกำลังเศร้าโศก"

"Your son, my dear, is worrying you"

"ลูกชายของคุณกำลังทำให้คุณเป็นกังวลนะที่รัก"

"and he is also worrying me"

"และเขาก็ทำให้ฉันกังวลด้วย"

"That young bird is accustomed to a different life"

"ลูกนกตัวนั้นคุ้นเคยกับชีวิตที่แตกต่าง"

"he is used to living in a different nest"

"เขาเคยชินกับการอาศัยอยู่ในรังอื่น"

"he has not, like you, run away from riches and the city"

"เขาไม่ได้หนีจากความร่ำรวยและเมืองเหมือนคุณ"

"he was not disgusted and fed up with the life in Sansara"

"เขาไม่ได้รู้สึกขยะแขยงหรือเบื่อหน่ายกับชีวิตในสันสาร์"

"he had to do all these things against his will"

"เขาต้องทำสิ่งเหล่านี้ทั้งหมดโดยขัดต่อความประสงค์ของเขา"

"he had to leave all this behind"
"เขาต้องทิ้งทั้งหมดนี้ไว้เบื้องหลัง"
"I asked the river, oh friend"
"ฉันถามแม่น้ำแล้วนะเพื่อน"
"many times I have asked the river"
"ฉันถามแม่น้ำหลายครั้งแล้ว"
"But the river laughs at all of this"
"แต่แม่น้ำกลับหัวเราะเยาะเรื่องนี้"
"it laughs at me and it laughs at you"
"มันหัวเราะเยาะฉันและหัวเราะเยาะคุณ"
"the river is shaking with laughter at our foolishness"
"แม่น้ำสั่นสะเทือนด้วยความหัวเราะเยาะต่อความโง่เขลาของเรา"
"Water wants to join water as youth wants to join youth"
"น้ำอยากร่วมน้ำ เหมือนเยาวชนอยากร่วมเยาวชน"
"your son is not in the place where he can prosper"
"ลูกของคุณไม่ได้อยู่ในที่ที่เขาจะเจริญได้"
"you too should ask the river"
"คุณเองก็ควรถามแม่น้ำ"
"you too should listen to it!"
"คุณก็ควรฟังมันเช่นกัน!"
Troubled, Siddhartha looked into his friendly face
พระสิทธัตถะทรงวิตกกังวลและมองดูใบหน้าอันเป็นมิตรของพระองค์

he looked at the many wrinkles in which there was incessant cheerfulness
เขาเห็นรอยย่นมากมายซึ่งมีแต่ความร่าเริงไม่หยุดหย่อน
"How could I part with him?" he said quietly, ashamed

"ฉันจะแยกทางกับเขาได้อย่างไร" เขากล่าวอย่างเงียบๆ ด้วยความละอาย

"Give me some more time, my dear"

"ให้ฉันมีเวลาอีกสักหน่อยนะที่รัก"

"See, I'm fighting for him"

"ดูสิ ฉันสู้เพื่อเขา"

"I'm seeking to win his heart"

"ผมกำลังพยายามที่จะเอาชนะใจเขา"

"with love and with friendly patience I intend to capture it"

"ด้วยความรักและความอดทนที่เป็นมิตร ฉันตั้งใจที่จะเก็บมันเอาไว้"

"One day, the river shall also talk to him"

"สักวันหนึ่งแม่น้ำก็จะพูดกับเขาเช่นกัน"

"he also is called upon"

"เขาก็ถูกเรียกเช่นกัน"

Vasudeva's smile flourished more warmly

พระวาสุเทพทรงยิ้มแย้มแจ่มใสยิ่งขึ้น

"Oh yes, he too is called upon"

"โอ้ใช่ เขาก็ถูกเรียกเหมือนกัน"

"he too is of the eternal life"

"เขาก็เป็นผู้มีชีวิตนิรันดร์"

"But do we, you and me, know what he is called upon to do?"

"แต่เรา คุณและฉัน รู้หรือไม่ว่าเขาถูกเรียกร้องให้ทำอะไร?"

"we know what path to take and what actions to perform"

"เรารู้ว่าจะต้องเลือกเส้นทางไหนและต้องดำเนินการอย่างไร"

"we know what pain we have to endure"

“เรารู้ว่าเราจะต้องทนทุกข์ทรมานขนาดไหน”

"but does he know these things?"

“แต่เขารู้เรื่องเหล่านี้ไหม?”

"Not a small one, his pain will be"

“ไม่เล็กหรอก ความเจ็บปวดของเขาจะ”

"after all, his heart is proud and hard"

"อย่างไรก็ตาม หัวใจของเขานั้นภาคภูมิใจและแข็งกร้าว"

"people like this have to suffer and err a lot"

“คนแบบนี้ต้องทนทุกข์และผิดพลาดมากมาย”

"they have to do much injustice"

"พวกเขาต้องทำความอยุติธรรมมากมาย"

"and they have burden themselves with much sin"

“และพวกเขาก็มีภาระบาปมาก”

"Tell me, my dear," he asked of Siddhartha

“บอกฉันหน่อยสิที่รัก” เขาถามถึงเจ้าชายสิทธัตถะ

"you're not taking control of your son's upbringing?"

“คุณไม่ได้ควบคุมการเลี้ยงลูกของคุณเหรอ?”

"You don't force him, beat him, or punish him?"

“คุณไม่ได้บังคับเขา ตีเขา หรือลงโทษเขาใช่ไหม?”

"No, Vasudeva, I don't do any of these things"

“ไม่น่ะ วาสุเทพ ฉันไม่ได้ทำเรื่องพวกนั้นเลย”

"I knew it. You don't force him"

“ฉันรู้แล้ว คุณอย่าบังคับเขา”

"you don't beat him and you don't give him orders"

“คุณไม่ได้ตีเขาและคุณไม่ได้สั่งเขา”

"because you know softness is stronger than hard"

"เพราะคุณรู้ว่าความนุ่มนวลแข็งแกร่งกว่าความแข็ง"

"you know water is stronger than rocks"

"คุณรู้ไหมว่าน้ำแข็งแกร่งกว่าหิน"
"and you know love is stronger than force"
"และคุณรู้ว่าความรักนั้นแข็งแกร่งกว่าการบังคับ"
"Very good, I praise you for this"
"ดีมาก ฉันชื่นชมคุณสำหรับสิ่งนี้"
"But aren't you mistaken in some way?"
"แต่คุณไม่เข้าใจผิดอยู่บ้างเหรอ?"
"don't you think that you are forcing him?"
"คุณไม่คิดว่าคุณกำลังบังคับเขาอยู่เหรอ?"
"don't you perhaps punish him a different way?"
"คุณไม่ลงโทษเขาด้วยวิธีอื่นบ้างเหรอ?"
"Don't you shackle him with your love?"
"คุณไม่ล่ามโซ่เขาด้วยความรักของคุณเหรอ?"
"Don't you make him feel inferior every day?"
"คุณไม่ทำให้เขารู้สึกต่ำต้อยลงทุกวันบ้างเหรอ?"
"doesn't your kindness and patience make it even harder for him?"
"ความกรุณาและความอดทนของคุณไม่ทำให้เขาลำบากยิ่งขึ้นหรือ?"
"aren't you forcing him to live in a hut with two old banana-eaters?"
"คุณไม่บังคับให้เขาไปอยู่กระท่อมกับคนกินกล้วยแก่ๆ สองคนเหรอ?"
"old men to whom even rice is a delicacy"
"ผู้เฒ่าแก่ที่แม้แต่ข้าวก็ถือเป็นอาหารอันโอชะ"
"old men whose thoughts can't be his"
"ชายชราที่ความคิดของพวกเขาไม่ใช่ของเขา"
"old men whose hearts are old and quiet"

"ชายชราผู้มีหัวใจแก่ชราและเงียบสงบ"
"old men whose hearts beat in a different pace than his"
"ชายชราที่หัวใจเต้นไม่เหมือนกับเขา"
"Isn't he forced and punished by all this?""
"เขาไม่ได้ถูกบังคับและลงโทษแบบนี้เหรอ?"
Troubled, Siddhartha looked to the ground
พระสิทธัตถะทรงวิตกกังวลและทอดพระเนตรลงดูพื้นดิน
Quietly, he asked, "What do you think should I do?"
เขาถามอย่างเงียบๆ ว่า "คุณคิดว่าฉันควรทำอย่างไร?"
Vasudeva spoke, "Bring him into the city"
พระวาสุเทพตรัสว่า "จงนำเขาเข้าไปในเมืองเถิด"
"bring him into his mother's house"
"พาเขาไปที่บ้านแม่ของเขา"
"there'll still be servants around, give him to them"
"ยังมีคนรับใช้แถวนั้นอยู่ ให้เขาไปเถอะ"
"And if there aren't any servants, bring him to a teacher"
"ถ้าไม่มีคนรับใช้ก็พามาหาครู"
"but don't bring him to a teacher for teachings' sake"
"แต่ก็อย่าพาเขาไปหาครูเพื่อสั่งสอนเขา"
"bring him to a teacher so that he is among other children"
"พาเขาไปหาครูเพื่อให้เขาได้อยู่ร่วมกับเด็กคนอื่นๆ"
"and bring him to the world which is his own"
"และนำเขามาสู่โลกซึ่งเป็นของเขาเอง"
"have you never thought of this?"
"คุณไม่เคยคิดเรื่องนี้เลยเหรอ?"
"you're seeing into my heart," Siddhartha spoke sadly
"ท่านมองเห็นหัวใจของฉัน" พระสิทธัตถะตรัสด้วยความเศร้าใจ
"Often, I have thought of this"

"ฉันเคยคิดเรื่องนี้บ่อยครั้ง"
"but how can I put him into this world?"
"แต่ฉันจะเอาเขาเข้ามาในโลกนี้ได้ยังไง?"
"Won't he become exuberant?"
"เขาจะไม่ร่าเริงขึ้นเหรอ?"
"won't he lose himself to pleasure and power?"
"เขาจะไม่สูญเสียตัวให้กับความสุขและอำนาจหรือ?"
"won't he repeat all of his father's mistakes?"
"เขาจะไม่ทำผิดเหมือนพ่อเขาอีกเหรอ?"
"won't he perhaps get entirely lost in Sansara?"
"เขาคงจะหลงอยู่ใน Sansara ไปจนหมดแล้วสินะ"
Brightly, the ferryman's smile lit up
รอยยิ้มของคนพายเรือก็สว่างขึ้นอย่างสดใส
softly, he touched Siddhartha's arm
พระองค์ได้ทรงแตะพระหัตถ์ของพระสิทธัตถะอย่างเบามือ
"Ask the river about it, my friend!"
"ถามแม่น้ำดูสิเพื่อน!"
"Hear the river laugh about it!"
"ฟังเสียงแม่น้ำหัวเราะสิ!"
"Would you actually believe that you had committed your foolish acts?
"คุณจะเชื่อจริงไหมว่าคุณได้กระทำการอันโง่เขลานั้น?
"in order to spare your son from committing them too"
"เพื่อจะได้ไม่ให้ลูกชายของคุณทำผิดด้วย"
"And could you in any way protect your son from Sansara?"
"แล้วคุณจะสามารถปกป้องลูกชายของคุณจากซันซาราได้อย่างไร?"
"How could you protect him from Sansara?"

"คุณจะปกป้องเขาจากซันซาราได้อย่างไร?"

"By means of teachings, prayer, admonition?"

"ด้วยคำสอน คำอธิษฐาน คำตักเตือน?"

"My dear, have you entirely forgotten that story?"

"ที่รัก คุณลืมเรื่องนั้นไปแล้วหรือ?"

"the story containing so many lessons"

"เรื่องราวที่เต็มไปด้วยบทเรียนมากมาย"

"the story about Siddhartha, a Brahman's son"

"เรื่องเล่าของเจ้าชายสิทธัตถะ บุตรของพระพราหมณ์"

"the story which you once told me here on this very spot?"

"เรื่องที่คุณเคยเล่าให้ฉันฟังที่นี่ ณ ที่แห่งนี้น่ะหรือ?"

"Who has kept the Samana Siddhartha safe from Sansara?"

"ผู้ใดเล่าที่รักษาสามกษัตริย์ให้ปลอดภัยจากสังสาระได้?"

"who has kept him from sin, greed, and foolishness?"

"ใครเล่าได้รักษาเขาให้พ้นจากบาป ความโลภ และความโง่เขลา?"

"Were his father's religious devotion able to keep him safe?
ความศรัทธาในศาสนาของบิดาสามารถคุ้มครองเขาให้ปลอดภัยได้หรือไม่?

"were his teacher's warnings able to keep him safe?"

"คำเตือนของครูสามารถช่วยเขาให้ปลอดภัยได้หรือไม่?"

"could his own knowledge keep him safe?"

"ความรู้ของเขาเองสามารถช่วยให้เขาปลอดภัยได้หรือไม่?"

"was his own search able to keep him safe?"

"การค้นหาของเขาเองสามารถช่วยเขาให้ปลอดภัยได้หรือไม่"

"What father has been able to protect his son?"

"พ่อคนไหนที่สามารถปกป้องลูกชายของเขาได้?"

"what father could keep his son from living his life for himself?"

"พ่อคนไหนกันที่ห้ามไม่ให้ลูกชายใช้ชีวิตเพื่อตัวเขาเองได้?"
"what teacher has been able to protect his student?"
"ครูคนไหนบ้างที่สามารถปกป้องลูกศิษย์ของตัวเองได้?"
"what teacher can stop his student from soiling himself with life?"
"ครูคนไหนกันที่สามารถห้ามนักเรียนของตน ไม่ให้เปื้อนชีวิตได้"
"who could stop him from burdening himself with guilt?"
"ใครจะหยุดเขาจากการแบกภาระแห่งความผิดได้?"
"who could stop him from drinking the bitter drink for himself?"
"ใครจะห้ามไม่ให้เขาดื่มเครื่องดื่มขมๆ นี้เพื่อตัวเองได้?"
"who could stop him from finding his path for himself?"
"ใครจะหยุดเขาจากการค้นหาเส้นทางของตัวเองได้?"
"did you think anybody could be spared from taking this path?"
"คุณคิดว่าจะมีใครรอดพ้นจากเส้นทางนี้ไปได้ไหม?"
"did you think that perhaps your little son would be spared?"
"คุณคิดไหมว่าลูกชายตัวน้อยของคุณอาจจะรอดตาย"
"did you think your love could do all that?"
"คุณคิดว่าความรักของคุณจะสามารถทำทุกอย่างนั้นได้เหรอ?"
"did you think your love could keep him from suffering"
"คุณคิดว่าความรักของคุณสามารถทำให้เขาไม่ทุกข์ทรมานได้หรือเปล่า"
"did you think your love could protect him from pain and disappointment?
คุณคิดว่าความรักของคุณจะสามารถปกป้องเขาจากความเจ็บปวดและความผิดหวังได้หรือเปล่า?
"you could die ten times for him"

"คุณอาจจะตายเพื่อเขาได้สิบครั้ง"
"but you could take no part of his destiny upon yourself"
"แต่คุณไม่สามารถรับส่วนแบ่งจากชะตากรรมของเขาไว้กับตัวคุณเองได้"
Never before, Vasudeva had spoken so many words
ไม่เคยมีครั้งใดที่พระวาสุเทพจะตรัสคำมากมายเช่นนี้
Kindly, Siddhartha thanked him
พระสิทธัตถะได้ทรงขอบพระคุณพระองค์อย่างกรุณา
he went troubled into the hut
เขาเข้าไปในกระท่อมด้วยความลำบาก

he could not sleep for a long time
เขาไม่สามารถนอนหลับได้เป็นเวลานาน
Vasudeva had told him nothing he had not already thought and known
พระวาสุเทพทรงบอกสิ่งใดที่พระองค์ไม่ได้คิดและรู้มาก่อนแล้ว
But this was a knowledge he could not act upon
แต่ความรู้ดังกล่าวเป็นความรู้ที่เขาไม่สามารถกระทำได้
stronger than knowledge was his love for the boy
แข็งแกร่งยิ่งกว่าความรู้คือความรักที่เขามีต่อเด็กชาย
stronger than knowledge was his tenderness
แข็งแกร่งกว่าความรู้คือความอ่อนโยนของเขา
stronger than knowledge was his fear to lose him
แข็งแกร่งกว่าความรู้คือความกลัวที่จะสูญเสียเขาไป
had he ever lost his heart so much to something?
เขาเคยสูญเสียหัวใจให้กับบางสิ่งบางอย่างมากขนาดนี้ไหม?
had he ever loved any person so blindly?

เขาเคยรักใครอย่างตาบอดขนาดนี้ไหม?

had he ever suffered for someone so unsuccessfully?

เขาเคยทนทุกข์เพื่อใครคนหนึ่งอย่างไม่ประสบความสำเร็จเช่นนั้นบ้างหรือเปล่า?

had he ever made such sacrifices for anyone and yet been so unhappy?

เขาเคยเสียสละเพื่อใครมากมายขนาดนี้แต่กลับไม่มีความสุขเลยหรือ?

Siddhartha could not heed his friend's advice

พระสิทธัตถะไม่ทรงฟังคำแนะนำของเพื่อน

he could not give up the boy

เขาไม่สามารถละทิ้งเด็กชายไปได้

He let the boy give him orders

เขาปล่อยให้เด็กชายออกคำสั่ง

he let him disregard him

เขาปล่อยให้เขาไม่สนใจเขา

He said nothing and waited

เขาไม่พูดอะไรและรอ

daily, he attempted the struggle of friendliness

เขาพยายามดิ้นรนเพื่อมิตรภาพทุกวัน

he initiated the silent war of patience

เขาเป็นผู้ริเริ่มสงครามเงียบแห่งความอดทน

Vasudeva also said nothing and waited

พระวาสุเทพทรงนิ่งเงียบและรอ

They were both masters of patience

ทั้งสองเป็นผู้เชี่ยวชาญเรื่องความอดทน

one time the boy's face reminded him very much of Kamala
ครั้งหนึ่งใบหน้าของเด็กชายทำให้เขานึกถึงกมลาอย่างมาก

Siddhartha suddenly had to think of something Kamala had once said
จู่ๆ พระสิทธัตถะก็นึกถึงสิ่งที่กมลาเคยพูดไว้

"You cannot love" she had said to him
"คุณไม่สามารถรัก" เธอพูดกับเขา

and he had agreed with her
และเขาก็เห็นด้วยกับเธอ

and he had compared himself with a star
และเขาได้เปรียบเทียบตัวเองกับดวงดาว

and he had compared the childlike people with falling leaves
และเขาได้เปรียบเทียบผู้คนที่เป็นเหมือนเด็กกับใบไม้ที่ร่วงหล่น

but nevertheless, he had also sensed an accusation in that line
แต่กระนั้นเขาก็สัมผัสได้ถึงข้อกล่าวหาในบรรทัดนั้นด้วย

Indeed, he had never been able to love
ที่จริงเขาไม่เคยสามารถที่จะรัก

he had never been able to devote himself completely to another person
เขาไม่เคยสามารถอุทิศตนให้กับคนอื่นได้อย่างสมบูรณ์

he had never been able to to forget himself
เขาไม่เคยสามารถลืมตัวเองได้เลย

he had never been able to commit foolish acts for the love of another person
เขาไม่เคยทำสิ่งโง่เขลาเพื่อความรักของคนอื่นเลย

at that time it seemed to set him apart from the childlike people

ในเวลานั้นดูเหมือนว่าเขาจะแตกต่างจากคนเด็กๆ

But ever since his son was here, Siddhartha also become a childlike person

แต่ตั้งแต่ที่ลูกชายของเขาอยู่ที่นี่

พระสิทธัตถะก็กลายเป็นบุคคลเหมือนเด็ก

he was suffering for the sake of another person

เขาต้องทนทุกข์เพื่อคนอื่น

he was loving another person

เขารักคนอื่นอยู่

he was lost to a love for someone else

เขาสูญเสียความรักที่มีต่อคนอื่นไป

he had become a fool on account of love

เขาได้กลายเป็นคนโง่เพราะความรัก

Now he too felt the strongest and strangest of all passions

บัดนี้เขาก็รู้สึกถึงความรู้สึกที่รุนแรงและแปลกประหลาดที่สุดเช่นกัน

he suffered from this passion miserably

เขาได้รับความทุกข์ทรมานจากความหลงผิดนี้อย่างแสนสาหัส

and he was nevertheless in bliss

และเขาก็ยังอยู่ในความสุข

he was nevertheless renewed in one respect

ถึงกระนั้นเขาก็ได้รับการต่ออายุในแง่หนึ่ง

he was enriched by this one thing

เขาร่ำรวยจากสิ่งนี้สิ่งเดียว

He sensed very well that this blind love for his son was a passion

เขาสัมผัสได้ชัดเจนว่าความรักอันมืดบอดที่มีต่อลูกชายของเขาเป็นความหลงใหล

he knew that it was something very human
เขารู้ว่ามันเป็นสิ่งที่มนุษย์คนหนึ่งมี
he knew that it was Sansara
เขารู้ว่ามันคือสันซารา
he knew that it was a murky source, dark waters
เขารู้ว่ามันเป็นแหล่งน้ำขุ่น น้ำมืด
but he felt it was not worthless, but necessary
แต่เขารู้สึกว่ามันไม่ไร้ค่าแต่มันจำเป็น
it came from the essence of his own being
มันมาจากแก่นแท้ของตัวเขาเอง
This pleasure also had to be atoned for
ความสุขนี้ก็ต้องได้รับการชดเชยเช่นกัน
this pain also had to be endured
ความเจ็บปวดนี้ก็ต้องทนเช่นกัน
these foolish acts also had to be committed
การกระทำอันโง่เขลาเหล่านี้ก็ต้องกระทำเช่นกัน
Through all this, the son let him commit his foolish acts
ตลอดมาบุตรก็ปล่อยให้เขาทำความโง่เขลา
he let him court for his affection
เขาปล่อยให้เขาจีบเพื่อขอความรักจากเขา
he let him humiliate himself every day
เขาปล่อยให้เขาอับอายตัวเองทุกวัน
he gave in to the moods of his son
เขาทำตามอารมณ์ของลูกชาย
his father had nothing which could have delighted him

พ่อของเขาไม่มีอะไรที่จะทำให้เขาพอใจได้
and he nothing that the boy feared
และเขาไม่มีอะไรที่เด็กชายกลัว
He was a good man, this father
พ่อคนนี้เขาเป็นคนดี
he was a good, kind, soft man
เขาเป็นผู้ชายที่ดี ใจดี และอ่อนโยน
perhaps he was a very devout man
บางทีเขาอาจเป็นคนเคร่งศาสนามาก
perhaps he was a saint, the boy thought
บางทีเขาอาจจะเป็นนักบุญ เด็กน้อยคิด
but all these attributes could not win the boy over
แต่คุณสมบัติเหล่านี้ก็ไม่สามารถเอาชนะใจเด็กชายได้
He was bored by this father, who kept him imprisoned
เขาเบื่อหน่ายกับพ่อคนนี้ที่ขังเขาเอาไว้
a prisoner in this miserable hut of his
นักโทษในกระท่อมที่น่าสังเวชนี้ของเขา
he was bored of him answering every naughtiness with a smile
เขาเบื่อหน่ายกับการที่เขาตอบทุกความซุกซนด้วยรอยยิ้ม
he didn't appreciate insults being responded to by friendliness
เขาไม่ชอบการดูถูกที่ตอบโต้ด้วยความเป็นมิตร
he didn't like viciousness returned in kindness
เขาไม่ชอบความร้ายกาจที่ตอบแทนด้วยความเมตตา
this very thing was the hated trick of this old sneak
สิ่งนี้เองเป็นกลอุบายที่น่ารังเกียจของนักแอบอ้างคนเก่าคนนี้
Much more the boy would have liked it if he had been threatened by him

เด็กชายจะชอบมากขึ้นหากเขาถูกคุกคามจากเขา
he wanted to be abused by him
เขาต้องการที่จะถูกเขาทำร้าย

A day came when young Siddhartha had had enough
วันหนึ่งเมื่อเจ้าชายสิทธัตถะยังเด็กก็ทนไม่ไหวอีกต่อไป
what was on his mind came bursting forth
สิ่งที่อยู่ในใจของเขาก็ระเบิดออกมา
and he openly turned against his father
และเขาก็หันหลังให้พ่ออย่างเปิดเผย
Siddhartha had given him a task
พระสิทธัตถะทรงมอบหมายหน้าที่ให้เขา
he had told him to gather brushwood
เขาบอกให้เขาไปเก็บกิ่งไม้มา
But the boy did not leave the hut
แต่เด็กชายก็ไม่ยอมออกจากกระท่อม
in stubborn disobedience and rage, he stayed where he was
ด้วยความดื้อรั้นและความโกรธ เขาก็ยังคงอยู่ที่เดิม
he thumped on the ground with his feet
เขากระทืบพื้นด้วยเท้าของเขา
he clenched his fists and screamed in a powerful outburst
เขากำหมัดแน่นและกรีดร้องออกมาอย่างสุดเสียง
he screamed his hatred and contempt into his father's face
เขาตะโกนความเกลียดชังและดูถูกใส่หน้าพ่อของเขา
"Get the brushwood for yourself!" he shouted, foaming at the mouth
"ไปเอาไม้มาเอง!" เขาร้องตะโกนด้วยน้ำเสียงเดือดดาล
"I'm not your servant"

- 310 -

"ฉันไม่ใช่คนรับใช้ของคุณ"

"I know that you won't hit me, you wouldn't dare"

"ฉันรู้ว่าเธอจะไม่ตีฉัน เธอไม่กล้าหรอก"

"I know that you constantly want to punish me"

"ฉันรู้ว่าคุณอยากจะลงโทษฉันอยู่ตลอดเวลา"

"you want to put me down with your religious devotion and your indulgence"

"คุณต้องการจะกดฉันลงด้วยความศรัทธาทางศาสนาและความโอบอ้อมอารีของคุณ"

"You want me to become like you"

"คุณอยากให้ฉันเป็นเหมือนคุณ"

"you want me to be just as devout, soft, and wise as you"

"คุณต้องการให้ฉันเป็นคนเคร่งศาสนา อ่อนโยน และฉลาดเหมือนคุณ"

"but I won't do it, just to make you suffer"

"แต่ฉันจะไม่ทำอย่างนั้น เพียงเพื่อให้คุณทรมานเท่านั้น"

"I would rather become a highway-robber than be as soft as you"

"ฉันขอเป็นโจรบนทางหลวงดีกว่าที่จะอ่อนแอเหมือนคุณ"

"I would rather be a murderer than be as wise as you"

"ฉันขอเป็นฆาตกรดีกว่าที่จะฉลาดเหมือนคุณ"

"I would rather go to hell, than to become like you!"

"ฉันขอลงนรกดีกว่าที่จะเป็นเหมือนคุณ!"

"I hate you, you're not my father

"ฉันเกลียดคุณ คุณไม่ใช่พ่อของฉัน

"even if you've slept with my mother ten times, you are not my father!"

"ต่อให้คุณนอนกับแม่ฉันสิบครั้งคุณก็ไม่ใช่พ่อของฉัน!"

Rage and grief boiled over in him
ความโกรธและความเศร้าโศกเดือดพล่านอยู่ในตัวเขา

he foamed at his father in a hundred savage and evil words
เขาพูดจาหยาบคายและชั่วร้ายใส่พ่อของเขาเป็นร้อยครั้ง

Then the boy ran away into the forest
แล้วเด็กชายก็วิ่งหนีเข้าไปในป่า

it was late at night when the boy returned
เป็นเวลาดึกแล้วเมื่อเด็กชายกลับมา

But the next morning, he had disappeared
แต่เช้าวันรุ่งขึ้นเขาก็หายไป

What had also disappeared was a small basket
สิ่งที่หายไปอีกชิ้นหนึ่งคือตะกร้าใบเล็ก

the basket in which the ferrymen kept those copper and silver coins
ตะกร้าที่คนข้ามฟากเก็บเหรียญทองแดงและเหรียญเงินไว้

the coins which they received as a fare
เหรียญที่พวกเขาได้รับเป็นค่าโดยสาร

The boat had also disappeared
เรือก็หายไปด้วย

Siddhartha saw the boat lying by the opposite bank
พระสิทธัตถะทรงเห็นเรือจอดอยู่ฝั่งตรงข้าม

Siddhartha had been shivering with grief
พระสิทธัตถะทรงตัวสั่นด้วยความเศร้าโศก

the ranting speeches the boy had made touched him
คำพูดที่โวยวายของเด็กชายทำให้เขาซาบซึ้งใจ

"I must follow him," said Siddhartha
"ข้าพเจ้าจะต้องติดตามพระองค์ไป" พระสิทธัตถะตรัส

"A child can't go through the forest all alone, he'll perish"

"เด็กไม่สามารถเดินผ่านป่าเพียงลำพังได้ เขาจะตาย"

"We must build a raft, Vasudeva, to get over the water"

"เราต้องสร้างแพเพื่อจะล่องข้ามน้ำได้นะ วาสุเทพ"

"We will build a raft" said Vasudeva

"เราจะสร้างแพ" พระวาสุเทพกล่าว

"we will build it to get our boat back"

"เราจะสร้างมันขึ้นมาเพื่อจะได้เรือของเรากลับคืนมา"

"But you shall not run after your child, my friend"

"แต่ท่านอย่าวิ่งไล่ตามลูกของท่านนะเพื่อน"

"he is no child anymore"

"เขาไม่ใช่เด็กอีกต่อไปแล้ว"

"he knows how to get around"

"เขารู้วิธีที่จะไปไหนมาไหน"

"He's looking for the path to the city"

"เขากำลังมองหาเส้นทางไปสู่เมือง"

"and he is right, don't forget that"

"และเขาพูดถูก อย่าลืมเรื่องนั้น"

"he's doing what you've failed to do yourself"

"เขาทำสิ่งที่คุณเองก็ล้มเหลวที่จะทำ"

"he's taking care of himself"

"เขาดูแลตัวเอง"

"he's taking his course for himself"

"เขากำลังเรียนวิชาของตัวเอง"

"Alas, Siddhartha, I see you suffering"

"โอ้พระสิทธัตถะ ข้าพเจ้าเห็นท่านทุกข์ทรมาน"

"but you're suffering a pain at which one would like to laugh"

"แต่คุณกำลังทนทุกข์ทรมานจนใคร ๆ ก็อยากจะหัวเราะเยาะ"

"you're suffering a pain at which you'll soon laugh yourself"
"คุณกำลังทุกข์ทรมานกับความเจ็บปวดซึ่งไม่นานคุณเองจะหัวเราะออกมา"

Siddhartha did not answer his friend
พระสิทธัตถะไม่ตอบเพื่อนของตน

He already held the axe in his hands
เขาถือขวานไว้ในมือแล้ว

and he began to make a raft of bamboo
และเขาเริ่มทำแพด้วยไม้ไผ่

Vasudeva helped him to tie the canes together with ropes of grass
พระวาสุเทพทรงช่วยผูกไม้เท้าด้วยเชือกหญ้า

When they crossed the river they drifted far off their course
เมื่อข้ามแม่น้ำไปแล้วก็ลอยไปไกลจากเส้นทาง

they pulled the raft upriver on the opposite bank
พวกเขาได้ลากแพขึ้นแม่น้ำที่ฝั่งตรงข้าม

"Why did you take the axe along?" asked Siddhartha
"เหตุใดพระองค์จึงทรงนำขวานมาด้วย" พระสิทธัตถะทรงถาม

"It might have been possible that the oar of our boat got lost"
"อาจเป็นไปได้ว่าไม้พายของเรือเราหายไป"

But Siddhartha knew what his friend was thinking
แต่พระสิทธัตถะทรงทราบว่าเพื่อนของพระองค์กำลังคิดอะไรอยู่

He thought, the boy would have thrown away the oar
เขาคิดว่าเด็กชายคงจะโยนไม้พายทิ้งไปแล้ว

in order to get some kind of revenge
เพื่อที่จะได้แก้แค้นอะไรบางอย่าง

and in order to keep them from following him
และเพื่อจะได้ไม่ให้พวกเขาติดตามพระองค์ไป

And in fact, there was no oar left in the boat
และแท้จริงแล้วเรือก็ไม่มีพายเหลืออยู่เลย
Vasudeva pointed to the bottom of the boat
พระวาสุเทพชี้ไปที่ก้นเรือ
and he looked at his friend with a smile
และเขามองดูเพื่อนของเขาด้วยรอยยิ้ม
he smiled as if he wanted to say something
เขายิ้มเหมือนอยากจะพูดบางอย่าง
"Don't you see what your son is trying to tell you?"
"คุณไม่เห็นเหรอว่าลูกชายของคุณกำลังพยายามจะบอกคุณอะไร?"

"Don't you see that he doesn't want to be followed?"
"คุณไม่เห็นเหรอว่าเขาไม่อยากให้ใครตาม?"
But he did not say this in words
แต่เขาไม่ได้พูดเรื่องนี้ออกมาเป็นคำพูด
He started making a new oar
เขาเริ่มทำพายใหม่
But Siddhartha bid his farewell, to look for the run-away
แต่พระสิทธัตถะทรงอำลาพระองค์ไปเฝ้าพระองค์ที่หนีไป
Vasudeva did not stop him from looking for his child
พระวาสุเทพมิได้ทรงห้ามไม่ให้เขาออกตามหาบุตรของพระองค์

Siddhartha had been walking through the forest for a long time
พระสิทธัตถะทรงเดินอยู่ในป่ามาเป็นเวลานานแล้ว
the thought occurred to him that his search was useless
เขานึกขึ้นได้ว่าการค้นหาของเขาไร้ประโยชน์

Either the boy was far ahead and had already reached the city
ไม่ว่าเด็กชายจะก้าวหน้าไปไกลแล้วและถึงเมืองแล้วก็ตาม

or he would conceal himself from him
หรือเขาจะซ่อนตัวจากเขา

he continued thinking about his son
เขายังคงคิดถึงลูกชายของเขา

he found that he was not worried for his son
เขาพบว่าเขาไม่ได้กังวลเรื่องลูกชายของเขา

he knew deep inside that he had not perished
เขาตระหนักลึกๆ ในใจว่าเขาไม่ได้ตาย

nor was he in any danger in the forest
และเขาไม่ได้อยู่ในอันตรายใด ๆ ในป่า

Nevertheless, he ran without stopping
กระนั้นเขาก็ยังวิ่งไปโดยไม่หยุด

he was not running to save him
เขาไม่ได้วิ่งไปช่วยเขา

he was running to satisfy his desire
เขาวิ่งไปเพื่อสนองความต้องการของตน

he wanted to perhaps see him one more time
เขาอยากจะพบเขาอีกครั้งหนึ่ง

And he ran up to just outside of the city
แล้วเขาก็วิ่งขึ้นไปนอกเมือง

When, near the city, he reached a wide road
เมื่อใกล้ถึงเมืองก็มาถึงถนนกว้างๆ

he stopped, by the entrance of the beautiful pleasure-garden
เขาหยุดอยู่ตรงทางเข้าสวนพักผ่อนอันสวยงาม

the garden which used to belong to Kamala

สวนที่เคยเป็นของกมลา
the garden where he had seen her for the first time
สวนที่เขาเห็นเธอครั้งแรก
when she was sitting in her sedan-chair
ขณะที่เธอกำลังนั่งอยู่บนเกวียน
The past rose up in his soul
อดีตลุกขึ้นมาในจิตวิญญาณของเขา
again, he saw himself standing there
เขาเห็นตัวเองยืนอยู่ตรงนั้นอีกครั้ง
a young, bearded, naked Samana
ซามาน่าสาวมีเคราและเปลือยกาย
his hair hair was full of dust
ผมของเขาเต็มไปด้วยฝุ่น
For a long time, Siddhartha stood there
พระสิทธัตถะทรงยืนอยู่ที่นั่นเป็นเวลานาน
he looked through the open gate into the garden
เขามองผ่านประตูที่เปิดเข้าไปในสวน
he saw monks in yellow robes walking among the beautiful trees
เขาเห็นพระภิกษุสวมจีวรสีเหลืองเดินไปมาท่ามกลางต้นไม้ที่งดงาม
For a long time, he stood there, pondering
เขายืนคิดอยู่นานว่า
he saw images and listened to the story of his life
เขาเห็นภาพและฟังเรื่องราวในชีวิตของเขา
For a long time, he stood there looking at the monks
เขายืนดูพระภิกษุสงฆ์อยู่นาน
he saw young Siddhartha in their place

พระองค์ได้เห็นเจ้าชายสิทธัตถะในวัยเยาว์มาแทนที่
he saw young Kamala walking among the high trees
เขาเห็นกมลาหนุ่มกำลังเดินอยู่ท่ามกลางต้นไม้สูง
Clearly, he saw himself being served food and drink by Kamala
เห็นชัดว่าเขาเห็นตัวเองกำลังได้รับการเสิร์ฟอาหารและเครื่องดื่มจากกมลา
he saw himself receiving his first kiss from her
เขาเห็นตัวเองกำลังได้รับจูบแรกจากเธอ
he saw himself looking proudly and disdainfully back on his life as a Brahman
เขามองเห็นตัวเองมองย้อนกลับไปในชีวิตของตนในฐานะพราหมณ์ด้วยความภูมิใจและดูถูก
he saw himself beginning his worldly life, proudly and full of desire
เขาเห็นตนเองเริ่มชีวิตทางโลกด้วยความภูมิใจและเต็มไปด้วยความปรารถนา
He saw Kamaswami, the servants, the orgies
เขาเห็นกามสวามี คนรับใช้ งานเลี้ยงสำส่อน
he saw the gamblers with the dice
เขาเห็นนักพนันที่มีลูกเต๋า
he saw Kamala's song-bird in the cage
เขาเห็นนกที่ร้องเพลงของกมลาอยู่ในกรง
he lived through all this again
เขาผ่านเรื่องทั้งหมดนี้มาได้อีกครั้ง
he breathed Sansara and was once again old and tired
เขาหายใจเป็นสันสาร์แล้วก็แก่และเหนื่อยล้าอีกครั้ง
he felt the disgust and the wish to annihilate himself again

เขารู้สึกขยะแขยงและปรารถนาที่จะทำลายตัวเองอีกครั้ง
and he was healed again by the holy Om
และท่านก็หายจากโรคด้วยพระโอมอีกครั้ง
for a long time Siddhartha had stood by the gate
พระสิทธัตถะทรงยืนอยู่ที่ประตูเป็นเวลานาน
he realised his desire was foolish
เขาตระหนักว่าความปรารถนาของเขาเป็นเรื่องโง่เขลา
he realized it was foolishness which had made him go up to this place
เขาตระหนักว่าความโง่เขลาทำให้เขาต้องมาที่นี่
he realized he could not help his son
เขาตระหนักว่าเขาไม่สามารถช่วยลูกชายของเขาได้
and he realized that he was not allowed to cling to him
และเขาก็ได้รู้ว่าเขาไม่สามารถยึดติดเขาได้
he felt the love for the run-away deeply in his heart
เขารู้สึกถึงความรักที่มีต่อคนที่หนีออกจากบ้านอย่างลึกซึ้งในใจของเขา
the love for his son felt like a wound
ความรักที่มีต่อลูกชายรู้สึกเหมือนเป็นแผล
but this wound had not been given to him in order to turn the knife in it
แต่บาดแผลนี้ไม่ได้เกิดขึ้นเพื่อจะหันมีดเข้าไป
the wound had to become a blossom
บาดแผลต้องกลายเป็นดอกไม้
and his wound had to shine
และบาดแผลของเขาก็ต้องเปล่งประกาย
That this wound did not blossom or shine yet made him sad
ที่แผลนี้ยังไม่บานไม่ส่องแสงกลับทำให้เขาเศร้าใจ

Instead of the desired goal, there was emptiness
แทนที่จะบรรลุเป้าหมายที่ต้องการ กลับมีแต่ความว่างเปล่า

emptiness had drawn him here, and sadly he sat down
ความว่างเปล่าได้ดึงดูดเขามาที่นี่ และเขานั่งลงด้วยความเศร้าใจ

he felt something dying in his heart
เขารู้สึกว่ามีอะไรบางอย่างกำลังจะตายในหัวใจของเขา

he experienced emptiness and saw no joy any more
เขารู้สึกว่างเปล่าไม่เห็นความชื่นยินดีอีกต่อไป

there was no goal for which to aim for
ไม่มีเป้าหมายที่จะมุ่งไป

He sat lost in thought and waited
เขานั่งจมอยู่กับความคิดและรอคอย

This he had learned by the river
เขาได้เรียนรู้เรื่องนี้จากแม่น้ำ

waiting, having patience, listening attentively
การรอคอย, การอดทน, การฟังอย่างตั้งใจ

And he sat and listened, in the dust of the road
และเขานั่งฟังอยู่ในฝุ่นถนน

he listened to his heart, beating tiredly and sadly
เขาฟังเสียงหัวใจของเขาที่เต้นอย่างเหนื่อยล้าและเศร้า

and he waited for a voice
และเขารอเสียง

Many an hour he crouched, listening
เขานั่งหมอบฟังอยู่หลายชั่วโมง

he saw no images any more
เขาไม่เห็นภาพใดๆ อีกต่อไป

he fell into emptiness and let himself fall
เขาตกอยู่ในความว่างเปล่าและปล่อยให้ตัวเองตกไป

- 320 -

he could see no path in front of him
เขาไม่เห็นเส้นทางข้างหน้าเขาเลย

And when he felt the wound burning, he silently spoke the Om
และเมื่อเขารู้สึกว่าแผลกำลังไหม้ เขาก็เปล่งเสียงโอมอย่างเงียบๆ

he filled himself with Om
เขาเติมโอมให้เต็มตัว

The monks in the garden saw him
พระภิกษุที่อยู่ในสวนเห็นเขา

dust was gathering on his gray hair
ฝุ่นละอองกำลังเกาะอยู่บนผมหงอกของเขา

since he crouched for many hours, one of monks placed two bananas in front of him
เนื่องจากเขานอนหมอบอยู่หลายชั่วโมง
พระภิกษุรูปหนึ่งจึงวางกล้วยสองลูกไว้ตรงหน้าเขา

The old man did not see him
ชายชราไม่เห็นเขา

From this petrified state, he was awoken by a hand touching his shoulder
จากสภาพที่กลายเป็นหินนี้ เขาก็ตื่นขึ้นเพราะมีมือมาแตะไหล่เขา

Instantly, he recognised this tender bashful touch
ทันใดนั้น เขาจำสัมผัสอันอ่อนโยนและเขินอายนี้ได้

Vasudeva had followed him and waited
พระวาสุเทพได้ติดตามพระองค์ไปและคอยอยู่

he regained his senses and rose to greet Vasudeva
พระองค์ทรงฟื้นสติขึ้นและทรงลุกขึ้นไปเฝ้าพระวาสุเทพ

he looked into Vasudeva's friendly face

เขามองดูใบหน้าอันเป็นมิตรของท่านวาสุเทพ
he looked into the small wrinkles
เขาจ้องมองไปที่ริ้วรอยเล็กๆ
his wrinkles were as if they were filled with nothing but his smile
ริ้วรอยของเขาเหมือนเต็มไปด้วยอะไรก็ไม่รู้นอกจากรอยยิ้มของเขา
he looked into the happy eyes, and then he smiled too
เขาจ้องมองเข้าไปในดวงตาที่มีความสุขแล้วเขาก็ยิ้มตาม
Now he saw the bananas lying in front of him
ตอนนี้เขาเห็นกล้วยนอนอยู่ตรงหน้าเขา
he picked the bananas up and gave one to the ferryman
เขาหยิบกล้วยขึ้นมาแล้วส่งลูกหนึ่งให้คนข้ามฟาก
After eating the bananas, they silently went back into the forest
หลังจากกินกล้วยเสร็จพวกเขาก็กลับเข้าป่าไปอย่างเงียบๆ
they returned home to the ferry
พวกเขากลับบ้านที่ท่าเรือ
Neither one talked about what had happened that day
ไม่มีใครพูดถึงเหตุการณ์ที่เกิดขึ้นในวันนั้น
neither one mentioned the boy's name
ไม่มีใครเอ่ยชื่อเด็กชายเลย
neither one spoke about him running away
ไม่มีใครพูดถึงเรื่องที่เขาหนีออกไป
neither one spoke about the wound
ไม่มีใครพูดถึงแผลเลย
In the hut, Siddhartha lay down on his bed
ในกระท่อม สิทธัตถะทรงนอนบนเตียงของพระองค์

after a while Vasudeva came to him
ครั้นแล้วพระวาสุเทพก็เสด็จมาหาพระองค์
he offered him a bowl of coconut-milk
เขายื่นชามกะทิให้เขา
but he was already asleep
แต่เขาก็หลับไปแล้ว

Om
โอม

For a long time the wound continued to burn
บาดแผลยังคงไหม้อยู่เป็นเวลานาน
Siddhartha had to ferry many travellers across the river
พระสิทธัตถะต้องขนนักเดินทางจำนวนมากข้ามแม่น้ำ
many of the travellers were accompanied by a son or a daughter
นักเดินทางหลายคนมาพร้อมลูกชายหรือลูกสาวด้วย
and he saw none of them without envying them
และเขาไม่เห็นพวกเขาเลยโดยไม่รู้สึกอิจฉา
he couldn't see them without thinking about his lost son
เขาไม่สามารถเห็นพวกมันได้โดยไม่คิดถึงลูกชายที่หายไปของเขา
"So many thousands possess the sweetest of good fortunes"
"มีผู้คนนับพันครอบครองความโชคดีอันแสนหวาน"
"why don't I also possess this good fortune?"
"ทำไมฉันถึงไม่มีโชคลาภนี้บ้าง"
"even thieves and robbers have children and love them"
"แม้แต่โจรและผู้ร้ายก็ยังมีบุตรและรักบุตร"
"and they are being loved by their children"
"และพวกเขาได้รับความรักจากลูกหลานของพวกเขา"
"all are loved by their children except for me"
"ทุกคนล้วนรักลูกหลานของตน ยกเว้นฉัน"
he now thought like the childlike people, without reason
ตอนนี้เขาคิดเหมือนคนเด็กๆ ไร้เหตุผล
he had become one of the childlike people
เขาได้กลายเป็นคนประเภทเด็กคนหนึ่ง

he looked upon people differently than before
เขามองผู้คนแตกต่างไปจากเดิม

he was less smart and less proud of himself
เขาไม่ฉลาดและภูมิใจในตัวเองน้อยลง

but instead, he was warmer and more curious
แต่กลับดูอบอุ่นและอยากรู้อยากเห็นมากกว่า

when he ferried travellers, he was more involved than before
เมื่อเขารับส่งนักท่องเที่ยว เขาก็มีส่วนร่วมมากขึ้นกว่าแต่ก่อน

childlike people, businessmen, warriors, women
คนเด็ก นักธุรกิจ นักรบ ผู้หญิง

these people did not seem alien to him, as they used to
คนเหล่านี้ไม่ดูแปลกหน้าสำหรับเขาเหมือนแต่ก่อน

he understood them and shared their life
เขาเข้าใจพวกเขาและแบ่งปันชีวิตของพวกเขา

a life which was not guided by thoughts and insight
ชีวิตที่ไม่ถูกชี้นำด้วยความคิดและความเข้าใจ

but a life guided solely by urges and wishes
แต่ชีวิตที่ถูกชี้นำด้วยแรงกระตุ้นและความปรารถนาเพียงอย่างเดียว

he felt like the the childlike people
เขารู้สึกเหมือนเป็นคนเหมือนเด็ก

he was bearing his final wound
เขากำลังแบกรับบาดแผลสุดท้ายของเขา

he was nearing perfection
เขากำลังใกล้จะสมบูรณ์แบบแล้ว

but the childlike people still seemed like his brothers
แต่คนเด็กๆเหล่านั้นก็ยังดูเหมือนพี่น้องของเขา

their vanities, desires for possession were no longer ridiculous to him
ความเย่อหยิ่ง
ความปรารถนาที่จะครอบครองของพวกเขาไม่ใช่เรื่องไร้สาระสำหรับเขาอีกต่อไป

they became understandable and lovable
พวกเขาจึงกลายเป็นคนเข้าใจและน่ารัก

they even became worthy of veneration to him
พวกเขายังกลายเป็นผู้ที่สมควรได้รับการเคารพสักการะต่อพระองค์อีกด้วย

The blind love of a mother for her child
ความรักอันมืดบอดของแม่ที่มีต่อลูก

the stupid, blind pride of a conceited father for his only son
ความเย่อหยิ่งโง่เขลาของพ่อที่หลงตัวเองต่อลูกชายคนเดียวของเขา

the blind, wild desire of a young, vain woman for jewellery
ความปรารถนาอันแรงกล้าและตาบอดของหญิงสาวผู้หลงไหลในเครื่องประดับ

her wish for admiring glances from men
ความปรารถนาของเธอที่จะได้รับสายตาชื่นชมจากผู้ชาย

all of these simple urges were not childish notions
แรงกระตุ้นที่เรียบง่ายเหล่านี้ไม่ได้เป็นความคิดแบบเด็กๆ

but they were immensely strong, living, and prevailing urges
แต่พวกเขามีความแข็งแกร่งอย่างยิ่ง มีชีวิตชีวา
และมีแรงกระตุ้นที่ครอบงำ

he saw people living for the sake of their urges
เขาเห็นผู้คนใช้ชีวิตเพื่อสนองความต้องการของตนเอง

he saw people achieving rare things for their urges
เขาเห็นผู้คนประสบความสำเร็จในสิ่งที่หายากตามแรงกระตุ้นของพวกเขา

travelling, conducting wars, suffering
การเดินทาง การทำสงคราม ความทุกข์ยาก

they bore an infinite amount of suffering
พวกเขาต้องทนทุกข์ทรมานอย่างไม่สิ้นสุด

and he could love them for it, because he saw life
และเขาสามารถรักพวกเขาเพราะสิ่งนั้น เพราะเขามองเห็นชีวิต

that what is alive was in each of their passions
ว่าสิ่งที่มีชีวิตนั้นอยู่ในกิเลสตัณหาของแต่ละคน

that what is is indestructible was in their urges, the Brahman
ว่าสิ่งที่เป็นอมตะนั้นอยู่ในกิเลสของตนพราหมณ์

these people were worthy of love and admiration
คนเหล่านี้สมควรได้รับความรักและความชื่นชม

they deserved it for their blind loyalty and blind strength
พวกเขาสมควรได้รับสิ่งนี้เพราะความภักดีอันมืดบอดและความเข้มแข็งอันมืดบอดของพวกเขา

there was nothing that they lacked
ไม่มีอะไรที่พวกเขาขาด

Siddhartha had nothing which would put him above the rest, except one thing
พระสิทธัตถะไม่มีอะไรที่จะเหนือกว่าผู้อื่นได้ ยกเว้นสิ่งหนึ่ง

there still was a small thing he had which they didn't
ยังมีสิ่งเล็กๆ น้อยๆ ที่เขามีซึ่งพวกเขาไม่มี

he had the conscious thought of the oneness of all life
เขามีความคิดที่ตระหนักในความเป็นหนึ่งเดียวของทุกชีวิต

but Siddhartha even doubted whether this knowledge should be valued so highly
แต่พระสิทธัตถะยังสงสัยว่าความรู้นี้ควรได้รับการยกย่องมากขนาดนั้นหรือไม่

it might also be a childish idea of the thinking people
มันอาจเป็นความคิดแบบเด็กๆ ของคนที่มีความคิด

the worldly people were of equal rank to the wise men
คนในโลกนี้ก็มีฐานะเทียบเท่ากับพวกนักปราชญ์

animals too can in some moments seem to be superior to humans
สัตว์บางประเภทก็อาจดูเหมือนเหนือกว่ามนุษย์ในบางช่วงเวลา

they are superior in their tough, unrelenting performance of what is necessary
พวกเขาเหนือกว่าในด้านการแสดงที่เข้มแข็งและไม่ลดละของสิ่งที่จำเป็น

an idea slowly blossomed in Siddhartha
ความคิดที่ค่อยๆ งอกงามขึ้นในเจ้าชายสิทธัตถะ

and the idea slowly ripened in him
และความคิดก็ค่อยๆสุกงอมในตัวเขา

he began to see what wisdom actually was
เขาเริ่มมองเห็นว่าปัญญาที่แท้จริงคืออะไร

he saw what the goal of his long search was
เขาเห็นว่าเป้าหมายในการค้นหาอันยาวนานของเขาคืออะไร

his search was nothing but a readiness of the soul
การค้นหาของเขาเป็นเพียงความพร้อมของจิตวิญญาณเท่านั้น

a secret art to think every moment, while living his life
ศิลปะลับที่ต้องคิดทุกขณะขณะดำเนินชีวิต

it was the thought of oneness

มันเป็นความคิดของความเป็นหนึ่งเดียว
to be able to feel and inhale the oneness
เพื่อให้สามารถรู้สึกและสูดกลิ่นความเป็นหนึ่งเดียวได้
Slowly this awareness blossomed in him
ความตระหนักรู้ก็ผลิบานขึ้นในตัวเขาช้าๆ
it was shining back at him from Vasudeva's old, childlike face
มันส่องแสงสะท้อนกลับมาที่เขาจากใบหน้าแก่ๆ ของเด็กของท่านวาสุเทพ
harmony and knowledge of the eternal perfection of the world
ความสามัคคีและความรู้จักความสมบูรณ์แบบอันนิรันดร์ของโลก
smiling and to be part of the oneness
ยิ้มและเป็นส่วนหนึ่งของความเป็นหนึ่งเดียว
But the wound still burned
แต่แผลก็ยังคงไหม้อยู่
longingly and bitterly Siddhartha thought of his son
พระสิทธัตถะทรงคิดถึงพระโอรสด้วยความคิดถึงและขมขื่น
he nurtured his love and tenderness in his heart
เขาปลูกฝังความรักและความอ่อนโยนไว้ในหัวใจของเขา
he allowed the pain to gnaw at him
เขายอมให้ความเจ็บปวดกัดกินเขา
he committed all foolish acts of love
เขากระทำการอันโง่เขลาด้วยความรักทุกอย่าง
this flame would not go out by itself
เปลวไฟนี้ย่อมไม่ดับไปเอง

one day the wound burned violently

วันหนึ่งแผลก็ไหม้รุนแรง

driven by a yearning, Siddhartha crossed the river

พระสิทธัตถะทรงมีความปรารถนาจึงทรงข้ามแม่น้ำไป

he got off the boat and was willing to go to the city

เขาลงจากเรือแล้วยินดีที่จะเข้าเมือง

he wanted to look for his son again

เขาอยากตามหาลูกชายของเขาอีกครั้ง

The river flowed softly and quietly

แม่น้ำไหลอย่างนุ่มนวลและเงียบสงบ

it was the dry season, but its voice sounded strange

เป็นฤดูแล้งแต่เสียงฟังดูแปลกๆ

it was clear to hear that the river laughed

ได้ยินชัดว่าแม่น้ำหัวเราะ

it laughed brightly and clearly at the old ferryman

มันหัวเราะอย่างสดใสและชัดเจนแก่คนพายเรือแก่

he bent over the water, in order to hear even better

เขาโน้มตัวไปเหนือน้ำเพื่อจะได้ฟังให้ชัดเจนยิ่งขึ้น

and he saw his face reflected in the quietly moving waters

และเขามองเห็นใบหน้าของเขาสะท้อนอยู่ในน้ำที่ไหลอย่างเงียบๆ

in this reflected face there was something

บนใบหน้าที่สะท้อนนี้มีบางสิ่งบางอย่าง

something which reminded him, but he had forgotten

สิ่งหนึ่งที่ทำให้เขานึกถึงแต่เขาก็ลืมไปแล้ว

as he thought about it, he found it

เมื่อเขาคิดดูก็พบว่า

this face resembled another face which he used to know and love

ใบหน้านี้คล้ายกับใบหน้าอีกใบที่เขาเคยรู้จักและรัก

but he also used to fear this face
แต่เขาก็เคยกลัวหน้าตาแบบนี้เหมือนกัน
It resembled his father's face, the Brahman
มีลักษณะคล้ายคลึงกับหน้าของพ่อของเขาซึ่งเป็นพราหมณ์
he remembered how he had forced his father to let him go
เขาจำได้ว่าเขาเคยบังคับพ่อให้ปล่อยเขาไป
he remembered how he had bid his farewell to him
เขาจำได้ว่าเขาได้บอกลาเขาอย่างไร
he remembered how he had gone and had never come back
เขาจำได้ว่าเขาไปและไม่เคยกลับมาอีกเลย
Had his father not also suffered the same pain for him?
พ่อของเขาก็คงจะต้องทนทุกข์ทรมานแบบเดียวกันกับเขาไม่ใช่หรือ?
was his father's pain not the pain Siddhartha is suffering now?
ความเจ็บปวดของพ่อของเขาไม่ใช่ความเจ็บปวดที่พระพุทธเจ้ากำลังประสบอยู่ในเวลานี้หรือ?
Had his father not long since died?
พ่อของเขาเพิ่งเสียชีวิตไปไม่นานใช่หรือไม่?
had he died without having seen his son again?
เขาตายไปโดยไม่ได้เจอลูกอีกเลยหรือ?
Did he not have to expect the same fate for himself?
เขาไม่ต้องคาดหวังชะตากรรมเดียวกันนี้ให้กับตัวเองหรอกเหรอ?
Was it not a comedy in a fateful circle?
แล้วมันไม่ใช่เรื่องตลกในวงจรแห่งโชคชะตาหรือไง?
The river laughed about all of this
แม่น้ำหัวเราะเยาะเรื่องทั้งหมดนี้
everything came back which had not been suffered

ทุกสิ่งทุกอย่างกลับคืนมาซึ่งไม่ได้ถูกกระทบกระเทือน
everything came back which had not been solved
ทุกสิ่งทุกอย่างกลับมาซึ่งไม่ได้รับการแก้ไข
the same pain was suffered over and over again
ความเจ็บปวดแบบเดียวกันเกิดขึ้นซ้ำแล้วซ้ำเล่า
Siddhartha went back into the boat
พระสิทธัตถะเสด็จกลับขึ้นเรือ
and he returned back to the hut
แล้วเขาก็กลับมายังกระท่อมอีกครั้ง
he was thinking of his father and of his son
เขาคิดถึงพ่อและลูกชายของเขา
he thought of having been laughed at by the river
เขานึกว่าถูกแม่น้ำหัวเราะเยาะ
he was at odds with himself and tending towards despair
เขามีความขัดแย้งกับตัวเองและมีแนวโน้มจะสิ้นหวัง
but he was also tempted to laugh
แต่เขาก็ยังอดหัวเราะไม่ได้
he could laugh at himself and the entire world
เขาสามารถหัวเราะเยาะตัวเองและคนทั้งโลกได้
Alas, the wound was not blossoming yet
เสียดายแผลยังไม่บาน
his heart was still fighting his fate
หัวใจของเขายังคงต่อสู้กับชะตากรรมของเขา
cheerfulness and victory were not yet shining from his suffering
ความชื่นบานและชัยชนะยังไม่ฉายแสงจากความทุกข์ของพระองค์
Nevertheless, he felt hope along with the despair
อย่างไรก็ตามเขารู้สึกมีความหวังไปพร้อมกับความสิ้นหวัง

once he returned to the hut he felt an undefeatable desire to open up to Vasudeva
เมื่อพระองค์กลับมาถึงกระท่อมแล้ว พระองค์ก็ทรงมีพระทัยปรารถนาอย่างแรงกล้าที่จะเปิดใจให้พระวาสุเทพ

he wanted to show him everything
เขาอยากจะแสดงทุกอย่างให้เขาเห็น

he wanted to say everything to the master of listening
เขาอยากบอกทุกอย่างให้เจ้านายฟัง

Vasudeva was sitting in the hut, weaving a basket
พระวาสุเทพทรงนั่งสานตะกร้าอยู่ในกระท่อม

He no longer used the ferry-boat
เขาไม่ใช้เรือข้ามฟากอีกต่อไป

his eyes were starting to get weak
ดวงตาของเขาเริ่มจะอ่อนล้าลง

his arms and hands were getting weak as well
แขนและมือของเขาก็เริ่มอ่อนแรงเช่นกัน

only the joy and cheerful benevolence of his face was unchanging
มีแต่ความชื่นบานและความมีน้ำใจงามบนใบหน้าของเขาที่ไม่เปลี่ยนแปลง

Siddhartha sat down next to the old man
พระสิทธัตถะทรงนั่งลงข้างชายชรา

slowly, he started talking about what they had never spoke about
เขาเริ่มพูดอย่างช้าๆ เกี่ยวกับสิ่งที่พวกเขาไม่เคยพูดถึงมาก่อน

he told him of his walk to the city

เขาเล่าให้เขาฟังถึงการเดินไปยังเมือง
he told at him of the burning wound
เขาเล่าให้เขาฟังถึงบาดแผลที่ถูกไฟไหม้
he told him about the envy of seeing happy fathers
เขาเล่าให้เขาฟังถึงความอิจฉาเมื่อเห็นพ่อมีความสุข
his knowledge of the foolishness of such wishes
ความรู้ของเขาเกี่ยวกับความโง่เขลาของความปรารถนาดังกล่าว
his futile fight against his wishes
การต่อสู้ที่ไร้ผลของเขาต่อความปรารถนาของเขา
he was able to say everything, even the most embarrassing parts
เขาสามารถพูดได้ทุกอย่างแม้แต่ส่วนที่น่าอายที่สุด
he told him everything he could tell him
เขาเล่าทุกอย่างที่เขาสามารถบอกเขาได้
he showed him everything he could show him
เขาแสดงให้เขาเห็นทุกอย่างที่เขาสามารถแสดงให้เขาเห็นได้
He presented his wound to him
เขาแสดงบาดแผลของเขาให้เขาเห็น
he also told him how he had fled today
เขายังเล่าให้เขาฟังด้วยว่าวันนี้เขาหนีไปอย่างไร
he told him how he ferried across the water
เขาเล่าให้เขาฟังว่าเขาข้ามน้ำมาได้อย่างไร
a childish run-away, willing to walk to the city
เด็กหนีออกจากบ้านที่ยินดีจะเดินเข้าเมือง
and he told him how the river had laughed
แล้วเขาก็เล่าให้เขาฟังว่าแม่น้ำหัวเราะอย่างไร
he spoke for a long time
เขาพูดเป็นเวลานาน

Vasudeva was listening with a quiet face
พระวาสุเทพทรงฟังด้วยพระพักตร์อันสงบ

Vasudeva's listening gave Siddhartha a stronger sensation than ever before
การที่พระวาสุเทพได้ฟังทำให้พระสิทธัตถะมีความรู้สึกเข้มแข็งยิ่งกว่าที่เคย

he sensed how his pain and fears flowed over to him
เขาสัมผัสได้ว่าความเจ็บปวดและความกลัวไหลเข้ามาหาเขา

he sensed how his secret hope flowed over him
เขาสัมผัสได้ว่าความหวังอันซ่อนเร้นไหลมาสู่ตัวเขาอย่างไร

To show his wound to this listener was the same as bathing it in the river
การเอาบาดแผลของตนให้ผู้ฟังเห็นก็เหมือนการอาบน้ำในแม่น้ำ

the river would have cooled Siddhartha's wound
แม่น้ำคงจะทำให้บาดแผลของพระพุทธเจ้าเย็นลง

the quiet listening cooled Siddhartha's wound
การฟังอย่างเงียบๆ ทำให้บาดแผลของพระพุทธเจ้าเย็นลง

it cooled him until he become one with the river
มันทำให้เขาเย็นลงจนกลายเป็นหนึ่งเดียวกับแม่น้ำ

While he was still speaking, still admitting and confessing
ขณะที่พระองค์ยังตรัสอยู่ก็ทรงสารภาพและทรงรับสารภาพ

Siddhartha felt more and more that this was no longer Vasudeva
พระสิทธัตถะทรงรู้สึกมากขึ้นเรื่อยๆ
ว่าพระองค์ไม่ใช่พระวาสุเทพอีกต่อไป

it was no longer a human being who was listening to him
ไม่ใช่มนุษย์อีกต่อไปที่ฟังเขาอยู่

this motionless listener was absorbing his confession into himself

ผู้ฟังที่ไม่นิ่งคนนี้กำลังรับคำสารภาพของเขาไว้ในตัวของเขาเอง
this motionless listener was like a tree the rain
ผู้ฟังที่ไม่เคลื่อนไหวคนนี้เปรียบเสมือนต้นไม้ที่โดนฝน
this motionless man was the river itself
ชายผู้ไม่เคลื่อนไหวคนนี้คือแม่น้ำนั่นเอง
this motionless man was God himself
ชายผู้ไม่เคลื่อนไหวคนนี้คือพระเจ้าเอง
the motionless man was the eternal itself
ชายที่ไม่เคลื่อนไหวคือสิ่งนิรันดร์เอง
Siddhartha stopped thinking of himself and his wound
พระสิทธัตถะหยุดคิดถึงตนเองและบาดแผลของตน
this realisation of Vasudeva's changed character took possession of him
การตระหนักรู้ถึงความเปลี่ยนแปลงของอุปนิสัยของพระเจ้าวาสุเทพเข้าครอบงำพระองค์
and the more he entered into it, the less wondrous it became
และยิ่งเข้าไปมากเท่าไร ความอัศจรรย์ก็ยิ่งลดน้อยลงเท่านั้น
the more he realised that everything was in order and natural
ยิ่งเขาตระหนักได้ว่าทุกสิ่งทุกอย่างเป็นไปตามระเบียบและธรรมชาติ
he realised that Vasudeva had already been like this for a long time
พระองค์ทรงตระหนักว่าพระองค์วาสุเทพทรงเป็นอย่างนี้มานานแล้ว
he had just not quite recognised it yet
เขาเพิ่งจะจำได้ไม่ชัดนัก
yes, he himself had almost reached the same state

ใช่แล้ว ตัวเขาเองก็เกือบจะถึงขั้นนั้นแล้ว

He felt, that he was now seeing old Vasudeva as the people see the gods

เขารู้สึกว่าขณะนี้เขากำลังเห็นพระวาสุเทพเก่า

ขณะที่ผู้คนกำลังเห็นเทพเจ้า

and he felt that this could not last

และเขารู้สึกว่าเรื่องนี้คงจะไม่คงอยู่ต่อไป

in his heart, he started bidding his farewell to Vasudeva

ในใจของเขาเริ่มกล่าวคำอำลาต่อพระเจ้าวาสุเทพ

Throughout all this, he talked incessantly

ตลอดเวลานี้เขาพูดไม่หยุดหย่อน

When he had finished talking, Vasudeva turned his friendly eyes at him

เมื่อพระองค์ตรัสจบแล้ว

พระองค์วาสุเทพก็หันมามองด้วยสายตาเป็นมิตร

the eyes which had grown slightly weak

ดวงตาที่เคยอ่อนแอลงเล็กน้อย

he said nothing, but let his silent love and cheerfulness shine

เขาไม่ได้พูดอะไรแต่ปล่อยให้ความรักอันเงียบงันและความร่าเริงของเขาเปล่งประกาย

his understanding and knowledge shone from him

ความเข้าใจและความรู้ของเขาเปล่งประกายออกมาจากเขา

He took Siddhartha's hand and led him to the seat by the bank

พระองค์ทรงจับมือเจ้าชายสิทธัตถะพาไปยังที่นั่งริมฝั่งแม่น้ำ

he sat down with him and smiled at the river

เขานั่งลงกับเขาและยิ้มไปที่แม่น้ำ

"You've heard it laugh," he said
"คุณคงเคยได้ยินเสียงหัวเราะนั้น" เขากล่าว
"But you haven't heard everything"
"แต่คุณไม่ได้ยินทุกอย่าง"
"Let's listen, you'll hear more"
"ลองฟังสิ คุณจะได้ยินเพิ่มเติม"
Softly sounded the river, singing in many voices
เสียงแม่น้ำดังแผ่วเบาและร้องเป็นเสียงต่างๆ มากมาย
Siddhartha looked into the water
พระสิทธัตถะทรงมองลงไปในน้ำ
images appeared to him in the moving water
ภาพต่างๆ ปรากฏแก่เขาในน้ำที่กำลังเคลื่อนไหว
his father appeared, lonely and mourning for his son
พ่อของเขาปรากฏตัวด้วยความเหงาและโศกเศร้าเสียใจถึงลูกชายของเขา
he himself appeared in the moving water
ตัวเขาเองก็ปรากฏตัวอยู่ในน้ำที่กำลังเคลื่อนไหว
he was also being tied with the bondage of yearning to his distant son
เขาถูกผูกมัดด้วยพันธนาการแห่งความคิดถึงที่มีต่อลูกชายที่อยู่ห่างไกล
his son appeared, lonely as well
ลูกชายของเขาปรากฏตัวขึ้นอย่างโดดเดี่ยวเช่นกัน
the boy, greedily rushing along the burning course of his young wishes
เด็กชายรีบเร่งไปตามความปรารถนาอันร้อนแรงของเขา
each one was heading for his goal
แต่ละคนก็มุ่งหน้าสู่เป้าหมายของตน

each one was obsessed by the goal
แต่ละคนต่างก็หมกมุ่นอยู่กับเป้าหมาย
each one was suffering from the pursuit
แต่ละคนต่างก็ได้รับความทุกข์ทรมานจากการไล่ล่า
The river sang with a voice of suffering
แม่น้ำร้องเพลงด้วยเสียงแห่งความทุกข์ทรมาน
longingly it sang and flowed towards its goal
มันร้องเพลงด้วยความปรารถนาและไหลไปสู่จุดหมาย
"Do you hear?" Vasudeva asked with a mute gaze
"ท่านได้ยินหรือไม่" วาสุเทพถามด้วยสายตาที่นิ่งเงียบ
Siddhartha nodded in reply
พระสิทธัตถะทรงพยักหน้าตอบ
"Listen better!" Vasudeva whispered
"ฟังให้ดี!" วาสุเทพกระซิบ
Siddhartha made an effort to listen better
พระสิทธัตถะทรงพยายามฟังให้ดีขึ้น
The image of his father appeared
ภาพของพ่อของเขาปรากฏขึ้น
his own image merged with his father's
ภาพลักษณ์ของเขาผสานเข้ากับภาพลักษณ์ของพ่อของเขา
the image of his son merged with his image
ภาพของลูกชายของเขาผสานเข้ากับภาพของเขา
Kamala's image also appeared and was dispersed
ภาพของกมลาก็ปรากฏและกระจายออกไป
and the image of Govinda, and other images
และรูปพระโควินทะและรูปอื่นๆ
and all the imaged merged with each other
และภาพทั้งหมดก็รวมเข้าด้วยกัน

all the imaged turned into the river
ภาพทั้งหมดกลายเป็นแม่น้ำ
being the river, they all headed for the goal
เนื่องจากเป็นแม่น้ำจึงมุ่งหน้าสู่จุดหมายกันหมด
longing, desiring, suffering flowed together
ความคิดถึง ความปรารถนา ความทุกข์ ไหลมารวมกัน
and the river's voice sounded full of yearning
และเสียงแม่น้ำก็ดังเต็มไปด้วยความปรารถนา
the river's voice was full of burning woe
เสียงแม่น้ำเต็มไปด้วยความโศกเศร้าอันร้อนแรง
the river's voice was full of unsatisfiable desire
เสียงแม่น้ำเต็มไปด้วยความปรารถนาอันไม่สมหวัง
For the goal, the river was heading
เพื่อเป้าหมายแม่น้ำกำลังมุ่งหน้า
Siddhartha saw the river hurrying towards its goal
พระสิทธัตถะทรงเห็นแม่น้ำไหลเชี่ยวมุ่งไปสู่จุดหมาย
the river of him and his loved ones and of all people he had ever seen
แม่น้ำของเขาและคนที่เขารักและของทุกคนที่เขาเคยเห็น
all of these waves and waters were hurrying
คลื่นและน้ำทั้งหมดนี้กำลังไหลเชี่ยว
they were all suffering towards many goals
พวกเขาทั้งหมดต้องทนทุกข์ทรมานเพื่อบรรลุเป้าหมายหลายประการ
the waterfall, the lake, the rapids, the sea
น้ำตก ทะเลสาบ น้ำเชี่ยว ทะเล
and all goals were reached
และบรรลุเป้าหมายทุกประการ

and every goal was followed by a new one
และเป้าหมายแต่ละอย่างก็ถูกตามมาด้วยเป้าหมายใหม่
and the water turned into vapour and rose to the sky
และน้ำก็กลายเป็นไอพุ่งขึ้นสู่ท้องฟ้า
the water turned into rain and poured down from the sky
น้ำกลายเป็นฝนและเทลงมาจากท้องฟ้า
the water turned into a source
น้ำกลายเป็นแหล่งน้ำ
then the source turned into a stream
แล้วต้นน้ำก็กลายเป็นลำธาร
the stream turned into a river
ลำธารกลายเป็นแม่น้ำ
and the river headed forwards again
และแม่น้ำก็ไหลไปข้างหน้าอีกครั้ง
But the longing voice had changed
แต่เสียงคิดถึงได้เปลี่ยนไปแล้ว
It still resounded, full of suffering, searching
ยังคงดังก้องเต็มไปด้วยความทุกข์ทรมานค้นหา
but other voices joined the river
แต่เสียงอื่นก็มาร่วมแม่น้ำด้วย
there were voices of joy and of suffering
มีเสียงแห่งความสุขและเสียงแห่งความทุกข์
good and bad voices, laughing and sad ones
เสียงดีและเสียงร้าย เสียงหัวเราะและเสียงเศร้า
a hundred voices, a thousand voices
ร้อยเสียง พันเสียง
Siddhartha listened to all these voices
พระสิทธัตถะทรงฟังเสียงเหล่านี้ทั้งหมด

He was now nothing but a listener
ตอนนี้เขาเป็นเพียงผู้ฟังเท่านั้น

he was completely concentrated on listening
เขาตั้งใจฟังอย่างเต็มที่

he was completely empty now
ตอนนี้เขาว่างเปล่าโดยสิ้นเชิง

he felt that he had now finished learning to listen
เขารู้สึกว่าตอนนี้เขาเรียนการฟังเสร็จแล้ว

Often before, he had heard all this
ก่อนหน้านี้เขาเคยได้ยินเรื่องนี้มาหลายครั้ง

he had heard these many voices in the river
เขาได้ยินเสียงมากมายในแม่น้ำ

today the voices in the river sounded new
วันนี้เสียงในแม่น้ำฟังดูแปลกใหม่

Already, he could no longer tell the many voices apart
ตอนนี้เขาไม่สามารถแยกแยะเสียงต่างๆ เหล่านั้นออกจากกันได้อีกต่อไป

there was no difference between the happy voices and the weeping ones
เสียงที่มีความสุขและเสียงร้องไห้ก็ไม่มีความแตกต่างกัน

the voices of children and the voices of men were one
เสียงของเด็กและเสียงของผู้ชายก็เป็นหนึ่งเดียวกัน

all these voices belonged together
เสียงทั้งหมดเหล่านี้มารวมกัน

the lamentation of yearning and the laughter of the knowledgeable one
ความเศร้าโศกของความปรารถนาและเสียงหัวเราะของผู้รู้

the scream of rage and the moaning of the dying ones

เสียงกรีดร้องของความโกรธและเสียงคร่ำครวญของผู้ที่กำลังจะตาย

everything was one and everything was intertwined
ทุกสิ่งทุกอย่างเป็นหนึ่งเดียวและทุกสิ่งก็เชื่อมโยงกัน
everything was connected and entangled a thousand times
ทุกสิ่งทุกอย่างเชื่อมโยงและพันกันพันครั้ง
everything together, all voices, all goals
ทุกอย่างรวมกัน ทุกเสียง ทุกเป้าหมาย
all yearning, all suffering, all pleasure
ความปราถนาทั้งปวง ความทุกข์ทั้งปวง ความสุขทั้งปวง
all that was good and evil
ทุกสิ่งที่ดีและชั่ว
all of this together was the world
ทั้งหมดนี้รวมกันเป็นโลก
All of it together was the flow of events
ทั้งหมดนี้รวมกันเป็นกระแสของเหตุการณ์
all of it was the music of life
ทั้งหมดนั้นเป็นดนตรีแห่งชีวิต
when Siddhartha was listening attentively to this river
ขณะที่พระสิทธัตถะทรงฟังเสียงแม่น้ำนี้ด้วยความตั้งใจ
the song of a thousand voices
เพลงแห่งเสียงนับพัน
when he neither listened to the suffering nor the laughter
เมื่อพระองค์ไม่ทรงฟังความทุกข์หรือเสียงหัวเราะ
when he did not tie his soul to any particular voice
เมื่อพระองค์ไม่ทรงผูกจิตไว้กับเสียงใดเสียงหนึ่ง
when he submerged his self into the river

เมื่อเขาจุ่มตัวลงในแม่น้ำ

but when he heard them all he perceived the whole, the oneness

แต่เมื่อพระองค์ได้ทรงฟังทั้งหมดแล้ว

พระองค์ทรงรับรู้ถึงความเป็นหนึ่งเดียว

then the great song of the thousand voices consisted of a single word

แล้วบทเพลงอันยิ่งใหญ่แห่งเสียงนับพันก็ประกอบด้วยคำคำเดียว

this word was Om; the perfection

คำนี้ก็คือ โอม แปลว่า ความสมบูรณ์แบบ

"Do you hear" Vasudeva's gaze asked again

"ท่านได้ยินหรือไม่" สายตาของวาสุเทพถามอีกครั้ง

Brightly, Vasudeva's smile was shining

รอยยิ้มของพระวาสุเทพฉายสุกสว่าง

it was floating radiantly over all the wrinkles of his old face

มันลอยอย่างเปล่งประกายอยู่เหนือริ้วรอยบนใบหน้าแก่ๆ ของเขา

the same way the Om was floating in the air over all the voices of the river

เหมือนดังที่โอมลอยอยู่ในอากาศเหนือเสียงแห่งสายน้ำทั้งหลาย

Brightly his smile was shining, when he looked at his friend

รอยยิ้มของเขาดูสดใสเมื่อเขาหันไปมองเพื่อนของเขา

and brightly the same smile was now starting to shine on Siddhartha's face

และรอยยิ้มอันสดใสนั้นก็เริ่มฉายแสงบนใบหน้าของพระพุทธเจ้าแล้ว

His wound had blossomed and his suffering was shining

บาดแผลของเขาเริ่มเบ่งบานและความทุกข์ทรมานของเขาก็เริ่มฉายแสง

his self had flown into the oneness
ตนเองได้บินเข้าสู่ความเป็นอันหนึ่งอันเดียวกัน
In this hour, Siddhartha stopped fighting his fate
เมื่อถึงเวลานี้ เจ้าชายสิทธัตถะก็หยุดต่อสู้กับชะตากรรมของตน
at the same time he stopped suffering
ในเวลาเดียวกันเขาก็หยุดทุกข์
On his face flourished the cheerfulness of a knowledge
ใบหน้าของเขาเต็มไปด้วยความร่าเริงแห่งความรู้
a knowledge which was no longer opposed by any will
ความรู้ซึ่งไม่มีเจตจำนงใดมาขัดขวางอีกต่อไป
a knowledge which knows perfection
ความรู้อันรู้ถึงความสมบูรณ์แบบ
a knowledge which is in agreement with the flow of events
ความรู้ที่สอดคล้องกับกระแสของเหตุการณ์
a knowledge which is with the current of life
ความรู้ซึ่งอยู่กับกระแสแห่งชีวิต
full of sympathy for the pain of others
เต็มไปด้วยความเห็นอกเห็นใจต่อความทุกข์ของผู้อื่น
full of sympathy for the pleasure of others
เต็มไปด้วยความเห็นอกเห็นใจต่อความสุขของผู้อื่น
devoted to the flow, belonging to the oneness
อุทิศให้กับกระแส เป็นหนึ่งเดียวกับความเป็นหนึ่ง
Vasudeva rose from the seat by the bank
พระวาสุเทพทรงลุกจากที่นั่งใกล้ฝั่ง
he looked into Siddhartha's eyes

เขามองเข้าไปในดวงตาของพระสิทธัตถะ
and he saw the cheerfulness of the knowledge shining in his eyes
และเขามองเห็นความร่าเริงของความรู้ที่ส่องประกายอยู่ในดวงตาของเขา
he softly touched his shoulder with his hand
เขาแตะไหล่ของเขาเบาๆด้วยมือของเขา
"I've been waiting for this hour, my dear"
"ฉันรอเวลานี้มานานแล้วที่รัก"
"Now that it has come, let me leave"
"เมื่อถึงเวลาแล้ว ข้าพเจ้าขอลาไปก่อน"
"For a long time, I've been waiting for this hour"
"ฉันรอเวลานี้มานานแล้ว"
"for a long time, I've been Vasudeva the ferryman"
"ข้าพเจ้าเป็นพระวาสุเทพผู้พายเรือมานานแล้ว"
"Now it's enough. Farewell"
"พอแค่นี้ก่อน ลาก่อน"
"farewell river, farewell Siddhartha!"
"ลาก่อนแม่น้ำ ลาก่อน เจ้าชายสิทธัตถะ!"
Siddhartha made a deep bow before him who bid his farewell
พระสิทธัตถะทรงก้มพระหัตถ์ลงอย่างลึกซึ้งต่อพระองค์ที่ทรงร่ำลา
"I've known it," he said quietly
"ฉันรู้แล้ว" เขากล่าวอย่างเงียบๆ
"You'll go into the forests?"
"คุณจะเข้าไปในป่าเหรอ?"
"I'm going into the forests"

"ฉันจะเข้าไปในป่า"

"I'm going into the oneness" spoke Vasudeva with a bright smile

"ฉันจะเข้าสู่ความเป็นหนึ่งเดียว"

พระวาสุเทพตรัสด้วยรอยยิ้มสดใส

With a bright smile, he left

ด้วยรอยยิ้มอันสดใสเขาจึงออกไป

Siddhartha watched him leaving

พระสิทธัตถะเฝ้าดูเขาจากไป

With deep joy, with deep solemnity he watched him leave

เขาเฝ้าดูเขาจากไปด้วยความยินดีอย่างสุดซึ้ง

ด้วยความเคร่งขรึมอย่างสุดซึ้ง

he saw his steps were full of peace

เขาเห็นว่าก้าวเดินของเขาเต็มไปด้วยความสงบ

he saw his head was full of lustre

เขาเห็นว่าศีรษะของเขาเต็มไปด้วยความมันวาว

he saw his body was full of light

เขามองเห็นร่างกายของเขาเต็มไปด้วยแสงสว่าง

Govinda
โกวินดา

Govinda had been with the monks for a long time

พระโควินดาได้อยู่ร่วมกับพระภิกษุสงฆ์เป็นเวลานานแล้ว

when not on pilgrimages, he spent his time in the pleasure-garden

เมื่อไม่ได้ไปแสวงบุญก็ไปพักผ่อนที่สวนนันทนาการ

the garden which the courtesan Kamala had given the followers of Gotama

สวนที่นางกมลาหญิงโสเภณีมอบให้กับสาวกของพระโคตม

he heard talk of an old ferryman, who lived a day's journey away

เขาได้ยินเรื่องเล่าของคนพายเรือแก่ๆ

คนหนึ่งซึ่งอยู่ห่างออกไปหนึ่งวันเดินทาง

he heard many regarded him as a wise man

เขาได้ยินคนจำนวนมากยกย่องเขาว่าเป็นคนฉลาด

When Govinda went back, he chose the path to the ferry

เมื่อพระโควินดาเสด็จกลับมา

พระองค์ได้เลือกเส้นทางไปขึ้นเรือข้ามฟาก

he was eager to see the ferryman

เขาอยากพบคนพายเรือมาก

he had lived his entire life by the rules

เขาใช้ชีวิตทั้งชีวิตของเขาตามกฎเกณฑ์

he was looked upon with veneration by the younger monks

เขาได้รับการเคารพนับถือจากพระภิกษุรุ่นเยาว์

they respected his age and modesty

พวกเขาเคารพอายุและความสุภาพเรียบร้อยของเขา

but his restlessness had not perished from his heart
แต่ความกระสับกระส่ายของเขายังไม่หายไปจากใจของเขา
he was searching for what he had not found
เขากำลังค้นหาสิ่งที่เขาไม่พบ
He came to the river and asked the old man to ferry him over
เขามาถึงแม่น้ำและขอให้ชายชรานำเรือข้ามไป
when they got off the boat on the other side, he spoke with the old man
เมื่อลงจากเรืออีกฝั่งหนึ่ง เขาก็คุยกับชายชรา

"You're very good to us monks and pilgrims"
"ท่านเป็นผู้มีคุณธรรมต่อเราภิกษุและผู้แสวงบุญมาก"
"you have ferried many of us across the river"
"คุณได้นำพวกเราหลายคนข้ามแม่น้ำมาแล้ว"
"Aren't you too, ferryman, a searcher for the right path?"
"คุณเองก็เป็นผู้แสวงหาหนทางที่ถูกต้องเหมือนกัน ไม่ใช่หรือคนเรือข้ามฟาก"
smiling from his old eyes, Siddhartha spoke
พระสิทธัตถะทรงยิ้มด้วยพระเนตรที่ชราภาพและตรัสว่า
"oh venerable one, do you call yourself a searcher?"
"โอ้ผู้เป็นที่เคารพ ท่านเรียกตนเองว่านักค้นหาหรือ?"
"are you still a searcher, although already well in years?"
"คุณยังเป็นนักค้นหาอยู่ไหม แม้ว่าจะผ่านมาหลายปีแล้วก็ตาม"
"do you search while wearing the robe of Gotama's monks?"
"ท่านสวมจีวรพระโคดมอยู่จะค้นหาหรือไม่"
"It's true, I'm old," spoke Govinda
"จริงอยู่ ฉันแก่แล้ว" พระโควินดาพูด
"but I haven't stopped searching"

"แต่ฉันไม่ได้หยุดค้นหา"

"I will never stop searching"

"ฉันจะไม่หยุดค้นหา"

"this seems to be my destiny"

"นี่ดูเหมือนจะเป็นโชคชะตาของฉัน"

"You too, so it seems to me, have been searching"

"คุณเองก็เหมือนกัน ฉันก็กำลังค้นหาเหมือนกัน"

"Would you like to tell me something, oh honourable one?"

"ท่านอยากจะบอกอะไรข้าพเจ้าไหมขอรับ ท่านผู้มีเกียรติ"

"What might I have that I could tell you, oh venerable one?"

"ข้าพเจ้ามีอะไรจะเล่าให้ท่านฟังได้บ้างครับ ท่านผู้เจริญ"

"Perhaps I could tell you that you're searching far too much?"

"บางทีฉันอาจบอกคุณได้ว่าคุณกำลังค้นหามากเกินไปหรือไม่"

"Could I tell you that you don't make time for finding?"

"ฉันบอกคุณได้ไหมว่าคุณไม่ค่อยมีเวลาในการค้นหา"

"How come?" asked Govinda

"ทำไมล่ะ" โควินดาถาม

"When someone is searching they might only see what they search for"

"เมื่อใครก็ตามค้นหา

พวกเขาอาจเห็นเฉพาะสิ่งที่พวกเขาค้นหาเท่านั้น"

"he might not be able to let anything else enter his mind"

"เขาอาจไม่สามารถปล่อยให้สิ่งอื่นเข้ามาในจิตใจของเขาได้อีก"

"he doesn't see what he is not searching for"

"เขาไม่เห็นสิ่งที่เขาไม่ได้ค้นหา"

"because he always thinks of nothing but the object of his search"

"เพราะเขาคิดถึงแต่สิ่งที่เขาค้นหาเสมอ"

"he has a goal, which he is obsessed with"

"เขามีเป้าหมายซึ่งเขาหลงใหลมาก"

"Searching means having a goal"

"การค้นหาคือการมีเป้าหมาย"

"But finding means being free, open, and having no goal"

"แต่การค้นพบหมายถึงการเป็นอิสระ เปิดกว้าง และไม่มีเป้าหมาย"

"You, oh venerable one, are perhaps indeed a searcher"

"ท่านผู้เจริญ ท่านคงเป็นผู้เสาะหาความจริง"

"because, when striving for your goal, there are many things you don't see"

"เพราะว่าเมื่อพยายามบรรลุเป้าหมาย มีหลายๆ อย่างที่คุณมองไม่เห็น"

"you might not see things which are directly in front of your eyes"

"คุณอาจมองไม่เห็นสิ่งที่อยู่ตรงหน้าคุณโดยตรง"

"I don't quite understand yet," said Govinda, "what do you mean by this?"

"ฉันยังไม่ค่อยเข้าใจนัก" โควินดากล่าว "คุณหมายถึงอะไร"

"oh venerable one, you've been at this river before, a long time ago"

"โอ้ท่านผู้เจริญ ท่านเคยมาที่แม่น้ำนี้มาก่อนนานแล้ว"

"and you have found a sleeping man by the river"

"และท่านได้พบชายคนหนึ่งนอนหลับอยู่ริมแม่น้ำ"

"you have sat down with him to guard his sleep"

"ท่านได้นั่งเฝ้าเขาเพื่อเฝ้ายามการนอนของเขา"

"but, oh Govinda, you did not recognise the sleeping man"

"แต่โอ้ โกวินดา คุณไม่รู้จักชายที่นอนหลับอยู่"

Govinda was astonished, as if he had been the object of a magic spell

พระโควินดาทรงตกตะลึง ราวกับว่าพระองค์ถูกมนตร์สะกด

the monk looked into the ferryman's eyes

พระภิกษุมองเข้าไปในดวงตาของคนพายเรือ

"Are you Siddhartha?" he asked with a timid voice

"ท่านเป็นพระสิทธัตถะใช่ไหม" เขาถามด้วยน้ำเสียงขี้อาย

"I wouldn't have recognised you this time either!"

"คราวนี้ฉันก็จำคุณไม่ได้เหมือนกัน!"

"from my heart, I'm greeting you, Siddhartha"

"จากใจของฉัน ฉันขอทักทายคุณ สิทธัตถะ"

"from my heart, I'm happy to see you once again!"

"จากใจจริง ฉันดีใจที่ได้พบคุณอีกครั้ง!"

"You've changed a lot, my friend"

"คุณเปลี่ยนไปมากนะเพื่อน"

"and you've now become a ferryman?"

"แล้วตอนนี้คุณกลายเป็นคนพายเรือแล้วเหรอ?"

In a friendly manner, Siddhartha laughed

พระสิทธัตถะทรงหัวเราะอย่างเป็นมิตร

"yes, I am a ferryman"

"ใช่แล้ว ฉันเป็นคนพายเรือ"

"Many people, Govinda, have to change a lot"

"หลายคนต้องเปลี่ยนแปลงมากมายนะ โควินดา"

"they have to wear many robes"

"พวกเขาต้องสวมชุดคลุมมากมาย"

"I am one of those who had to change a lot"

"ฉันเป็นคนหนึ่งที่ต้องเปลี่ยนแปลงมากมาย"

"Be welcome, Govinda, and spend the night in my hut"

“ยินดีต้อนรับท่านโควินดา

และโปรดค้างคืนที่กระท่อมของฉันด้วย”

Govinda stayed the night in the hut

โควินดาพักค้างคืนในกระท่อม

he slept on the bed which used to be Vasudeva's bed

เขาได้นอนบนเตียงซึ่งเคยเป็นเตียงของพระเจ้าวาสุเทพ

he posed many questions to the friend of his youth

เขาถามคำถามมากมายกับเพื่อนสมัยเด็กของเขา

Siddhartha had to tell him many things from his life

พระสิทธัตถะต้องบอกเรื่องราวต่างๆ

มากมายในชีวิตของพระองค์แก่พระองค์

then the next morning came

แล้วเช้าวันต่อมาก็มาถึง

the time had come to start the day's journey

ถึงเวลาเริ่มออกเดินทางในวันนี้แล้ว

without hesitation, Govinda asked one more question

โกวินดาถามอีกคำถามหนึ่งโดยไม่ลังเล

"Before I continue on my path, Siddhartha, permit me to ask one more question"

“ก่อนที่ฉันจะเดินหน้าต่อไป พระพุทธเจ้า

โปรดให้ฉันถามคำถามอีกข้อหนึ่ง”

"Do you have a teaching that guides you?"

“คุณมีคำสอนที่ชี้แนะคุณหรือเปล่า?”

"Do you have a faith or a knowledge you follow"

“คุณมีศรัทธาหรือความรู้ที่คุณปฏิบัติตาม”

"is there a knowledge which helps you to live and do right?"
"มีความรู้ที่ช่วยให้คุณดำเนินชีวิตและทำสิ่งที่ถูกต้องหรือไม่?"

"You know well, my dear, I have always been distrustful of teachers"
"คุณรู้ดีนะที่รัก ฉันไม่ไว้ใจครูมาโดยตลอด"

"as a young man I already started to doubt teachers"
"เมื่อตอนยังเด็ก ฉันเริ่มสงสัยครูแล้ว"

"when we lived with the penitents in the forest, I distrusted their teachings"
"เมื่อเราใช้ชีวิตอยู่กับผู้สำนึกผิดในป่า
ฉันไม่ไว้ใจคำสอนของพวกเขา"

"and I turned my back to them"
"แล้วฉันก็หันหลังให้พวกเขา"

"I have remained distrustful of teachers"
"ผมยังคงไม่ไว้วางใจครู"

"Nevertheless, I have had many teachers since then"
"อย่างไรก็ตาม ฉันมีครูมากมายนับแต่นั้นเป็นต้นมา"

"A beautiful courtesan has been my teacher for a long time"
"หญิงโสเภณีที่สวยงามเป็นครูของฉันมาช้านาน"

"a rich merchant was my teacher"
"พ่อค้าที่ร่ำรวยเป็นครูของฉัน"

"and some gamblers with dice taught me"
"และนักพนันบางคนที่ใช้ลูกเต๋าสอนฉัน"

"Once, even a follower of Buddha has been my teacher"
"ครั้งหนึ่งแม้แต่สาวกพระพุทธเจ้าก็เคยเป็นครูของฉัน"

"he was travelling on foot, pilgering"
"เขาเดินทางโดยการเดินเท้าและลักลอบขนของ"

"and he sat with me when I had fallen asleep in the forest"

"และท่านก็มาประทับนั่งกับฉันตอนที่ฉันหลับไปในป่า"
"I've also learned from him, for which I'm very grateful"
"ผมยังได้เรียนรู้จากเขาด้วยซึ่งผมรู้สึกขอบคุณมาก"
"But most of all, I have learned from this river"
"แต่เหนือสิ่งอื่นใด ฉันได้เรียนรู้จากแม่น้ำสายนี้"
"and I have learned most from my predecessor, the ferryman Vasudeva"
"และข้าพเจ้าได้เรียนรู้มากที่สุดจากบรรพบุรุษของข้าพเจ้าผู้เป็นชาวเรือข้ามฟากชื่อวาสุเทพ"
"He was a very simple person, Vasudeva, he was no thinker"
"ท่านเป็นบุคคลธรรมดามาก ท่านวาสุเทพ ไม่ใช่นักคิด"
"but he knew what is necessary just as well as Gotama"
"แต่พระองค์ทรงทราบสิ่งที่จำเป็นดีเท่ากับพระโคดม"
"he was a perfect man, a saint"
"เขาเป็นผู้ชายที่สมบูรณ์แบบ เป็นนักบุญ"
"Siddhartha still loves to mock people, it seems to me"
"พระพุทธเจ้ายังชอบล้อเลียนคนอื่นอยู่นะ"
"I believe in you and I know that you haven't followed a teacher"
"ฉันเชื่อในตัวคุณ และฉันรู้ว่าคุณไม่ได้ทำตามครู"
"But haven't you found something by yourself?"
"แต่คุณไม่ค้นพบอะไรด้วยตัวเองบ้างเหรอ?"
"though you've found no teachings, you still found certain thoughts"
"ถึงแม้คุณไม่พบคำสอนใดๆ แต่คุณก็ยังพบความคิดบางอย่าง"
"certain insights, which are your own"
"ข้อมูลเชิงลึกบางประการซึ่งเป็นของคุณเอง"
"insights which help you to live"

"ข้อคิดที่ช่วยให้คุณใช้ชีวิตได้"

"Haven't you found something like this?"

"ไม่เคยเจออะไรแบบนี้บ้างเหรอ?"

"If you would like to tell me, you would delight my heart"

"หากคุณอยากบอกฉัน คุณคงจะทำให้ใจฉันเบิกบาน"

"you are right, I have had thoughts and gained many insights"

"คุณพูดถูก ฉันมีความคิดและได้รับความเข้าใจมากมาย"

"Sometimes I have felt knowledge in me for an hour"

"บางครั้งฉันรู้สึกมีความรู้ในตัวฉันเป็นเวลาหนึ่งชั่วโมง"

"at other times I have felt knowledge in me for an entire day"

"บางครั้งฉันก็รู้สึกว่าตัวเองมีความรู้อยู่ตลอดทั้งวัน"

"the same knowledge one feels when one feels life in one's heart"

"ความรู้เดียวกันที่เรารู้สึกเมื่อเรารู้สึกถึงชีวิตในหัวใจ"

"There have been many thoughts"

"มีความคิดมากมาย"

"but it would be hard for me to convey these thoughts to you"

"แต่คงยากสำหรับฉันที่จะถ่ายทอดความคิดเหล่านี้ให้คุณฟัง"

"my dear Govinda, this is one of my thoughts which I have found"

"คุณโกวินดาที่รักของฉัน

นี่คือหนึ่งในความคิดของฉันที่ฉันค้นพบ"

"wisdom cannot be passed on"

"ปัญญาไม่สามารถถ่ายทอดต่อไปได้"

"Wisdom which a wise man tries to pass on always sounds like foolishness"

"ภูมิปัญญาที่ผู้มีปัญญาพยายามถ่ายทอดมักจะดูเหมือนเป็นความโง่เขลาเสมอ"

"Are you kidding?" asked Govinda

"คุณล้อเล่นใช่ไหม" โกวินดาถาม

"I'm not kidding, I'm telling you what I have found"

"ฉันไม่ได้ล้อเล่น ฉันบอกคุณว่าฉันพบอะไร"

"Knowledge can be conveyed, but wisdom can't"

"ความรู้สามารถถ่ายทอดได้ แต่ภูมิปัญญาไม่สามารถถ่ายทอดได้"

"wisdom can be found, it can be lived"

"ปัญญาสามารถค้นพบได้ และสามารถนำไปปฏิบัติได้"

"it is possible to be carried by wisdom"

"สามารถพกพาไปด้วยปัญญาได้"

"miracles can be performed with wisdom"

"ปาฏิหาริย์สามารถเกิดขึ้นได้ด้วยปัญญา"

"but wisdom cannot be expressed in words or taught"

"แต่ปัญญาไม่อาจแสดงออกมาด้วยคำพูดหรือสอนได้"

"This was what I sometimes suspected, even as a young man"

"นี่คือสิ่งที่ฉันสงสัยบางครั้ง แม้ว่าฉันจะเป็นชายหนุ่มก็ตาม"

"this is what has driven me away from the teachers"

"นี่คือสิ่งที่ทำให้ฉันห่างจากครู"

"I have found a thought which you'll regard as foolishness"

"ข้าพเจ้าได้พบความคิดหนึ่งซึ่งท่านคงเห็นว่าเป็นความโง่เขลา"

"but this thought has been my best"

"แต่ความคิดนี้เป็นสิ่งที่ดีที่สุดสำหรับฉัน"

"The opposite of every truth is just as true!"

"สิ่งที่ตรงข้ามของความจริงทุกอย่างก็เป็นจริงเช่นกัน!"

"any truth can only be expressed when it is one-sided"

"ความจริงใดๆ

จะถูกแสดงออกมาได้ก็ต่อเมื่อเป็นความจริงด้านเดียวเท่านั้น"

"only one sided things can be put into words"

"สิ่งที่สามารถอธิบายออกมาเป็นคำพูดได้มีเพียงด้านเดียวเท่านั้น"

"Everything which can be thought is one-sided"

"ทุกสิ่งที่สามารถคิดได้นั้นล้วนเป็นด้านเดียว"

"it's all one-sided, so it's just one half"

"มันเป็นด้านเดียวทั้งหมด ดังนั้นมันจึงเป็นแค่ครึ่งเดียว"

"it all lacks completeness, roundness, and oneness"

"มันขาดความสมบูรณ์ ความกลมเกลียว และความเป็นหนึ่งเดียว"

"the exalted Gotama spoke in his teachings of the world"

"พระโคดมผู้สูงส่งทรงแสดงธรรมในโลก"

"but he had to divide the world into Sansara and Nirvana"

"แต่พระองค์ต้องแบ่งโลกออกเป็น สังสารวัฏ และ นิพพาน"

"he had divided the world into deception and truth"

"พระองค์ได้แบ่งโลกออกเป็นสองส่วน คือ

ความจริงและความลวง"

"he had divided the world into suffering and salvation"

"พระองค์ทรงแบ่งโลกออกเป็นความทุกข์และความรอด"

"the world cannot be explained any other way"

"โลกนี้ไม่อาจอธิบายด้วยวิธีอื่นได้"

"there is no other way to explain it, for those who want to teach"

"ไม่มีวิธีอื่นใดที่จะอธิบายเรื่องนี้ได้ สำหรับผู้ที่ต้องการจะสอน"

"But the world itself is never one-sided"

"แต่โลกนี้เองก็ไม่เคยมีด้านเดียว"

"the world exists around us and inside of us"

- 358 -

"โลกมีอยู่รอบตัวเราและอยู่ในตัวเรา"

"A person or an act is never entirely Sansara or entirely Nirvana"

"บุคคลหรือการกระทำใดๆ ก็ตาม

ย่อมไม่ใช่ความเป็นสันสกฤตหรือความเป็นนิพพานโดยสมบูรณ์"

"a person is never entirely holy or entirely sinful"

"คนๆ หนึ่งไม่มีวันศักดิ์สิทธิ์หรือบาปทั้งหมด"

"It seems like the world can be divided into these opposites"

"ดูเหมือนโลกจะแบ่งเป็นสองฝั่งได้"

"but that's because we are subject to deception"

"แต่นั่นเป็นเพราะเราถูกหลอกลวง"

"it's as if the deception was something real"

"มันเหมือนกับว่าการหลอกลวงนั้นเป็นเรื่องจริง"

"Time is not real, Govinda"

"เวลาไม่ใช่ของจริง โกวินดา"

"I have experienced this often and often again"

"ฉันเคยประสบกับเรื่องนี้บ่อยครั้งและบ่อยครั้งอีกครั้ง"

"when time is not real, the gap between the world and the eternity is also a deception"

"เมื่อเวลาไม่ใช่ของจริง

ช่องว่างระหว่างโลกกับความเป็นนิรันดร์ก็เป็นเพียงการหลอกลวง"

"the gap between suffering and blissfulness is not real"

"ช่องว่างระหว่างความทุกข์กับความสุขนั้นไม่มีอยู่จริง"

"there is no gap between evil and good"

"ไม่มีช่องว่างระหว่างความชั่วและความดี"

"all of these gaps are deceptions"

"ช่องว่างทั้งหมดเหล่านี้ล้วนเป็นการหลอกลวง"

"but these gaps appear to us nonetheless"

"แต่ช่องว่างเหล่านี้ยังคงปรากฏให้เราเห็นอยู่"

"How come?" asked Govinda timidly

"ทำไมล่ะ" โควินดาถามอย่างขี้อาย

"Listen well, my dear," answered Siddhartha

"ฟังให้ดีเถิดที่รัก" พระสิทธัตถะตอบ

"The sinner, which I am and which you are, is a sinner"

"คนบาปซึ่งข้าพเจ้าเป็นและท่านเป็นนั้นก็เป็นคนบาป"

"but in times to come the sinner will be Brahma again"

"แต่ในกาลข้างหน้าผู้ทำบาปนั้นก็จะกลายเป็นพรหมไป"

"he will reach the Nirvana and be Buddha"

"เขาจะเข้าถึงพระนิพพานและเป็นพระพุทธเจ้า"

"the times to come are a deception"

"เวลาที่จะมาถึงเป็นเพียงการหลอกลวง"

"the times to come are only a parable!"

"เวลาที่จะมาถึงเป็นเพียงคำเปรียบเทียบเท่านั้น!"

"The sinner is not on his way to become a Buddha"

"คนบาปย่อมไม่มีโอกาสได้เป็นพระพุทธเจ้า"

"he is not in the process of developing"

"เขาไม่ได้อยู่ในระหว่างการพัฒนา"

"our capacity for thinking does not know how else to picture these things"

"ความสามารถในการคิดของเราไม่รู้ว่าจะจินตนาการถึงสิ่งเหล่านี้ได้อย่างไร"

"No, within the sinner there already is the future Buddha"

"ไม่หรอก ภายในคนบาปนั้นก็มีพระพุทธเจ้าในอนาคตอยู่แล้ว"

"his future is already all there"

"อนาคตของเขามีอยู่แล้ว"
"you have to worship the Buddha in the sinner"
"ต้องบูชาพระพุทธเจ้าในบาป"
"you have to worship the Buddha hidden in everyone"
"ต้องบูชาพระพุทธเจ้าที่ซ่อนเร้นอยู่ในตัวทุกคน"
"the hidden Buddha which is coming into being the possible"
"พระพุทธเจ้าที่ซ่อนเร้นซึ่งกำลังเกิดขึ้นเป็นไป"
"The world, my friend Govinda, is not imperfect"
"โลกนี้เพื่อนของฉัน โควินดา ไม่ใช่สิ่งที่ไม่สมบูรณ์แบบ"
"the world is on no slow path towards perfection"
"โลกไม่ได้เดินช้าๆ สู่ความสมบูรณ์แบบ"
"no, the world is perfect in every moment"
"ไม่หรอก โลกนี้สมบูรณ์แบบในทุกช่วงเวลา"
"all sin already carries the divine forgiveness in itself"
"บาปทั้งหมดนั้นได้รับการอภัยจากพระเจ้าในตัวของมันเองอยู่แล้ว"
"all small children already have the old person in themselves"
"เด็กเล็กทุกคนต่างก็มีความแก่ในตัวเองอยู่แล้ว"
"all infants already have death in them"
"เด็กทารกทุกคนต่างก็มีความตายอยู่ในตัวพวกเขาแล้ว"
"all dying people have the eternal life"
"คนตายทุกคนมีชีวิตนิรันดร์"
"we can't see how far another one has already progressed on his path"
"เราไม่สามารถมองเห็นว่าอีกคนได้ก้าวหน้าไปไกลแค่ไหนแล้วในเส้นทางของเขา"

"in the robber and dice-gambler, the Buddha is waiting"
"ในโจรและนักพนันลูกเต๋า พระพุทธเจ้ากำลังรออยู่"

"in the Brahman, the robber is waiting"
"ในพราหมณ์นั้นโจรกำลังรออยู่"

"in deep meditation, there is the possibility to put time out of existence"
"ในสมาธิลึกๆ มีโอกาสที่จะปล่อยเวลาให้หมดไปจากชีวิตได้"

"there is the possibility to see all life simultaneously"
"มีความเป็นไปได้ที่จะเห็นชีวิตทั้งหมดพร้อมกัน"

"it is possible to see all life which was, is, and will be"
"เป็นไปได้ที่จะเห็นชีวิตทั้งหมดซึ่งเคยเป็น เป็นอยู่ และจะเป็นอยู่"

"and there everything is good, perfect, and Brahman"
"และที่นั่นทุกสิ่งก็ดี สมบูรณ์ และพราหมณ์"

"Therefore, I see whatever exists as good"
"ดังนั้น ฉันจึงเห็นสิ่งใดก็ตามที่มีอยู่เป็นสิ่งดี"

"death is to me like life"
"ความตายสำหรับฉันนั้นก็เหมือนกับชีวิต"

"to me sin is like holiness"
"สำหรับฉันบาปก็เหมือนกับความศักดิ์สิทธิ์"

"wisdom can be like foolishness"
"ความฉลาดก็เปรียบได้กับความโง่เขลา"

"everything has to be as it is"
"ทุกสิ่งทุกอย่างต้องเป็นอย่างที่มันเป็น"

"everything only requires my consent and willingness"
"ทุกสิ่งทุกอย่างต้องการเพียงความยินยอมและความเต็มใจของฉันเท่านั้น"

"all that my view requires is my loving agreement to be good for me"

"สิ่งที่มุมมองของฉันต้องการคือความยินยอมของฉันที่จะเป็นสิ่งที่ดีสำหรับฉัน"

"my view has to do nothing but work for my benefit"

"ความคิดเห็นของฉันไม่มีประโยชน์อะไรนอกจากทำงานเพื่อประโยชน์ของฉัน"

"and then my perception is unable to ever harm me"

"แล้วการรับรู้ของฉันก็ไม่สามารถทำร้ายฉันได้อีกต่อไป"

"I have experienced that I needed sin very much"

"ฉันเคยพบว่าฉันต้องการบาปมาก"

"I have experienced this in my body and in my soul"

"ฉันได้ประสบสิ่งนี้มาแล้วทั้งในร่างกายและจิตวิญญาณของฉัน"

"I needed lust, the desire for possessions, and vanity"

"ฉันต้องการความใคร่ ความปรารถนาในทรัพย์สิน และความไร้สาระ"

"and I needed the most shameful despair"

"และฉันต้องการความสิ้นหวังอันน่าอับอายที่สุด"

"in order to learn how to give up all resistance"

"เพื่อเรียนรู้ที่จะละทิ้งการต่อต้านทั้งหมด"

"in order to learn how to love the world"

"เพื่อเรียนรู้ที่จะรักโลก"

"in order to stop comparing things to some world I wished for"

"เพื่อหยุดเปรียบเทียบสิ่งต่างๆ กับโลกที่ฉันปรารถนา"

"I imagined some kind of perfection I had made up"

"ฉันจินตนาการถึงความสมบูรณ์แบบที่ฉันสร้างขึ้นมา"

"but I have learned to leave the world as it is"

"แต่ฉันได้เรียนรู้ที่จะทิ้งโลกไว้ตามที่มันเป็น"

"I have learned to love the world as it is"

"ฉันได้เรียนรู้ที่จะรักโลกอย่างที่มันเป็น"

"and I learned to enjoy being a part of it"

"และฉันเรียนรู้ที่จะสนุกกับการเป็นส่วนหนึ่งของมัน"

"These, oh Govinda, are some of the thoughts which have come into my mind"

"โอ้ โควินดา นี่คือความคิดบางอย่างที่ผุดขึ้นมาในหัวของฉัน"

Siddhartha bent down and picked up a stone from the ground

พระสิทธัตถะทรงก้มลงหยิบก้อนหินจากพื้นดินขึ้นมา

he weighed the stone in his hand

เขาชั่งน้ำหนักหินในมือของเขา

"This here," he said playing with the rock, "is a stone"

"นี่" เขาพูดขณะเล่นกับหิน "คือก้อนหิน"

"this stone will, after a certain time, perhaps turn into soil"

"หินก้อนนี้เมื่อเวลาผ่านไปสักระยะหนึ่งก็อาจกลายเป็นดินได้"

"it will turn from soil into a plant or animal or human being"

"มันจะกลายเป็นดินไปเป็นพืชหรือสัตว์หรือมนุษย์"

"In the past, I would have said this stone is just a stone"

"เมื่อก่อนผมคงจะบอกว่าหินก้อนนี้มันเป็นแค่หิน"

"I might have said it is worthless"

"ผมอาจจะพูดได้ว่ามันไร้ค่า"

"I would have told you this stone belongs to the world of the Maya"

"ฉันจะบอกคุณว่าหินก้อนนี้เป็นของโลกแห่งมายา"

"but I wouldn't have seen that it has importance"

"แต่ฉันคงไม่เห็นว่ามันมีความสำคัญ"

"it might be able to become a spirit in the cycle of transformations"

"มันอาจจะสามารถกลายมาเป็นวิญญาณในวัฏจักรแห่งการเปลี่ยนแปลงได้"

"therefore I also grant it importance"

"ดังนั้นข้าพเจ้าจึงให้ความสำคัญด้วย"

"Thus, I would perhaps have thought in the past"

"ฉันคงเคยคิดเช่นนั้นในอดีต"

"But today I think differently about the stone"

"แต่วันนี้ฉันคิดเรื่องหินแตกต่างออกไป"

"this stone is a stone, and it is also animal, god, and Buddha"

"หินก้อนนี้มันเป็นหินและยังเป็นสัตว์ เป็นพระเจ้า และเป็นพระพุทธเจ้าด้วย"

"I do not venerate and love it because it could turn into this or that"

"ฉันไม่เคารพและรักมันเพราะมันอาจกลายเป็นสิ่งนี้หรือสิ่งนั้นได้"

"I love it because it is those things"

"ฉันรักมันเพราะมันเป็นสิ่งเหล่านั้น"

"this stone is already everything"

"หินก้อนนี้ก็เป็นทุกสิ่งทุกอย่างแล้ว"

"it appears to me now and today as a stone"

"มันปรากฏให้ฉันเห็นในปัจจุบันนี้ในรูปของหิน"

"that is why I love this"

"นั่นคือเหตุผลว่าทำไมฉันถึงรักสิ่งนี้"

"that is why I see worth and purpose in each of its veins and cavities"

"นั่นคือเหตุผลที่ฉันมองเห็นคุณค่าและจุดมุ่งหมายในแต่ละเส้นเลือดและช่องว่างของมัน"

"I see value in its yellow, gray, and hardness"

"ผมเห็นคุณค่าในสีเหลือง สีเทา และความแข็งของมัน"

"I appreciated the sound it makes when I knock at it"

"ผมชื่นชมเสียงที่มันส่งออกมาเมื่อผมเคาะมัน"

"I love the dryness or wetness of its surface"

"ผมชอบความแห้งหรือความเปียกชื้นของพื้นผิว"

"There are stones which feel like oil or soap"

"มีหินที่ให้ความรู้สึกเหมือนน้ำมันหรือสบู่"

"and other stones feel like leaves or sand"

"และหินอื่นๆ ให้ความรู้สึกเหมือนใบไม้หรือทราย"

"and every stone is special and prays the Om in its own way"

"และหินแต่ละก้อนก็มีความพิเศษและมีการสวดโอมในแบบของตัวเอง"

"each stone is Brahman"

"หินแต่ละก้อนคือพรหมัน"

"but simultaneously, and just as much, it is a stone"

"แต่ในเวลาเดียวกันและในเวลาเดียวกัน มันก็เป็นหินเหมือนกัน"

"it is a stone regardless of whether it's oily or juicy"

"มันเป็นหิน ไม่ว่าจะมันหรือฉ่ำก็ตาม"

"and this why I like and regard this stone"

"และนี่คือเหตุผลว่าทำไมฉันถึงชอบและนับถือหินก้อนนี้"

"it is wonderful and worthy of worship"

"เป็นสิ่งมหัศจรรย์และควรแก่การบูชา"

"But let me speak no more of this"

"แต่ขออย่าให้ฉันพูดเรื่องนี้ต่อไปอีก"

"words are not good for transmitting the secret meaning"
"คำพูดไม่ดีต่อการถ่ายทอดความหมายที่ซ่อนเร้น"
"everything always becomes a bit different, as soon as it is put into words"
"ทุกสิ่งทุกอย่างจะแตกต่างไปเล็กน้อยเสมอเมื่อมันถูกถ่ายทอดออกมาเป็นคำพูด"
"everything gets distorted a little by words"
"ทุกสิ่งทุกอย่างจะบิดเบือนไปทีละน้อยด้วยคำพูด"
"and then the explanation becomes a bit silly"
"แล้วคำอธิบายก็กลายเป็นเรื่องไร้สาระไปนิดหน่อย"
"yes, and this is also very good, and I like it a lot"
"ใช่แล้ว และนี่ก็ดีมากด้วย ฉันชอบมาก"
"I also very much agree with this"
"ฉันก็เห็นด้วยมากกับเรื่องนี้"
"one man's treasure and wisdom always sounds like foolishness to another person"
"สมบัติและภูมิปัญญาของคนหนึ่งคนมักดูเหมือนความโง่เขลาสำหรับอีกคนเสมอ"
Govinda listened silently to what Siddhartha was saying
พระโควินดาทรงฟังสิ่งที่พระสิทธัตถะตรัสอย่างเงียบๆ
there was a pause and Govinda hesitantly asked a question
มีช่วงหยุดชะงักและโควินดาก็ถามคำถามอย่างลังเล
"Why have you told me this about the stone?"
"ทำไมคุณถึงบอกฉันเรื่องหินเรื่องนี้?"
"I did it without any specific intention"
"ฉันทำมันโดยไม่ได้มีเจตนาอะไรเป็นพิเศษ"
"perhaps what I meant was, that I love this stone and the river"

"บางทีสิ่งที่ฉันหมายถึงก็คือฉันรักหินก้อนนี้และแม่น้ำ"
"and I love all these things we are looking at"
"และฉันรักทุกสิ่งที่เรามองเห็น"
"and we can learn from all these things"
"และเราสามารถเรียนรู้จากสิ่งเหล่านี้ได้"
"I can love a stone, Govinda"
"ฉันรักหินได้นะ โควินดา"
"and I can also love a tree or a piece of bark"
"และฉันยังสามารถรักต้นไม้หรือเปลือกไม้สักชิ้นหนึ่งได้"
"These are things, and things can be loved"
"สิ่งเหล่านี้เป็นสิ่งของ และสิ่งเหล่านั้นสามารถรักได้"
"but I cannot love words"
"แต่ฉันไม่สามารถรักคำพูดได้"
"therefore, teachings are no good for me"
"เพราะฉะนั้นคำสอนจึงไม่มีประโยชน์ต่อฉัน"
"teachings have no hardness, softness, colours, edges, smell, or taste"
"คำสอนไม่มีความแข็ง ความอ่อน สี ขอบ กลิ่น หรือรสชาติ"
"teachings have nothing but words"
"คำสอนมีแต่คำพูดเท่านั้น"
"perhaps it is words which keep you from finding peace"
"บางทีคำพูดอาจเป็นสิ่งที่ทำให้คุณไม่สามารถพบกับความสงบได้"
"because salvation and virtue are mere words"
"เพราะความรอดและความดีเป็นเพียงคำพูดเท่านั้น"
"Sansara and Nirvana are also just mere words, Govinda"
"สันสราและนิพพานก็เป็นแค่คำพูดเท่านั้นแหละ โควินดา"
"there is no thing which would be Nirvana"

"ไม่มีสิ่งใดที่จะเป็นนิพพานได้"

"therefore Nirvana is just the word"

"เพราะฉะนั้น นิพพาน เป็นเพียงคำพูดเท่านั้น"

Govinda objected, "Nirvana is not just a word, my friend"

โควินดาคัดค้านว่า "นิพพานไม่ใช่แค่คำพูดเท่านั้น เพื่อนของฉัน"

"Nirvana is a word, but also it is a thought"

"นิพพานเป็นคำพูด แต่ก็เป็นความคิดด้วย"

Siddhartha continued, "it might be a thought"

พระสิทธัตถะกล่าวต่อไปว่า "อาจเป็นความคิดก็ได้"

"I must confess, I don't differentiate much between thoughts and words"

"ผมต้องสารภาพว่าผมไม่ค่อยแยกความแตกต่างระหว่างความคิดกับคำพูดมากนัก"

"to be honest, I also have no high opinion of thoughts"

"พูดตรงๆ ก็คือ ฉันเองก็ไม่ได้มีความคิดเห็นที่ดีนักหรอก"

"I have a better opinion of things than thoughts"

"ฉันมีความคิดเห็นเกี่ยวกับสิ่งต่างๆ ดีกว่าความคิด"

"Here on this ferry-boat, for instance, a man has been my predecessor"

"บนเรือข้ามฟากลำนี้ มีชายคนหนึ่งเป็นผู้บุกเบิกฉัน"

"he was also one of my teachers"

"เขาเป็นหนึ่งในครูของฉันด้วย"

"a holy man, who has for many years simply believed in the river"

"บุรุษผู้ศักดิ์สิทธิ์ซึ่งเชื่อในแม่น้ำมาเป็นเวลานานหลายปี"

"and he believed in nothing else"

"และเขาไม่เชื่ออะไรอื่นอีก"

"He had noticed that the river spoke to him"

"เขาสังเกตเห็นว่าแม่น้ำพูดกับเขา"

"he learned from the river"

"เขาเรียนรู้จากแม่น้ำ"

"the river educated and taught him"

"แม่น้ำได้ให้การศึกษาและสั่งสอนเขา"

"the river seemed to be a god to him"

"แม่น้ำดูเหมือนจะเป็นพระเจ้าสำหรับเขา"

"for many years he did not know that everything was as divine as the river"

"เป็นเวลานานหลายปีที่เขาไม่รู้ว่าทุกสิ่งทุกอย่างเป็นศักดิ์สิทธิ์เหมือนแม่น้ำ"

"the wind, every cloud, every bird, every beetle"

"ลม เมฆทุกก้อน นกทุกตัว แมลงทุกตัว"

"they can teach just as much as the river"

"พวกเขาสามารถสอนได้มากพอๆ กับแม่น้ำ"

"But when this holy man went into the forests, he knew everything"

"แต่เมื่อพระภิกษุนี้เข้าไปในป่า เขาก็รู้ทุกสิ่ง"

"he knew more than you and me, without teachers or books"

"เขารู้มากกว่าคุณและฉัน โดยไม่ต้องมีครูหรือหนังสือ"

"he knew more than us only because he had believed in the river"

"เขารู้มากกว่าพวกเราเพียงเพราะเขาเชื่อในแม่น้ำ"

Govinda still had doubts and questions

โควินดา ยังคงมีข้อสงสัยและคำถาม

"But is that what you call things actually something real?"

"แต่สิ่งที่คุณเรียกว่าสิ่งนั้นเป็นเรื่องจริงหรือเปล่า?"

"do these things have existence?"

"สิ่งเหล่านี้มีอยู่จริงไหม?"

"Isn't it just a deception of the Maya"

"มันเป็นเพียงการหลอกลวงของชาวมายาเท่านั้นหรือ"

"aren't all these things an image and illusion?"

"สิ่งเหล่านี้ไม่ใช่ภาพและภาพลวงตาหรอกหรือ?"

"Your stone, your tree, your river"

"หินของคุณ ต้นไม้ของคุณ แม่น้ำของคุณ"

"are they actually a reality?"

"พวกมันเป็นความจริงจริงๆ เหรอ?"

"This too," spoke Siddhartha, "I do not care very much about"

"เรื่องนี้ด้วย" พระสิทธัตถะตรัส "ฉันไม่สนใจมากนัก"

"Let the things be illusions or not"

"ให้สิ่งเหล่านี้เป็นภาพลวงตาหรือไม่"

"after all, I would then also be an illusion"

"ท้ายที่สุดแล้ว ฉันก็คงเป็นเพียงภาพลวงตา"

"and if these things are illusions then they are like me"

"และหากสิ่งเหล่านี้เป็นภาพลวงตา พวกมันก็คงเหมือนกับฉัน"

"This is what makes them so dear and worthy of veneration for me"

"นี่คือสิ่งที่ทำให้พวกเขาเป็นที่รักและสมควรแก่การเคารพบูชาสำหรับฉัน"

"these things are like me and that is how I can love them"

"สิ่งเหล่านี้เป็นเหมือนฉัน

และนั่นคือวิธีที่ฉันสามารถรักพวกมันได้"

"this is a teaching you will laugh about"

"นี่คือคำสอนที่จะทำให้คุณหัวเราะได้"

"love, oh Govinda, seems to me to be the most important thing of all"

"ความรัก โอ้ โกวินดา ดูเหมือนว่าฉันจะเป็นสิ่งที่สำคัญที่สุด"

"to thoroughly understand the world may be what great thinkers do"

"การเข้าใจโลกอย่างถ่องแท้อาจเป็นสิ่งที่นักคิดผู้ยิ่งใหญ่ทำได้"

"they explain the world and despise it"

"พวกเขาอธิบายโลกและดูถูกมัน"

"But I'm only interested in being able to love the world"

"แต่ฉันสนใจแค่การสามารถรักโลกเท่านั้น"

"I am not interested in despising the world"

"ฉันไม่สนใจที่จะดูหมิ่นโลก"

"I don't want to hate the world"

"ฉันไม่อยากเกลียดโลก"

"and I don't want the world to hate me"

"และฉันไม่อยากให้โลกเกลียดฉัน"

"I want to be able to look upon the world and myself with love"

"ฉันอยากที่จะสามารถมองโลกและตัวเองด้วยความรัก"

"I want to look upon all beings with admiration"

"ข้าพเจ้าปรารถนาจะมองดูสรรพสัตว์ทั้งหลายด้วยความชื่นชม"

"I want to have a great respect for everything"

"ผมอยากได้รับความเคารพนับถือในทุกสิ่งทุกอย่าง"

"This I understand," spoke Govinda

"ข้าพเจ้าเข้าใจแล้ว" พระโควินดาตรัส

"But this very thing was discovered by the exalted one to be a deception"

"แต่สิ่งนี้เองที่พระผู้ทรงสูงส่งได้ทรงพบว่าเป็นความลวง"

"He commands benevolence, clemency, sympathy, tolerance"

"พระองค์ทรงมีเมตตากรุณา มีความเมตตากรุณา มีความเห็นอกเห็นใจ มีความอดทน"

"but he does not command love"

"แต่พระองค์ไม่ได้ทรงสั่งให้รัก"

"he forbade us to tie our heart in love to earthly things"

"พระองค์ห้ามไม่ให้เราผูกใจรักกับสิ่งของทางโลก"

"I know it, Govinda," said Siddhartha, and his smile shone golden

"ข้าพเจ้าทราบแล้ว พระโควินทะ" พระสิทธัตถะตรัสและรอยยิ้มของพระองค์ก็เปล่งประกายสีทอง

"And behold, with this we are right in the thicket of opinions"

"และดูเถิด ด้วยสิ่งนี้เราถูกต้องท่ามกลางดงแห่งความเห็น"

"now we are in the dispute about words"

"ตอนนี้เราอยู่ในข้อโต้แย้งเรื่องคำพูด"

"For I cannot deny, my words of love are a contradiction"

"เพราะฉันไม่สามารถปฏิเสธได้ว่าคำพูดแห่งความรักของฉันนั้นขัดแย้งกันเอง"

"they seem to be in contradiction with Gotama's words"

"ดูเหมือนจะขัดแย้งกับคำพูดของพระโคดม"

"For this very reason, I distrust words so much"

"เพราะเหตุนี้เองฉันจึงไม่ค่อยเชื่อคำพูดสักเท่าไร"

"because I know this contradiction is a deception"

"เพราะฉันรู้ว่าความขัดแย้งนี้เป็นเพียงการหลอกลวง"

"I know that I am in agreement with Gotama"

"ข้าพเจ้าทราบว่าข้าพเจ้าเห็นด้วยกับพระโคดม"

"How could he not know love when he has discovered all elements of human existence"

“เขาจะไม่รู้จักความรักได้อย่างไร

ในเมื่อเขาได้ค้นพบองค์ประกอบทั้งหมดของการดำรงอยู่ของมนุษย์แล้ว”

"he has discovered their transitoriness and their meaninglessness"

“เขาได้ค้นพบความไม่เที่ยงแท้และความไร้ความหมายของพวกเขาแล้ว”

"and yet he loved people very much"

“แต่พระองค์ยังทรงรักผู้คนมาก”

"he used a long, laborious life only to help and teach them!"

"เขาใช้ชีวิตที่ยาวนานและลำบากเพียงเพื่อช่วยเหลือและสอนพวกเขาเท่านั้น!"

"Even with your great teacher, I prefer things over the words"

“แม้แต่กับครูผู้ยิ่งใหญ่ของคุณ ฉันก็ชอบสิ่งของมากกว่าคำพูด”

"I place more importance on his acts and life than on his speeches"

“ผมให้ความสำคัญกับการกระทำและชีวิตของเขามากกว่าคำพูดของเขา”

"I value the gestures of his hand more than his opinions"

“ผมให้ความสำคัญกับท่าทางของเขามากกว่าความคิดเห็นของเขา”

"for me there was nothing in his speech and thoughts"

“สำหรับฉันแล้วไม่มีอะไรเลยในคำพูดและความคิดของเขา”

"I see his greatness only in his actions and in his life"

“ฉันเห็นความยิ่งใหญ่ของเขาเพียงจากการกระทำและชีวิตของเขาเท่านั้น”

For a long time, the two old men said nothing
เป็นเวลานานที่ชายชราทั้งสองไม่พูดอะไรเลย
Then Govinda spoke, while bowing for a farewell
จากนั้นพระโควินทะก็พูดพร้อมกับโค้งคำนับอำลา
"I thank you, Siddhartha, for telling me some of your thoughts"
"ฉันขอขอบคุณท่านสิทธัตถะที่บอกความคิดบางอย่างของคุณให้ฉันฟัง"
"These thoughts are partially strange to me"
"ความคิดเหล่านี้เป็นเรื่องแปลกสำหรับฉัน"
"not all of these thoughts have been instantly understandable to me"
"ไม่ใช่ว่าฉันจะเข้าใจความคิดทั้งหมดเหล่านี้ได้ทันที"
"This being as it may, I thank you"
"อย่างไรก็ตาม ฉันขอขอบคุณคุณ"
"and I wish you to have calm days"
"และฉันหวังว่าคุณจะมีวันสงบ"
But secretly he thought something else to himself
แต่ในใจลึกๆ เขาคิดอีกอย่างหนึ่งกับตัวเอง
"This Siddhartha is a bizarre person"
"พระพุทธเจ้าเป็นผู้มีบุคลิกประหลาด"
"he expresses bizarre thoughts"
"เขาแสดงความคิดประหลาดๆ"
"his teachings sound foolish"
"คำสอนของเขาฟังดูโง่เขลา"
"the exalted one's pure teachings sound very different"
"คำสอนอันบริสุทธิ์ของพระผู้สูงส่งนั้นฟังดูแตกต่างมาก"
"those teachings are clearer, purer, more comprehensible"

"คำสอนเหล่านั้นชัดเจนกว่า บริสุทธิ์กว่า เข้าใจได้ง่ายกว่า"

"there is nothing strange, foolish, or silly in those teachings"

"ไม่มีอะไรแปลก โง่เขลา หรือไร้สาระในคำสอนเหล่านั้น"

"But Siddhartha's hands seemed different from his thoughts"

"แต่พระหัตถ์ของพระพุทธเจ้าดูต่างไปจากความคิดของพระองค์"

"his feet, his eyes, his forehead, his breath"

"เท้าของเขา ดวงตาของเขา หน้าผากของเขา และลมหายใจของเขา"

"his smile, his greeting, his walk"

"รอยยิ้มของเขา การทักทายของเขา การเดินของเขา"

"I haven't met another man like him since Gotama became one with the Nirvana"

"ผมไม่เคยพบชายใดเหมือนท่านอีกเลยนับตั้งแต่ท่านโคตมะได้เป็นหนึ่งเดียวกับนิพพาน"

"since then I haven't felt the presence of a holy man"

"ตั้งแต่นั้นมาข้าพเจ้าก็ไม่เคยรู้สึกถึงการมีอยู่ของพระสงฆ์อีกเลย"

"I have only found Siddhartha, who is like this"

"ข้าพเจ้าได้พบแต่พระสิทธัตถะผู้มีลักษณะอย่างนี้"

"his teachings may be strange and his words may sound foolish"

"คำสอนของเขาอาจจะแปลกและคำพูดของเขาอาจจะฟังดูโง่เขลา"

"but purity shines out of his gaze and hand"

"แต่ความบริสุทธิ์ก็ฉายออกมาจากพระเนตรและพระหัตถ์ของพระองค์"

"his skin and his hair radiates purity"

"ผิวพรรณและเส้นผมของเขาเปล่งประกายความบริสุทธิ์"

"purity shines out of every part of him"

"ความบริสุทธิ์ส่องออกมาจากทุกส่วนของพระองค์"
"a calmness, cheerfulness, mildness and holiness shines from him"
"ความสงบ ความร่าเริง ความอ่อนโยน และความศักดิ์สิทธิ์ฉายออกมาจากพระองค์"
"something which I have seen in no other person"
"สิ่งหนึ่งที่ฉันไม่เคยเห็นจากคนอื่นมาก่อน"
"I have not seen it since the final death of our exalted teacher"
"ข้าพเจ้าไม่ได้เห็นมันอีกเลยนับตั้งแต่ครูผู้สูงศักดิ์ของเราสิ้นพระชนม์"
While Govinda thought like this, there was a conflict in his heart
ขณะที่พระโควินดาคิดเช่นนี้ ก็มีความขัดแย้งในใจ
he once again bowed to Siddhartha
พระองค์ทรงก้มลงกราบพระสิทธัตถะอีกครั้งหนึ่ง
he felt he was drawn forward by love
เขารู้สึกว่าตนเองถูกดึงดูดไปข้างหน้าด้วยความรัก
he bowed deeply to him who was calmly sitting
เขาได้ก้มลงกราบผู้ที่กำลังนั่งสงบอยู่อย่างนอบน้อม
"Siddhartha," he spoke, "we have become old men"
"สิทธัตถะ" พระองค์ตรัสว่า "เรากลายเป็นคนแก่แล้ว"
"It is unlikely for one of us to see the other again in this incarnation"
"ไม่น่าจะเป็นไปได้ที่เราจะได้พบหน้ากันอีกครั้งในชาตินี้"
"I see, beloved, that you have found peace"
"ข้าพเจ้าเห็นแล้วที่รัก ว่าท่านได้พบความสงบสุขแล้ว"
"I confess that I haven't found it"

"ผมสารภาพว่าผมไม่พบมัน"

"Tell me, oh honourable one, one more word"

"ขอท่านผู้เป็นที่เคารพ โปรดบอกฉันอีกคำหนึ่ง"

"give me something on my way which I can grasp"

"ให้ฉันได้อะไรบางอย่างระหว่างทางที่ฉันเข้าใจ"

"give me something which I can understand!"

"ให้ฉันสิ่งที่ฉันสามารถเข้าใจได้!"

"give me something I can take with me on my path"

"ให้ฉันได้นำสิ่งที่ฉันสามารถนำติดตัวไปบนเส้นทางของฉัน"

"my path is often hard and dark, Siddhartha"

"เส้นทางของฉันมักจะยากลำบากและมืดมน สิทธัตถะ"

Siddhartha said nothing and looked at him

พระสิทธัตถะไม่พูดอะไรและมองดูพระองค์

he looked at him with his ever unchanged, quiet smile

เขาจ้องมองเขาด้วยรอยยิ้มอันเงียบสงบที่ไม่เคยเปลี่ยนแปลง

Govinda stared at his face with fear

โควินดาจ้องมองใบหน้าของเขาด้วยความกลัว

there was yearning and suffering in his eyes

มีทั้งความโหยหาและความทุกข์ทรมานอยู่ในดวงตาของเขา

the eternal search was visible in his look

การค้นหาชั่วนิรันดร์ปรากฏให้เห็นในรูปลักษณ์ของเขา

you could see his eternal inability to find

คุณจะเห็นความไร้ความสามารถชั่วนิรันดร์ของเขาในการค้นหา

Siddhartha saw it and smiled

พระสิทธัตถะเห็นแล้วก็ยิ้ม

"Bend down to me!" he whispered quietly in Govinda's ear

"ก้มลงมาหาฉัน!" เขาพูดกระซิบเบาๆ ที่หูของโควินดา

"Like this, and come even closer!"

"แบบนี้อีกสิ แล้วเข้ามาใกล้อีก!"
"Kiss my forehead, Govinda!"
"จูบหน้าผากฉันสิ โควินดา!"
Govinda was astonished, but drawn on by great love and expectation
โควินดาประหลาดใจแต่ก็ถูกดึงดูดด้วยความรักและความคาดหวังอันยิ่งใหญ่
he obeyed his words and bent down closely to him
เขาเชื่อฟังคำพูดของเขาและก้มลงใกล้เขา
and he touched his forehead with his lips
และเขาก็แตะหน้าผากของเขาด้วยริมฝีปากของเขา
when he did this, something miraculous happened to him
เมื่อเขาทำอย่างนี้ มีสิ่งมหัศจรรย์เกิดขึ้นกับเขา
his thoughts were still dwelling on Siddhartha's wondrous words
ความคิดของเขายังคงนึกถึงคำพูดอันน่าอัศจรรย์ของพระพุทธเจ้า
he was still reluctantly struggling to think away time
เขายังคงดิ้นรนอย่างไม่เต็มใจที่จะคิดถึงเวลา
he was still trying to imagine Nirvana and Sansara as one
เขายังคงพยายามจินตนาการถึงนิพพานและสังสารวัฏว่าเป็นหนึ่งเดียวกัน
there was still a certain contempt for the words of his friend
คำพูดของเพื่อนเขาก็ยังคงมีท่าทีดูถูกอยู่บ้าง
those words were still fighting in him
คำพูดเหล่านั้นยังคงต่อสู้อยู่ในตัวเขา
those words were still fighting against an immense love and veneration
คำพูดเหล่านั้นยังคงต่อสู้กับความรักและความเคารพอันยิ่งใหญ่

and during all these thoughts, something else happened to him

และระหว่างที่คิดเรื่องเหล่านี้ มีสิ่งอื่นเกิดขึ้นกับเขาด้วย

He no longer saw the face of his friend Siddhartha

เขาไม่เห็นหน้าพระสหายสิทธัตถะอีกต่อไป

instead of Siddhartha's face, he saw other faces

แทนที่จะเป็นพระพักตร์ของพระสิทธัตถะ

พระองค์กลับเห็นพระพักตร์อื่น

he saw a long sequence of faces

เขาเห็นใบหน้าเรียงกันยาว

he saw a flowing river of faces

เขาเห็นสายน้ำแห่งใบหน้าไหลเชี่ยว

hundreds and thousands of faces, which all came and disappeared

ใบหน้าเป็นร้อยเป็นพันซึ่งมาและหายไปหมด

and yet they all seemed to be there simultaneously

แต่ดูเหมือนว่าพวกเขาจะอยู่ที่นั่นพร้อมกันทั้งหมด

they constantly changed and renewed themselves

พวกเขาเปลี่ยนแปลงและปรับปรุงตัวเองอยู่ตลอดเวลา

they were themselves and they were still all Siddhartha's face

พวกเขาก็คือตัวพวกเขาเอง

และพวกเขาก็ยังคงเป็นใบหน้าของพระพุทธเจ้าอยู่

he saw the face of a fish with an infinitely painfully opened mouth

เขาเห็นหน้าปลาที่มีปากอ้าออกอย่างเจ็บปวดอย่างไม่มีขอบเขต

the face of a dying fish, with fading eyes

ใบหน้าของปลาที่กำลังจะตายและดวงตาที่กำลังจะเลือนหายไป

he saw the face of a new-born child, red and full of wrinkles

เขาเห็นหน้าเด็กแรกเกิดมีรอยแดงและมีริ้วรอยเต็มไปหมด

it was distorted from crying

มันบิดเบือนจากการร้องไห้

he saw the face of a murderer

เขาเห็นหน้าของฆาตกร

he saw him plunging a knife into the body of another person

เขาเห็นเขาแทงมีดเข้าไปในร่างของคนอื่น

he saw, in the same moment, this criminal in bondage

เขาเห็นคนร้ายในพันธนาการในขณะนั้น

he saw him kneeling before a crowd

เขาเห็นเขาคุกเข่าต่อหน้าฝูงชน

and he saw his head being chopped off by the executioner

และเขาเห็นหัวของเขาถูกเพชฌฆาตตัดขาด

he saw the bodies of men and women

เขาเห็นร่างของชายและหญิง

they were naked in positions and cramps of frenzied love

พวกเขาเปลือยกายในท่าทางและความเจ็บปวดของความรักที่บ้าคลั่ง

he saw corpses stretched out, motionless, cold, void

เขาเห็นศพนอนเหยียดยาวอยู่ นิ่งเฉย เย็นยะเยือก ว่างเปล่า

he saw the heads of animals

เขาเห็นหัวของสัตว์

heads of boars, of crocodiles, and of elephants

หัวหมูป่า หัวจระเข้ และหัวช้าง

he saw the heads of bulls and of birds

เขาเห็นหัววัวและหัวนก

he saw gods; Krishna and Agni

เขาได้เห็นเทพเจ้า พระกฤษณะและพระอัคนี

he saw all of these figures and faces in a thousand relationships with one another

เขาเห็นรูปร่างหน้าตาเหล่านี้ในความสัมพันธ์นับพันๆ ความสัมพันธ์

each figure was helping the other

แต่ละร่างต่างก็ช่วยเหลือกัน

each figure was loving their relationship

แต่ละร่างต่างก็รักความสัมพันธ์ของตัวเอง

each figure was hating their relationship, destroying it

แต่ละร่างต่างก็เกลียดความสัมพันธ์ของตัวเองและทำลายมันลง

and each figure was giving re-birth to their relationship

และแต่ละร่างก็ให้กำเนิดความสัมพันธ์ของพวกเขาขึ้นมาใหม่

each figure was a will to die

แต่ละร่างคือความมุ่งมั่นที่จะตาย

they were passionately painful confessions of transitoriness

พวกเขาเป็นคำสารภาพถึงความไม่เที่ยงที่เจ็บปวดอย่างแสนสาหัส

and yet none of them died, each one only transformed

และก็ไม่มีใครตาย มีเพียงการแปลงร่างเท่านั้น

they were always reborn and received more and more new faces

พวกเขาก็เกิดใหม่อยู่เสมอและได้รับใบหน้าใหม่ๆ มากขึ้นเรื่อยๆ

no time passed between the one face and the other

ไม่มีเวลาผ่านไประหว่างหน้าหนึ่งกับอีกหน้าหนึ่ง

all of these figures and faces rested

ร่างและใบหน้าทั้งหมดเหล่านี้พักผ่อน

they flowed and generated themselves

พวกมันไหลและสร้างตัวเองขึ้นมา

they floated along and merged with each other
พวกมันลอยไปและรวมเข้าด้วยกัน
and they were all constantly covered by something thin
และถูกปกคลุมด้วยอะไรบางอย่างบางๆ ตลอดเวลา
they had no individuality of their own
พวกเขาไม่มีความเป็นตัวของตัวเอง
but yet they were existing
แต่พวกเขาก็ยังคงมีอยู่
they were like a thin glass or ice
พวกมันเหมือนแก้วหรือน้ำแข็งบางๆ
they were like a transparent skin
พวกเขาเป็นเหมือนผิวหนังที่โปร่งใส
they were like a shell or mould or mask of water
พวกมันเหมือนเปลือกหอยหรือแม่พิมพ์หรือหน้ากากของน้ำ
and this mask was smiling
และหน้ากากนี้ก็ยิ้ม
and this mask was Siddhartha's smiling face
และหน้ากากนี้คือหน้ายิ้มของพระพุทธเจ้า
the mask which Govinda was touching with his lips
หน้ากากที่พระโควินดาสัมผัสด้วยริมฝีปาก
And, Govinda saw it like this
และพระโควินดาก็เห็นอย่างนี้
the smile of the mask
รอยยิ้มของหน้ากาก
the smile of oneness above the flowing forms
รอยยิ้มแห่งความเป็นหนึ่งเดียวเหนือรูปทรงที่ไหลลื่น
the smile of simultaneousness above the thousand births and deaths

รอยยิ้มแห่งความพร้อมกันเหนือการเกิดและการตายนับพันครั้ง
the smile of Siddhartha's was precisely the same
รอยยิ้มของพระสิทธัตถะก็เหมือนกัน
Siddhartha's smile was the same as the quiet smile of Gotama, the Buddha
รอยยิ้มของพระสิทธัตถะนั้นก็เหมือนกับรอยยิ้มอันเงียบสงบของพระโคดม พระพุทธเจ้า
it was delicate and impenetrable smile
มันเป็นรอยยิ้มที่บอบบางและไม่สามารถเข้าใจได้
perhaps it was benevolent and mocking, and wise
บางทีอาจเป็นความเมตตากรุณาและการเยาะเย้ยและความฉลาด
the thousand-fold smile of Gotama, the Buddha
พระพุทธเมตตามหานิยม
as he had seen it himself with great respect a hundred times
เพราะเขาเคยเห็นมันด้วยความเคารพอย่างยิ่งมาแล้วร้อยครั้ง
Like this, Govinda knew, the perfected ones are smiling
อย่างนี้ โควินดาจึงรู้ว่าผู้สมบูรณ์แล้วกำลังยิ้ม
he did not know anymore whether time existed
เขาไม่รู้อีกต่อไปว่าเวลามีอยู่หรือไม่
he did not know whether the vision had lasted a second or a hundred years
เขาไม่ทราบว่านิมิตนั้นคงอยู่เพียงวินาทีเดียวหรือเป็นร้อยปี
he did not know whether a Siddhartha or a Gotama existed
พระองค์ไม่ทราบว่ามีพระสิทธัตถะหรือพระโคดมอยู่
he did not know if a me or a you existed
เขาไม่รู้ว่ามีฉันหรือคุณมีตัวตนอยู่
he felt in his as if he had been wounded by a divine arrow
เขารู้สึกราวกับว่าตนเองได้รับบาดเจ็บจากลูกศรศักดิ์สิทธิ์

the arrow pierced his innermost self

ลูกศรเจาะทะลุเข้าไปในส่วนลึกที่สุดของตัวเขา

the injury of the divine arrow tasted sweet

การบาดเจ็บจากลูกศรศักดิ์สิทธิ์มีรสหวาน

Govinda was enchanted and dissolved in his innermost self

โควินดาถูกมนต์สะกดและละลายในตัวตนที่ลึกที่สุดของเขา

he stood still for a little while

เขาหยุดนิ่งอยู่ชั่วขณะหนึ่ง

he bent over Siddhartha's quiet face, which he had just kissed

เขาโน้มตัวไปเหนือใบหน้าอันเงียบสงบของพระสิทธัตถะซึ่งพระองค์เพิ่งจะทรงจูบ

the face in which he had just seen the scene of all manifestations

ใบหน้าที่เขาเพิ่งมองเห็นฉากแห่งปรากฏการณ์ทั้งปวง

the face of all transformations and all existence

หน้าแห่งการเปลี่ยนแปลงและการดำรงอยู่ทั้งหมด

the face he was looking at was unchanged

ใบหน้าที่เขามองอยู่นั้นไม่เปลี่ยนแปลง

under its surface, the depth of the thousand folds had closed up again

ใต้ผิวน้ำนั้น ความลึกของรอยพับพันเท่าได้ปิดลงอีกครั้ง

he smiled silently, quietly, and softly

เขายิ้มอย่างเงียบ ๆ เงียบ ๆ และอ่อนโยน

perhaps he smiled very benevolently and mockingly

บางทีเขาอาจยิ้มอย่างใจดีและเยาะเย้ย

precisely this was how the exalted one smiled

นั่นแหละคือรอยยิ้มที่พระองค์ผู้ทรงเกียรติทรงยิ้ม

Deeply, Govinda bowed to Siddhartha

พระโควินทะก้มกราบพระสิทธัตถะอย่างลึกซึ้ง

tears he knew nothing of ran down his old face

น้ำตาที่เขาไม่รู้จักไหลรินลงมาบนใบหน้าที่แก่ชราของเขา

his tears burned like a fire of the most intimate love

น้ำตาของเขาแผดเผาเหมือนไฟแห่งความรักที่ใกล้ชิดที่สุด

he felt the humblest veneration in his heart

เขารู้สึกเคารพสักการะอย่างนอบน้อมที่สุดในหัวใจของเขา

Deeply, he bowed, touching the ground

เขาโค้งตัวลงอย่างหนักแตะพื้น

he bowed before him who was sitting motionlessly

เขาก้มลงต่อผู้ที่นั่งอยู่นิ่งเฉย

his smile reminded him of everything he had ever loved in his life

รอยยิ้มของเขาทำให้เขาคิดถึงทุกสิ่งทุกอย่างที่เขาเคยรักในชีวิต

his smile reminded him of everything in his life that he found valuable and holy

รอยยิ้มของเขาทำให้เขานึกถึงทุกสิ่งในชีวิตที่เขาพบว่ามีค่าและศักดิ์สิทธิ์

www.ingramcontent.com/pod-product-compliance
Lightning Source LLC
Chambersburg PA
CBHW012000090526
44590CB00026B/3800
* 9 7 8 1 8 3 5 6 6 7 0 0 2 *